கிறித்தவமும் சாதியும்
வடக்கன்குளம் பிரிவினைச் சுவரிடிப்புப் போராட்டம்

கிறித்தவமும் சாதியும்

ஆ. சிவசுப்பிரமணியன் (பி. 1943)

நெல்லை மாவட்டத்தின் பழமையான கத்தோலிக்கக் குடியிருப்புகளில் ஒன்று வடக்கன்குளம். இங்குள்ள திருக்குடும்ப ஆலயத்தை மையமாகக் கொண்டு கத்தோலிக்க நாடார்களுக்கும் கத்தோலிக்க வெள்ளாளர்களுக்கும் இடையே நிகழ்ந்த சாதிய சமத்துவத்திற்கான போராட்டமே இந்நூலின் கரு. வடக்கன்குளம் ஊர் உருவானதில் தொடங்கி, தேவாலயத்தில் தீண்டாமையை நிலைநிறுத்திவந்த பிரிவினைச் சுவர் இடிக்கப்பட்டது வரையிலான நிகழ்வுகளை ஆவணங்களின் துணையுடன் காய்தல் உவத்தலின்றி இந்நூல் எடுத்துரைக்கிறது. நூலின் பின்னிணைப்பாக இடம்பெற்றுள்ள ஆவணங்கள் ஆய்வாளர்களுக்கு மட்டுமின்றி, வரலாறு, சமூகவியல், சமயம் ஆகிய துறைகளில் ஈடுபாடு கொண்டுள்ள வாசகர்களுக்கும் பயன்படும்.

ஆ. சிவசுப்பிரமணியன் (பி.1943) தமிழகத்தின் முக்கியமான சமூக விஞ்ஞானிகளுள் ஒருவர். நாட்டார் வழக்காற்றியல், அடித்தள மக்கள் வரலாறு ஆகிய துறைகளில் பல நூல்கள் எழுதியுள்ளார். நீண்டகாலமாக நாட்டார் வழக்காற்றியல் துறையில் ஆர்வத்துடன் ஈடுபட்டுவருகிறார். இந்திய விடுதலைப் போராட்ட வரலாற்றில் தமிழகத்தின் பங்களிப்பு குறித்து ஆராய்வதிலும் ஆர்வம் கொண்டவர். பேராசிரியர் நா. வானமாமலையின் மாணவர்.

இத்துறையில் இவரது பங்களிப்பைப் பாராட்டி, தமிழ்நாடு முற்போக்கு எழுத்தாளர் கலைஞர் சங்கம் வாழ்நாள் சாதனையாளர் விருது வழங்கியுள்ளது. அமெரிக்கத் தமிழர்களின் 'விளக்கு' இலக்கிய அமைப்பு இவருக்கு 2018ஆவது ஆண்டுக்கான 'புதுமைப்பித்தன் இலக்கிய விருது' வழங்கிப் பாராட்டியுள்ளது. தஞ்சைத் தமிழ்ப் பல்கலைக்கழகம் 2018இல் மதிப்புறு முனைவர் பட்டம் வழங்கிச் சிறப்பித்துள்ளது.

ஆசிரியரின் பிற காலச்சுவடு வெளியீடுகள்

- கிறித்தவமும் சாதியும்
- தமிழகத்தில் அடிமைமுறை
- உபதேசியார் சவரிராயபிள்ளை 1801–1874 (பதிப்பு)
- வரலாறும் வழக்காறும்
- ஆகஸ்ட் போராட்டம்
- உப்பிட்டவரை...
- ஆஷ் கொலையும் இந்தியப் புரட்சி இயக்கமும்
- மந்திரமும் சடங்குகளும்
- கிறித்தவமும் தமிழ்ச்சூழலும்
- தமிழ்க் கிறித்தவம்
- பனை மரமே! பனை மரமே!
- ஆணவக் கொலைச் சாமிகளும் பெருமிதக் கொலை அம்மன்களும்

ஆ. சிவசுப்பிரமணியன்

கிறித்தவமும் சாதியும்
வடக்கன்குளம் பிரிவினைச் சுவரிடிப்புப் போராட்டம்

காலச்சுவடு பதிப்பகம்

● அன்பார்ந்த வாசகருக்கு,

வணக்கம்.

காலச்சுவடு நூலை வாங்கியமைக்கு நன்றி.

நூலின் உள்ளடக்கம், உருவாக்கம், அட்டைப்படம் இன்ன பிற அம்சங்கள் பற்றிய உங்கள் கருத்துகளையும் ஆலோசனைகளையும் காலச்சுவடு வரவேற்கிறது. தகவல், எழுத்து, வாக்கியப் பிழைகள் தென்பட்டால் அவசியம் தெரிவித்து உதவுங்கள். நூல் தயாரிப்பில் கடும் குறைபாடு இருப்பின் மாற்றுப் பிரதி உங்களுக்குக் கிடைக்கக் காலச்சுவடு ஏற்பாடு செய்யும்.

மின்னஞ்சல்: **publisher@kalachuvadu.com**

காலச்சுவடு நாகர்கோவில் அலுவலகத்திற்குக் கடிதம் அனுப்பலாம்.

தங்கள்
எஸ்.ஆர். சுந்தரம் (கண்ணன்)
பதிப்பாளர் – நிர்வாக இயக்குநர்

கிறித்தவமும் சாதியும் : வடக்கன் குளம் திருக்குடும்ப ஆலய பிரிவினைச் சுவரிடிப்புப் போராட்டம் பற்றிய ஆராய்ச்சிக் கட்டுரை ♦ ஆசிரியர்: ஆ. சிவசுப்பிரமணியன் ♦ © ஆ. சிவசுப்பிரமணியன் ♦ முதல் பதிப்பு: டிசம்பர் 2001, எட்டாம் பதிப்பு: ஜனவரி 2025 ♦ வெளியீடு: காலச்சுவடு பப்ளிகேஷன்ஸ் (பி) லிட்., 669 கே.பி. சாலை, நாகர்கோவில் 629001

Krithuvamum Saathiyum: Research article on the demolition of the partition wall at Vadakkankulam Holy Family Church ♦ A. Siva subramanian ♦ © A. Sivasubramanian ♦ Language: Tamil ♦ First Edition: November 2001, Eighth Edition: January 2025 ♦ Size: Demy 1 x 8 ♦ Paper: 18.6 kg maplitho ♦ Pages: 280

Published by Kalachuvadu Publications Pvt. Ltd., 669 K.P. Road, Nagercoil 629001, India ♦ Phone: 91-4652-2785254 ♦ e-mail: publications @kalachuvadu.com ♦ Front Cover: Salvador Dali ♦ Cover Design: V. Senthil Selvan ♦ Printed at Clicto Print, Jaleel Towers, 42 KB Dasan Road, Teynampet Chennai 600018

ISBN: 978-81-87477-08-2

01/2025/S.No.167, kcp 5548, 18.6 (8) uss

தோழர் இரா. நல்லகண்ணு அவர்களுக்கு

பொருளடக்கம்

அணிந்துரை	11
முன்னுரை	21
நன்றியுரை	41
சுருக்கக் குறியீடுகள்	45
1. வடக்கன் குளம்	49
2. திருக்குடும்ப ஆலயம்	56
3. காற்சட்டை ஆலயம்	64
4. இடியுண்ட பிரிவினைச் சுவர்	72
5. வழக்கும் தீர்ப்பும்	83
6. ஒரு சமூக வரலாற்றாய்வு	93
7. முடிவுரை	120
பின்னுரை	127
குறிப்புகள்	133
கலைச் சொல் விளக்கம்	138
துணை நூற்பட்டியல்	149
பின்னிணைப்புகள்	
1. ஆயர் கானோசின் சுற்றுமடல் – 1872	157
2. ஆயர் கானோசின் சுற்றுமடல் – 1877	161
3. இணைமுதல்நிலை குற்றவியல் நீதிபதி தம்பு, வெள்ளாளர்களுக்கு எதிராகப் பிறப்பித்த தடை உத்தரவு	164

4. ஆயர் பர்தே பிரிவினைச் சுவரை
   இடிக்கும்படியிட்ட ஆணை   165
5. இராதாபுரம் காவல் நிலைய ஆய்வாளருக்கு
   கௌசானல் எழுதிய கடிதம்   167
6. துணைநீதி மன்றத்தில் வெள்ளாளர்கள்
   தாக்கல் செய்த மனு   169
7. மாவட்டத் துணை நீதிமன்றத்தில்
   வெள்ளாளர்கள் தொடுத்த வழக்கில்
   ஆயர் பர்தே தாக்கல் செய்த எதிர் மனு.   181
8. மேற்படி வழக்கில் நாடார்கள் தாக்கல்
   செய்த எதிர் மனு   187
9. திருநெல்வேலித் துணைநீதிமன்றத்தில்
   வெள்ளாளர்கள் அளித்த சாட்சியம்   190
10. வெள்ளாளர் தொடுத்த வழக்கில்
    கௌசானல் அளித்த சாட்சியம்   193
11. திருநெல்வேலி மாவட்டத் துணைநீதிமன்றம்
    வழங்கிய தீர்ப்பு   195
12. மாவட்ட நீதிமன்றத்தில் ஆயர் பர்தேயும்,
    கௌசானலும் தாக்கல்செய்த
    மேல்முறையீட்டு மனு.   198
13. மாவட்ட நீதிமன்றம் வழங்கிய தீர்ப்பு   206
14. சென்னை உயர்நீதி மன்றம் வழங்கிய தீர்ப்பு   217
15. திருநெல்வேலி அஞ்சல்துறை
    கண்காணிப்பாளருக்கு வடகன்குளம்
    நாடார்கள் எழுதிய கடிதம்.   234
16. மொலானியின் நூலில் வடகன்குளம்
    சாதியப் பிரச்சனை குறித்து
    இடம்பெற்றுள்ள செய்தி   236
17. சவுரிராய பிள்ளை வம்ச வரலாறு குறிப்பிடும்
    வடகன்குளம் குறித்த செய்திகள்   237
18. சங்கட விண்ணப்பம்   267
19. காமநாயக்கன்பட்டி - மொளி(ழி) மாறா
    உடன்படிக்கை   272
20. வடகன்குளம் கல்யாண மரணக் கம்பெனிகள்   275

அணிந்துரை

பேராசிரியர் ஆ. சிவசுப்பிரமணியன் அன்பிற்கும் மரியாதைக்கும் உரிய ஆசிரியர், பேராசிரியர் நா. வானமாமலை அவர்களிடம் என்னை இட்டுச் சென்றவர். தனது ஆசிரியரின் நூலுக்கு மாணவனொருவன் அணிந்துரை எழுதுவதை ஓர் அசம்பாவிதம் என்றே கொள்ளலாம். இருப்பினும் என்மீதுள்ள அன்பாலும் இதுபோன்ற வேலைகளில் என்னை ஈடுபடுத்தும் நோக்குடனும் இந்தப் பணியை எனக்கிட்டார் என்றே கொள்ளுகிறேன். எனவே இதனை ஓர் அணிந்துரையாக இல்லாமல், நூலாசிரியர் இந்நூலில் ஆய்வு செய்துள்ள அதே பிரச்சினைகளைப் பற்றிய "இன்னும் சில வார்த்தைகளாக" எழுதத் துணிகிறேன்.

தமிழ்நாட்டில் வரலாறு எழுதப்பட வேண்டும் என்பதில் பெருத்த ஆர்வம் காட்டி வந்தவர் பேராசிரியர் நா. வானமாமலை. ஆனால் தமிழ்நாட்டு வரலாறு என அவர் குறித்தது "தமிழின் பெருமையையும் தமிழ் அரசர்களின் பெருமையையும் கூறும் சில பழைய கதைகளையும் புதிய கதைகளையும் அல்ல."

"வரலாறு என்பது தமிழ் மக்கள் பழங்கால இனக்குழு மக்கள் வாழ்க்கையிலிருந்து படிப்படியாகவும் திடீரென்றும் முன்னேறி, நாகரீகம் பெற்று, தங்கள் உற்பத்தி சக்திகளை வளர்த்துக்கொண்டு, தங்களிடையே உற்பத்தி உறவுகளை ஏற்படுத்திக் கொண்டு ஒரு சமுதாயமாகி, அரசுகளை நிறுவி, பண்பாட்டையும் கலைகளையும் தத்துவங்களையும்

வளர்த்துப் பல நூற்றாண்டுகளாகப் பொதுவாக முன்னேறியும், சில சமயங்களில் பின்வாங்கியும் வாழ்ந்த சரித்திரமே தமிழக வரலாறு" (ஆராய்ச்சி மலர் – 3; இதழ் – 2 தலையங்கம் ஜூன் 1971). இவை பேராசிரியர் நா.வா.வின் வார்த்தைகள்.

பண்டைக்காலத் தமிழ்நாட்டு வரலாறு எழுதப்பட அகழ்வுத் தகவல்கள், கல்வெட்டுத் தகவல்கள், பண்டைய ஆவணங்கள், பிறநாட்டுப் பயணிகளின் குறிப்புகள், இலக்கிய ஆதாரங்கள் ஆகியவை ஆய்வு செய்யப்படவேண்டுமென பேராசிரியர் கருதினார். அதேபோல அண்மைக்கால வரலாற்றாய்வுகளுக்கு ஆங்கில, போர்த்துக்கீசிய, பிரெஞ்சுப் பாதிரிமார்கள் தம் தாய்மொழியிலும் லத்தீன் மொழியிலும் எழுதிய கடிதங்கள், ஆங்கில ஆட்சிக்கால ஆவணங்கள் ஆகியவை பயன்படுத்தப்பட வேண்டும் என்றும் அவர் குறிப்பிட்டார்.

"ஆராய்ச்சி பத்திரிகையின் ஒவ்வொரு இதழும் மேலே குறிப்பிட்ட விதத்தில் தமிழ் மக்கள் வரலாற்றை எழுதுவதற்கான ஏராளமான தகவல்களை ஆய்வு செய்யும் கட்டுரைகளைச் சுமந்து வெளிவந்தது என்பதைத் தமிழறிஞர் உலகு நன்கறியும். தகவல்களை ஆய்வு செய்யும் கட்டுரைகளைச் சுமந்து வெளிவந்தது என்பதைத் தமிழறிஞர் உலகு நன்கறியும்.

பேராசிரியர் ஆ. சிவசுப்பிரமணியனின் கடந்த இருபதாண்டு களுக்கும் மேற்பட்ட ஆய்வு வாழ்க்கை, தமிழ் நாட்டு வரலாற்றுப் பிரச்சினைகள் பலவற்றை ஆய்வு செய்யும் நோக்குடன் அமைந்துள்ளது. நாட்டார் வழக்காற்றியல், மானுடவியல், நவீன இலக்கியத் திறனாய்வு ஆகிய துறைகளிலும் பேராசிரியர் சிவம் அவர்கள் செய்துள்ள பணிகள் சமஅளவு முக்கியத்துவம் கொண்டவை. ஆயின் அவை பற்றி இங்குக் குறிப்பிடவில்லை. இங்கு வரலாற்றாய்வுகளுக்குச் ஆசிரியரின் பங்களிப்பு பற்றி மட்டுமே சில உதாரணங்களை எடுத்துக்காட்டுகின்றேன்.

'பொற்காலங்கள்' என்ற இவரது நூல் (1981): சங்க காலமும் பிற்காலச் சோழர் காலமும் தமிழகத்தின் பொற்காலங்கள் என ஆறாம் வகுப்புத் தமிழாசிரியர் முதல் ஆட்சிக்கட்டிலில் இருந்தோர் வரை அடிக்கடி சொல்லி வந்த நாட்களில் இந்நூல் வெளியானது.

இனக்குழு சமூக அமைப்பிலிருந்து வர்க்க சமூகம் உருவான ஒரு மாறுபாடு காலமே சங்க காலம் என இந்நூலில் ஆசிரியர் நிறுவுகிறார். வறுமை, போர், அழிவு, பெண்கள் போகப் பொருட்களாகக் கருதப்படுவது, கைம்பெண்டிர் இழிநிலை, சாதி வேறுபாடுகள் ஆகியவை சங்க காலத் தமிழ்ச் சமுதாயத்தில்

நிலவியதைச் சங்கப்பாடல் ஆதாரங்களின் மூலமே நிரூபிக்கிறார். நாட்டு வளமை, வேந்தர்களின் வள்ளண்மை பற்றிய பாடல்கள் இனக்குழு சமூக மதிப்புகளை உயர்வு நவிற்சியாகப் பேசுபவை எனவும் நிறுவுகிறார்.

அதேபோல இன்னொரு 'பொற்காலம்' ஆன பிற்காலச் சோழர் காலச் சமூகத்தின் நில உடைமை குணாம்சங்களை அதே நூல் விரிவாகப் பேசுகிறது; நால்வகை நில உடைமை முறைகள் நிலவியதைக் காட்டுகிறது. கிராம சபை உறுப்பினர்கள் "பொற்கால ஜனநாயகத்தில்" குடஓலை மூலம் தேர்ந்தெடுக்கப்படுவதில் இருந்த சாதி உடைமை, வைதீகச் சார்பு, சமூக அந்தஸ்து ஆகியவை அடிப்படையிலான கட்டுப்பாடுகளைக் கல்வெட்டு ஆதாரங்கள் மூலம் எடுத்துக் காட்டுகிறார். சாதி அமைப்பும் அடிமை முறையும் கை கோர்த்து நின்று சோழர்கால நில உடைமையைக் காத்து வந்தன என நிறுவுகிறார்.

'அடிமை முறையும் தமிழகமும்' என்ற இவரது நூல் *(1984):* பண்டைய தமிழ்ச் சமூகம் 'பொற்கால' சமூகம் அல்ல என முன்பு நிறுவினாரெனில், அது எவ்வகைச் சமூகம் எனக் காட்டுவதில் இந்நூல் அக்கறை காட்டுகிறது.

வரலாற்றாய்வும், வரலாற்றுப் பொருள் முதல் வாதமும் நேரடியாகச் சம்பந்தப்படும் பிரச்சினைகளை இந்நூல் பயிலுகிறது. இந்தியாவில் அடிமைச் சமூக அமைப்பு நிலவியதா என்ற கேள்வி கோசாம்பி, ரொமிலா தப்பார் போன்றோரால் விரிவாக விவாதிக்கப்பட்டு வந்த பிரச்சினையாகும். அல்லது இந்திய வர்க்க சமூக வரலாற்றின் தனித் தன்மைகள் என்ன என்பது பற்றிய பிரச்சினையாகும் இது.

தமிழ்நாட்டு வரலாற்றுத் தகவல்கள் இந்நூற்பொருளின் களமாக அமைகின்றன. அடிமை உற்பத்தி உறவுகள் ஒரு வரையறுக்கப்பட்ட சமூக–பொருளாதார அமைப்பாக தமிழ்நாட்டில் உருவாகவில்லை; ஆனால் தமிழ்நாட்டு நில உடைமைச் சமூக அமைப்பு, அடிமைச் சமூக உறவுகளை ஓர் அங்கமாகத் தன்னுள் கொண்டிருந்தது என இந்நூலில் எடுத்துக்காட்டுகிறார்.

ஏன், நமது சமகால முதலாளித்துவ அமைப்புங்கூட அடிமை எச்சங்களை அழித்தொழிக்காமல் அரவணைத்துத் தக்கவைத்துக் கொண்டிருப்பதைக் காட்டுகிறார்.

'ஆஷ் கொலையும் இந்தியப் புரட்சி இயக்கமும்' என்ற நூல் *(1986):* 'வாஞ்சிநாதன் ஒரு பார்ப்பான்' என்பது போன்ற கண்டு

பிடிப்புகளைச் சிலர் நடத்திக்கொண்டிருந்த வேளையில் இந்நூல் வெளியானது. ஐந்தாம் ஜார்ஜ் மன்னன் இந்தியாவில் தனது முடிசூட்டு விழாவை நடத்தியதைக் கண்டித்து இந்திய தேசிய புரட்சி இயக்கத்தாரால் நடத்தப்பட்ட எதிர்ப்பியக்க நிகழ்ச்சிகளில் ஒன்றாக ஆஷ் கொலை நடந்ததைப் பேராசிரியர் சிவம் இந்நூலில் நிறுவுகிறார். லண்டன், பாரீஸ் நகரங்களை மையமாகக் கொண்டு இயங்கிய சவர்க்கார், மேடம் காமா ஆகியோரின் புரட்சி அமைப்புகளுக்குத் தமிழகம் செவிசாய்க்க முனைந்ததே இச்சம்பவத்தின் அர்த்தம் எனக் காட்டுகிறார்

இன்னொருபுறம்

வெறும் வெளிச் சக்திகளின் தூண்டுதல்களால் மட்டுமின்றி, தூத்துக்குடி, திருநெல்வேலி நகரங்களில் வ.உ.சி., சிவா தலைமையிலான சுதேசி இயக்கத்தை அழிக்க முயன்ற ஆஷ் மீதான வெறுப்பே உள் சக்தியாக இருந்து வாஞ்சிநாதனை உருவாக்கியது எனவும் இந் நூல் காட்டுகிறது.

இறுதியாக, வங்கத்தில் உருவானதுபோல் சுதேசி இயக்கத்திற்கும், பயங்கரவாத இயக்கத்திற்கும் வலுவான பிணைப்பு தமிழ் மண்ணில் உருவாகாமல் போனதற்கான காரணங்களையும் சுட்டிக்காட்டுகிறார்.

'வ.உ.சி.யும் முதல் தொழிலாளர் வேலை நிறுத்தமும் (1908)' என்று நூல் (1986):

1908 ஜூலையில் திலகர் கைது செய்யப்பட்டதைக் கண்டித்து பம்பாய் தொழிலாளர் நடத்திய வேலைநிறுத்தம் முதல் அரசியல் வேலை நிறுத்தம் என இந்திய வரலாற்றில் போற்றப்படுகிறது. ஆனால் அதற்கு முன்பே தென்பாண்டித் தமிழகத்தில் தூத்துக்குடித் தொழிலாளர்கள் தமது தலைவரான வ.உ.சி. கைது செய்யப்பட்டதைக் கண்டித்து ஓர் அரசியல் வேலை நிறுத்தத்தை 1908 மார்ச்சில் நடத்தியிருக்கின்றனர்.

சுதேசி அரசியல் இயக்கத்தின் முதுகெலும்பாகத் தொழிலாளர்களை உருவாக்க வ.உ.சி. முயற்சி செய்ததை இந்நூல் அற்புதமாகக் காட்டுகிறது. தொழிற்சங்க இயக்கத்தின் அரசியல் பலத்தைத் தீர்க்கமாக உணர்ந்து செயல்பட்டவராக வ.உ.சி.யைக் காட்டுகிறது.

'செக்கும்' 'சுதேசிக் கப்பலும்' மட்டுமின்றி வ.உ.சி.யை இனங் கண்டுகொள்ளுவதற்கான இன்னொரு பரிமாணமும் உள்ளதை இந்நூல் எடுத்துக்காட்டுகிறது.

பேராசிரியர் சிவம் அவர்களின் சமீபகால வரலாற்றாய்வுகள் பற்றிய சில எடுத்துக்காட்டுக்களே இவை. தமிழ்நாட்டு வரலாற்றை எழுத வேண்டும் என்ற பெரிய பணிக்கு அவரது பங்களிப்பு இவை.

இதே வரிசையில் அமையும் இன்னொரு நூலே வடக்கன்குளம் கத்தோலிக்கக் கோவிலின் பிரிவினைச் சுவர் இடிப்பு பற்றிய இந்நூல்.

ஒரே மத அமைப்பின் எல்லைகளுக்குள்ளாக இருந்த போதிலும்கூட, சாதிப் பிரிவினையும் சமூக ஏற்றத்தாழ்வும் சமூகப் போராட்டத்தை விளைவிக்கத் தவறுவதில்லை என்பதை இந்நூல் காட்டுகிறது. சமய வாழ்வும் சமய வரலாறும் வர்க்கப் போராட்டங்களுக்கு அப்பாற் பட்டவை அல்ல; மாறாக வர்க்க மோதலின் வெளிப்பாட்டு வடிவங்களாகவே அவை அமைகின்றன என்பதை இந்நூல் நிறுவுகிறது.

வடக்கன்குளம் கிறிஸ்தவ தேவாலயத்தின் பிரிவினைச் சுவர் இடிக்கப்பட்ட சம்பவத்தின் களத்தையும் அப்பிரச்சினையின் பின்னணியாக இருந்த சமூக சக்திகளையும் இந்நூலின் உட்பகுதியில் விரிவான ஆய்வுக்கு உட்படுத்துகிறார் நூலாசிரியர். ஆயின் அவரது முன்னுரை, முடிவுரை, பின்னுரை ஆகிய பகுதிகள் பிரத்தியட்ச ஆய்வின் எல்லைகளைக் கடந்து வந்து சில பொதுப்பிரச்சினைகளைப் பேசுகின்றன. அவை: சமய வரலாறு ஆய்வு செய்யப்பட வேண்டிய ஒன்றா? அதனை ஆய்வு செய்வதற்கான முறையியல் கோட்பாடு என்ன? – என்பவை.

இது சம்பந்தமாக ஆசிரியரின் கருத்துக்களை ஒட்டி நின்று சில விஷயங்களை நாம் இங்கு பேச முனைவோம்.

“மதம் ஒரு அபின்” என்ற மார்க்சின் ஒரே ஒரு வரியுடன் மட்டும் அறிமுகம் உள்ளோர் பலர் சமய வரலாறு பற்றிய சுயமான ஆய்வைப் புறக்கணித்துவிட நேரிடுவதுண்டு; அப்படி நேரிட்டிருக்கிறது.

அது மட்டுமின்றி, சமயச் சிந்தனை தத்துவ ரீதியாகக் கருத்து முதல்வாதமாக அவர்களால் கொள்ளப்படுகிறது; அதுவும் மிக மோசமான, மூடத்தனமான கருத்து முதல்வாதமாக அவர்களால் கொள்ளப்படுகிறது. எனவே, சமயங்களுக்கு எதிராக நாத்திக யுத்தம் நடத்துவதில்தான் அவர்கள் முக்கிய கவனம் செலுத்துகின்றனர்.

சமயச் சிந்தனை பொதுவில் கருத்து முதல்வாத அடிப்படையைக் கொண்டுள்ளது என்பதில் நம் நூலாசிரியர்

கருத்து வேறுபாடு கொள்ளவில்லை. ஆயின் மொத்த சமய வரலாற்றின் உள்ளீடாக அமைந்துள்ள பல்வேறு போக்குகளை இனம் பிரித்துப் பார்க்க வேண்டும் என்கிறார். சமூக மோதல்களைச் சமய வரலாறு பிரதிபலிக்கவில்லையா? இதோ, வடக்கன்குளம் ஓர் உதாரணம். சுமார் 2000 வருட சமய வரலாற்றில் இப்படி எத்தனை எத்தனை சிறிய, பெரிய வடக்கன்குளங்கள்: சமய வரலாற்றுக் கோவில்களுக்குள்ளும் பிரிவினைச் சுவர்கள் கட்டப்பட்டுள்ளன. இடிக்கப்பட்டுள்ளன. இவற்றோடு கடவுள் சம்பந்தப்படுகிறாரோ இல்லையோ, வர்க்க நலன்கள், மனித விதிகள் சம்பந்தப்பட்டுள்ளனவே. இவற்றைப் பயில வேண்டாமா?

எனவேதான் பேராசிரியர் சிவம் சொல்லுகிறார்: சமய வரலாறு ஆய்வு செய்யப்படவேண்டும்; அதற்கான முறையியல் கோட்பாடுகளை வரையறுக்க வேண்டும்.

'வரலாற்றை ஓர் உண்மையான சமூக விஞ்ஞானமாகப் பயில்பவர்கள் ஒரு சமயத்தைக் குறித்து பின்வரும் வினாக்களை எழுப்பி விடை காண்பர்' எனக் குறிப்பிடும் நூலாசிரியர், சமயம் குறித்த ஏழு முக்கிய கேள்விகளைத் தருகிறார். அக்கேள்விகள் சமய வரலாற்றை ஆய்வு செய்வதற்கான முறையியல் கோட்பாடுகளாக விளங்குபவை.

இவற்றோடு எட்டாவதாக இன்னொரு வினாவையும் எழுப்பி விடை காண்பது சமய வரலாற்றாய்வுகளுக்கு உதவும் என நமக்குப்படுகிறது. நாம் குறிப்பிடும் இந்த எட்டாவது வினா சமய தத்துவங்களின் உள் அமைப்பு சம்பந்தப்பட்டது.

கடந்த சுமார் 1500 வருடங்களுக்கும் மேற்பட்ட சமய வரலாற்றை உன்னித்துக் கவனிக்கும்போது, சமயச் சிந்தனையின் பொது எல்லைகளுக்குள்ளேயே ஒரு நிரந்தரப்போராட்டம் நடந்து வந்திருப்பதைக் காண முடிகிறது. அது யாது?

கடவுள் என்ற கருத்தை உலகியல், வாழ்வியல் அம்சங்களின் எல்லாவற்றிலிருந்தும் அகற்றி அதனை ஒரு பரிசுத்த (பர) கருத்தாக ஆக்க முனையும் போக்கு. இது உலகை மறுக்கும் தன்மை கொண்டது. இப்போக்கு கடவுள் – மனித உறவுகளை உலக வாழ்க்கை அம்சங்களுக்கு அப்பாற்பட்ட (கடந்த) ஒன்றாகச் சித்திரிக்கும் தன்மை கொண்டது.

இரண்டாவது போக்கு: சமயச் சிந்தனையின் பொது எல்லைகளுக்குள் வாழ்க்கை அம்சங்களுக்கு ஏதாவதொரு வகையில் இடம் தேடுவது. கடினமான உலக மறுப்பை

இப்போக்கு எதிர்த்து வந்துள்ளது விமர்சித்துள்ளது. கடவுள் – மனித உறவுகளை இப்போக்கு உலகியல் ரீதியில் சித்திரித்து வந்துள்ளது.

இவ்வாறாகச் சமயச் சிந்தனையின் இரு கடைக்கோடி எல்லைகளை (சமய வரலாற்று இயக்கத்தின் எதிர்மறைகளை) நம்மால் நிர்ணயிக்க முடிகிறது. அதன் ஓர் எல்லையாகக் கடவுள் என்ற சுத்தக் கருத்து விளங்குகிறது; இன்னொரு எதிர்மறை எல்லையாக உலகியல் வாழ்வு விளங்குகிறது.

இவை இரண்டிற்கும் இடையிலான உறவை எவ்வாறு விளக்கு கிறார்கள் என்பதைக் கொண்டு சமயச் சிந்தனையாளர்களை இனம் பிரித்துக் காட்ட முடியும்.

எனவே சமய வரலாற்றில் குறிப்பிட்ட ஒரு சமயச் சிந்தனையாளர் வகிக்கும் பாத்திரத்தை நிர்ணயிக்க முயலும் ஆய்வாளர் கீழ்க்கண்ட வினாவையும் எழுப்பி அதற்கு விடை காண முயலுதல் வேண்டும்: கடவுள் கருத்து, உலகியல் வாழ்வு – இவற்றிற்கிடையிலான உறவுகளைக் குறிப்பிட்ட அச்சிந்தனையாளர் எவ்வாறு நிர்ணயிக்கிறார்?

பொதுவாகச் சமயச் சிந்தனை இயக்கத்தை வரலாற்று ரீதியாக எடுத்துப் பார்க்கும்போது இன்னும் சில பொது முடிவுகளுக்கும் வர முடியும்.

சமய வரலாறு என்பதே மேலே குறிப்பிட்ட இரு எதிர்மறைகளுக்கிடையிலான ஒற்றுமையும் போராட்டமுமாக இருந்து வந்திருக்கிறது. சமூக வளர்ச்சியின், வர்க்க சக்திகளின் செயல்பாடுகளுக்கேற்ப கடவுள் கருத்தும் உலகியல் வாழ்வும் சில வேளைகளில் அருகி வந்திருக்கின்றன; சில வேளைகளில் அவை எதிரெதிர் திசைகளில் விலகிச் சென்றிருக்கின்றன. சமய வரலாறு முழுவதிலும் இந்த எதிர்மறைகள் வெவ்வேறு விதமான சந்திப்புகளை நிகழ்த்தி வந்திருக்கின்றன. வெவ்வேறுவிதமாக ஒன்று மற்றதை ஊடுருவி தனது ஆளுமையை மற்றதில் நிலைநிறுத்த முயன்றிருக்கின்றன.

கடவுள் கருத்து உலகியல் வாழ்வை அடியோடு மறக்குமாயின் அதனைச் சமய தத்துவ அமைப்பின் கடினநிலை அல்லது கடின அடுக்கு என்று குறிப்பிடலாம். அதாவது கடவுள் கருத்து, உலக வாழ்வு எல்லைகளுக்கிடையில் முழுக்க எதிர்மறை உறவுகள் நிலவுகின்றன எனலாம். சங்கரரின் அத்வைதம் இதற்கு ஓர் உதாரணம். பிரம்ம – ஆத்ம ஒருமை தவிர்த்த எதற்கும் யதார்த்தம் கிடையாது; உலகு ஒரு மாயை என்றார் அவர். பிரம்மம் நிர்க்குணமானது என்றார்.

ராமானுஜருக்கு முந்திய பாகவத (வைணவ) சமயமும் தென்னிந்திய பக்தி இயக்கமும் மாயாவாதத்தை எதிர்த்தன. உலக வாழ்வுக்கும், மனித உணர்ச்சிக்கும் சமய எல்லைகளுக்குள் அங்கீகாரம் தேடின. இது சமயச் சிந்தனையின் கடின நிலையிலிருந்து வித்தியாசப்பட்ட ஒன்று. கடவுள் நிர்க்குணமானவராக மட்டுமின்றி சற்குணமானவராகவும் சித்தரிக்கப்படுதலைக் காணுகிறோம். இவ்வகை மதங்களில் கடவுள் என்ற சுத்த கருத்து, உலகியல் வாழ்வை ஊடுருவி அதனைத் தன் வசப்படுத்த முயல்வதையும், உலக வாழ்வு கடவுள் கருத்தை ஊடுருவிச் செப்பனிட முயலுவதையும் காண்கிறோம்.

பக்தி இயக்கத் தத்துவாதிகளாகப் பரிணமித்த ராமானுஜர், வல்லபர், மத்வர், நிம்பர்க்கர் போன்றோரின் கருத்துக்களையும் இதே கோணத்திலிருந்து ஆய்வு செய்யமுடியும்.

அதேபோல சைவ சித்தாந்தம் பதி, பசு, பாசம் மூன்றுமே அநாதி என்று குறிப்பிட்டு கடவுள், உயிர்கள், உலகு மூன்றுக்குமே சுய வாழ்வு வழங்க முயன்றது. மலத்தை மலத்தால் அழிக்க வேண்டும் என அது குறிப்பிடும். அதாவது உலக வாழ்க்கையின் பந்தங்களை உலக வாழ்க்கையில் ஈடுபடுவதன் மூலமே அழிக்க முடியும் என அது கூறுகிறது.

வங்காள பக்தி இயக்கவாதியான சைத்தன்யரின் எழுத்துக்களில் கடவுள் நிர்க்குணமானவர் என்ற கருத்தே முக்கியத்துவம் இழந்து சகலவிதமான உலகியல் லீலைகளுடன் முழுக்க சற்குண வடிவானவராகச் சித்தரிக்கப்படுவார்.

சீக்கிய மதகுரு நானக் பக்தி இயக்கம் கடவுளுக்கு வழங்கிய உலகியல் குணங்களோடு "கடவுள் பயங்கரமானவர்" என்ற இன்னொரு குணத்தையும் கடவுளுக்கு வழங்குவார்.

இப்படியாகச் சமய வரலாறு முழுவதிலும் கடவுள் கருத்து, உலகியல் வாழ்வு என்ற எதிர்மறைகள் தத்தமது சுய எல்லைகளைத் தாண்டி, எதிர்மறைக்குள் பிரவேசித்து மாறுபாடுகளை ஏற்படுத்துவதைக் காணுகிறோம்.

இருப்பினும் சமயம், சமய வரலாறு என்ற பொது அடிப்படையை அவை தாண்டுவது கிடையாது. இந்த அர்த்தத்தில், சங்கரர் வழங்கிய உலக மறுப்பு, கடவுள் என்ற சுத்தக் கருத்து ஆகிய கோட்பாடுகளை எந்த மதமுமே முழுக்கத் தாண்டி வரவில்லை. சமயம் சமயமாக இருக்கும்வரை அதைத் தாண்ட முடியாது என்பது குறிப்பிடத்தக்கது.

அதேபோல நாம் மேலே குறிப்பிட்ட சமய வரலாற்றின் அடிப்படை முரண்பாடு அதன் எதிர்மறைகளும் சுய இயக்கம் இல்லாதவை என்பதும் இங்குக் குறிப்பிடப்படவேண்டும். எப்போது அந்த எதிர்மறைகளுக்குச் சுய இயக்கம் உண்டு என்று நாம் கொள்ளுகிறோமோ அப்போது நாம் ஹெகலியவாதிகளாக விடுவோம். மாறாக, சமயச் சிந்தனை என்பது பொருண்மை வாழ்வின் பிரதிபலிப்பு; அதன் சிந்தனைத் தொடர்ச்சி. எனவே சமய வரலாற்றின் முரண்பாடு உருவாவதும், இதன் எதிர்மறைகள் இயங்குதும் ஒவ்வொரு கட்டத்திலும் மனிதனின் உற்பத்தி வாழ்க்கை முரண்பாடுகளால் நிர்ணயிக்கப்படுகின்றன.

எனவே, சமய வரலாற்றை ஆய்வு செய்ய வெறும் இயக்கவியல் போதாது. அது எப்போதுமே பொருள்முதல்வாத வரலாற்றுக் கண்ணோட்டத்துடன் இணைந்து நிற்க வேண்டும்.

என் ஆசிரியர் ஆ. சிவசுப்பிரமணியன் கடின உழைப்பாளி. ஏராளமான ஆய்வுப் பிரச்சினைகளுடன் எப்போதுமே வாழ்பவர். அவற்றுக்குத் தீர்வு காணவேண்டும் என்ற உந்துதலுடன் மிக நுட்பமாகத் தகவல்களைத் திரட்டி ஆய்வு செய்பவர். என் போன்ற இளைஞர்களையும் வேலை செய்யத் தூண்டுபவர். பேராசிரியர் நா.வா. அவர்களின் பள்ளியில் அவர் பயின்ற கலைகள் இவை.

அவர் ஓய்வுநேர ஆய்வாளர் அல்லர். பதவி உயர்வுக்காகவோ புத்தக வெளியீட்டுக்காகவோ, ஆய்வுகள் செய்பவரல்லர். இந்த நாட்டின் தலைவிதியில், மக்களின் நிலையில் அவருக்குள்ள ஆழமான அக்கறையே அவரது பணிகளையும் தூண்டுகிறது. கறாரரான சமூக மதிப்புச் சார்பு நிலை அவருக்கு உண்டு. சுரண்டல் ஒழிப்பு, வன்முறை எதிர்ப்பு, ஜனநாயகம், மனித நேயம் என்பன போன்ற சமூக மதிப்புகளைச் சார்ந்து நிற்காத ஆய்வாளன் எப்படி ஆய்வாளனாக முடியும்?

பேராசிரியர் சிவம் அவர்களின் படைப்புக்கள் ஒவ்வொன்றும் அவரது சமூக மதிப்புச் சார்பு நிலையினின்றே பிறக்கின்றன.

19.8.1998

ந. முத்துமோகன்
குருநானக் பீடம்
மதுரை காமராசர் பல்கலைக்கழகம்

முன்னுரை

> ஒவ்வொரு காலகட்டத்திலும் ஏற்படும் சமூக வளர்ச்சிக்கு ஏற்பவே, எந்தவொரு சமயமும் வெவ்வேறு வடிவங்களையும் சமுதாயப் படிநிலையை யும், பெறுகிறது என்பதை வரலாற்று அனுபவங்கள் சுட்டிக் காட்டுகின்றன.
>
> *எம். மெக்ஹெட்லோவ்*

ஒரு குறிப்பிட்ட சமூகமானது தனது வரலாற்றுப் போக்கில் பொருளாயத (material) மற்றும் ஆத்மார்த்த மான (spritual) தகவுகளை (values) உருவாக்குகிறது. இவற்றையே பண்பாடு என்றழைக்கிறோம். ஒரு சமூகத்தின் தொழில்நுட்ப வளர்ச்சி, உற்பத்தி முறைமைகள், உற்பத்தி உறவுகள் ஆகியன அதன் பொருளாயதப் பண்பாடாகவும், அதன் கல்வி அறிவியல் கலை இலக்கியம் தத்துவம் ஒழுக்க முறைகள் சமயம் ஆகியன ஆத்மார்த்த பண்பாடாகவும் அமைகின்றன.

வர்க்க சமூகத்தில் பண்பாடானது (1) ஆளுவோருடைய முகாமையான பண்பாடு (2) உழைப்பாளர்களின் பண்பாடு என இரண்டு வகையான பண்பாடுகளாகக் காட்சியளிக்கிறது. பண்பாட்டின் ஒரு கூறான கலையில் இவ்விரு போக்குகளும் பண்டைத் தமிழகத்தில் காணப் பட்டதை வேத்தியல் – பொதுவியல் என்ற சொற்கள் நமக்கு உணர்த்தி நிற்கின்றன. சித்தாந்த செயல்பாடும் சமூகச் செயல்பாடும் கொண்ட தன் காரணமாகப் பண்பாடானது ஒரு சமூகத்தின் வரலாற்றில் ஒதுக்கித் தள்ளிவிட முடியாததாக விளங்குகிறது.

பண்பாடு என்ற பெருவட்டத்திற்குள் அடங்கும் சமயமானது, பண்பாட்டைப் போன்றே அது தோன்றும் சமுதாயத்தின் பொருள் உற்பத்தி முறை என்ற அடித்தளத்தைப் பெரும்பாலும் சார்ந்து நிற்கிறது. சமுதாயத்தில் நிலவும் உற்பத்தி உறவுகளும் அதன் அடிப்படையில் உருவாகும் சமூக உறவுகளும் சமூகத்தின் வளர்ச்சி நிலைகளைப் பாதிக்கின்றன. அதே நேரத்தில் சமயமும் தன் பங்கிற்கு அடித்தளத்தைப் பாதிக்கின்றது. சமூகத்தின் வளர்ச்சிப் போக்கைத் தற்காலிகமாகவேனும் தடுத்து நிற்கிறது அல்லது அதன் திசைவழியை மாற்றுகிறது; சில நேரங்களில் துரிதப்படுத்தவும் கூடச் செய்கிறது. எனவேதான் வரலாற்றில் சமயங்களின் பங்கை அறிவது தவிர்க்க இயலாததாகிறது.

ஆனால் இந்த "அறிதல்" என்பது வழக்கமாக வரலாற்றாசிரியர்கள் ஆராயும் பின்வரும் வினாக்களுக்கான விடைகளுடன் நின்று விடுவதில்லை: குறிப்பிட்ட சமயத்தைத் தோற்றுவித்தவர் யார்? அவரது வாழ்க்கை வரலாறு யாது? அதன் கொள்கைகள் என்ன? அது யாரால் எப்படிப் பரப்பப்பட்டது? அதனைப் பின்பற்றிய மன்னன் யார்? அதன் வளர்ச்சிக்கு அவன் ஆற்றிய பங்கு என்ன? எந்தச் சமயத்துடன் அது முரண்பட்டு மோதியது? அதன் செல்வாக்கு அல்லது வீழ்ச்சிக்குக் காரணங்கள் எவை?

இப்படி வினா விடை வடிவில் அமையாவிட்டாலும், இவற்றிற்கான விடைகளைத்தான் வரலாற்றில் நமக்குக் கற்றுக் கொடுக்கிறார்கள். ஆனால் வரலாற்றை ஓர் உண்மையான சமூக விஞ்ஞானமாகப் பயிலுபவர்கள் ஒரு சமயத்தைத் குறித்துப் பின்வரும் வினாக்களை எழுப்பி விடை காண்பர்: எந்தவிதமான சமூகப் பொருளாதாரக் காரணிகள் ஒரு குறிப்பிட்ட சமயம் தோன்றக் காரணமாக இருந்தன? எந்த வர்க்கத்தின் நலனை அது பேணியது? எந்த வர்க்கம் அதனைப் பின்பற்றியது? ஒரு குறிப்பிட்ட சமயத்துக்கும் மற்றொரு சமயத்திற்கும் நிகழ்ந்த மோதல்களுக்குப் பின்னால் செயல்பட்ட வர்க்கங்கள் யாவை? அதன் வளர்ச்சிக்கும் வீழ்ச்சிக்கும் காரணமாக அமைந்த சமூக வரலாற்றுச் சக்திகள் யாவை? ஒரு குறிப்பிட்ட சமுதாயத்தின் வளர்ச்சியில் அதன் பங்கு யாது? வளர்ச்சியடைந்த ஒரு நிறுவனமாக அது பரிணமித்ததற்கான சமூகச் சூழல்கள் யாவை? இவ்வினாக்களுக்கான விடையே சமயம் குறித்த உண்மையான சித்திரிப்பை நமக்கு வழங்கும்.

வர்க்க சமூகத்தின் பண்பாட்டில் ஆளுவோர் பண்பாடு, உழைப்பாளர் பண்பாடு என இரு பிரிவுகள் இருப்பனவாக முதலில்

குறிப்பிட்டோம். இது போன்றே சமயமும் மேலோர் நெறி, பொது மக்கள் நெறி என இரண்டு வகையான நெறிகளைக் கொண்டதாக யிருக்கும். மேலோர் நெறி என்பது தத்துவங்களையும் – தத்துவ விளக்கமளிக்கும் சடங்குகளையும் கொண்டது. பொது மக்கள் நெறி என்பது தத்துவத்தைக் குறித்துக் கவலைப்படாது சடங்குகள் – சூத்துக்கள் – புராணக் கதைகள் ஆகியவற்றைக் கொண்டிருக்கும் அதனையும்கூட நாம் ஆராயவேண்டும்.

இரண்டாவதாகக் குறிப்பிட்ட ஏழு வினாக்களுக்கு விடை காணும் போது அதனை உருவாக்கிய சமயத் தலைவர்கள், தீர்க்கதரிசிகள், அதனை ஆதரித்த மன்னர்கள், அவர்கள் செய்த அருட்பணிகள் ஆகியன குறித்த செய்திகள் சுருங்கிய அளவிலேயே பெறப்படும். சமூகத்தின் அடித்தளத்திற்கும் சமயத்திற்கும் இடையே நிகழ்ந்த பரஸ்பரப் பாதிப்புகள் குறித்த செய்திகள் நமக்கு விரிவாகக் கிடைக்கும். இச் செய்திகள் அச்சமூகத்தில் வாழ்ந்த மக்களின் வரலாற்றை நமக்கு எடுத்துரைக்கும் சிறந்த தரவுகளாக அமைகின்றன.

எனவே சமயங்கள் தொடர்பான வரலாற்றாய்வும் முறையாக நடத்தப்பட்டால் அதிலிருந்து பெறப்படும் செய்திகள் ஒரு குறிப்பிட்ட காலத்திய சமுதாயத்தின் உண்மையான சமூக வரலாற்றை அறிய உதவும் என்பது தெளிவு.

இம்முறையில் தமிழகத்தின் சமயங்கள் குறித்த ஆய்வு நிகழ்த்தப்படுவது மிக அவசியம். ஏனெனில் தமிழகத்தின் அரசியல் – சமூக – பொருளாதார – கலை –. இலக்கியத்துறை களில் காலந்தோறும் சமயத்தின் பாதிப்பு குறிப்பிடத்தகுந்த அளவில் காணப்படுகிறது. வடபுலத்திலிருந்து இங்குப் பரவிய வைதீக – சமண – பௌத்த ஆசீவக சமயங்களினால் பல்வேறு சிந்தனை ஓட்டங்கள் மட்டுமின்றிப் பல்வேறு சிக்கல்களும்கூடத் தோன்றின. இதுபோலச் சைவ–சமண சமய மோதல்களும் சைவ வைணவ சமய மோதல்களும் தமிழகத்தின் சமுதாய வரலாற்றில் முக்கிய இடம் வகிக்கின்றன. இவற்றை வெறும் சமய மோதல்கள் என்று எளிதில் ஒதுக்கிவிட முடியாது. இச்சமய மோதல்களுக்குப் பின்னால் வர்க்க நலன்கள் மறைந்துள்ளன.

சமண, பௌத்த சமயங்களைப் போன்றே தமிழகத்தின் சமூகப் பண்பாட்டு வாழ்வில் ஐரோப்பாவிலிருந்து இங்குப் பரவிய கத்தோலிக்கம் ஆழமான தாக்கத்தை ஏற்படுத்தியுள்ளது. தமிழகத்தின் பாரம்பரிய சமயங்கள், மேலோர் நெறி – பொது மக்கள் நெறி என்ற இருவகையான பண்பாட்டுப் போக்குகளைத் தோற்றுவித்தது போலவே கத்தோலிக்கமும் இவ்விருவகையான

நெறிகளைத் தன் எல்லைக்குள் தோற்றுவித்தது. எனவே தமிழகப் பண்பாட்டு ஆய்வினையும், சமூக ஆய்வினையும், நிகழ்த்தும் போது கத்தோலிக்கத்தைப் புறக்கணித்துவிட்டு ஆய்வினை நிகழ்த்த முடியாது. இது குறித்து நடந்துள்ள ஆய்வுகள் பலவும் சம்பிரதாய முறையில் அமைந்த வரலாற்றாய்வுகளாகவும் இலக்கிய ஆய்வுகளாகவும் மட்டுமே அமைந்துவிட்டன. இதனைப் பின்பற்றிய மக்களின், சமூகப் பண்பாட்டு வாழ்வினை வெளிப்படுத்தும் முறையில் ஆய்வுகள் நிகழ்த்தப்பட வேண்டும்.

இத்தகைய ஆய்வினைத் தமிழகம் முழுவதையும் உள்ளடக்கி நிகழ்த்துவது அவசியம். ஆயினும் அதற்கு முன்னோடியாக ஒரு குறிப்பிட்ட வட்டாரம் அல்லது பகுதியை மட்டும் ஆய்வுக் களமாகக் கொண்டு ஆய்வினை மேற்கொள்ளலாம். இச்சிறு நூலில் நெல்லை மாவட்டத்திலுள்ள வடக்கன்குளம் என்ற கிராமத்தில் கத்தோலிக்கத் திருச்சபை எதிர்கொண்ட ஒரு சாதியப்பிரச்சினை ஆய்வுப் பொருளாக அமைகின்றது. இவ்வாய்வுப் பொருளை அறிமுகப்படுத்தும் முன்னர் தமிழகத்தில் கத்தோலிக்கம் எவ்வாறு காலூன்றியது என்பதைச் சுருக்கமாக வேனும் அறிந்துகொள்வது அவசியமென எண்ணுகிறேன்.

16ஆம் நூற்றாண்டில் அராபிய மூர்களிடமிருந்து (சோனகர்) தங்களைப் பாதுகாத்துக்கொள்ள, கொச்சியிலிருந்த போர்ச்சுக்கீசியரின் உதவியை முத்துக்குளித்துறையில் வாழ்ந்த பரதவர்கள் நாடினர். கே.எம். பணிக்கர் கூறுவதுபோல், “ஒரு கையில் வாளுடனும் மறு கையில் சிலுவையுடனும் வந்த போர்ச்சுக்கீசியர்கள்” மூர்களிடமிருந்து பரதவர்களைக் காப்பாற்றியதுடன் அவர்களைக் கத்தோலிக்கர்களாவும் மாற்றினர். ஒரு குறிப்பிட்ட சாதியின் திரளான சமய மாற்றமாக இது அமைந்தது.

இச்சாதியினர் அன்றையத் தமிழ்ச் சமூகத்தின் உயர்சாதி யினரை அடுத்திருந்த தொடும் சாதியினராக இருந்ததாலும், தொழிலடிப்படையில் ஒரு குழுமமாக (community) இருந்ததாலும், குறிப்பிடத்தக்க எண்ணிக்கையில் முத்துக்குளித்துறையின் கடற்கரைக் கிராமங்களில் வாழ்ந்ததாலும், இவர்களின் சமய மாற்றம் போர்ச்சுக்கீசியக் காலனி ஆட்சியாளரின் கரங்களைப் பலப்படுத்தியது. இப்பகுதியை மையமாக வைத்தே முத்துக்குளித்துறை மறைத்தளம் (pearl fishery coast mission) உருவாக்கப்பட்டது. புனித சேவியர், அண்ட்ரிக் அடிகள் போன்ற முக்கிய சேசுசபைத் துறவிகள் இங்குப் பணியாற்றினர். பரதவர் என்ற சாதியினருக்குச் சமூகப் பாதுகாப்பளித்த ஒரு நிறுவனமாக அறிமுகமாகித் தமிழகத்தின் கடற்கரைப்

பகுதியில் காலூன்றிய கத்தோலிக்கம் தன் செயல்பாடுகளை உள்நாட்டுப் பகுதிக்கும் படிப்படியாக விரிவுபடுத்தியது. இதன் முதற்படியாக மதுரையை ஆண்ட நாயக்க மன்னர்களின் ஆதரவுடன் 'மதுரை மறைத்தளம்' 1606இல் உருவானது.

தங்கள் சமயத்தைப் பரப்புவதை அடிப்படை நோக்கமாகக் கொண்டு, போர்ச்சுக்கல், இத்தாலி, ஸ்பெயின், பிரான்ஸ் ஆகிய ஐரோப்பிய நாடுகளிலிருந்து துறவிகள் பலர் இம்மறைத் தளங்களில் பணியாற்ற வந்தனர். சாதிய வேறுபாடுகளுக்குப் பழக்கப்படாத ஐரோப்பிய நாடுகளிலிருந்து வந்த இத்துறவிகள் தமிழகத்தில் நிலவிய சாதிய வேறுபாடுகளைக் – குறிப்பாக தீண்டாமையைக் – கண்டு வியப்புற்றனர். ஆனாலும் தமிழகத்தில் நிலவிய சாதிய வேறுபாடு இவர்களின் சமயம் பரப்பும் முயற்சிக்கு இரண்டு வழிகளில் உதவியது எனலாம்:

1. தனிமனிதனைச் சமய மாற்றம் செய்வதைவிட, ஒரு குறிப்பிட்ட பகுதியில் வாழும் ஒரு சாதி முழுவதையும் சமய மாற்றம் செய்யும் திரளான சமயமாற்ற முறை எளிது. எவ்வாறெனில் ஒரு குறிப்பிட்ட சாதியில் செல்வாக்கு உடைய குழுவைச் சமய மாற்றம் செய்யும் பொழுது அதைச் சார்ந்துள்ள அச்சாதி முழுவதும் சமயமாற்றத்திற்கு உட்பட்டது.

2. ஒரு குழுமமாக மதம் மாறும் சாதியினர் அதற்குப் பின்னர் பெரும்பாலும் மறுசமய மாற்றத்திற்கு ஆளாவதில்லை.

> "ஆதி கிறித்தவத்தின் வரலாறனாது தற்கால தொழிலாளர் இயக்கத்துடன் குறிப்பிடத்தக்க சில பொதுவான அம்சங்களைக் கொண்டுள்ளது. உழைப்பாளர் இயக்கத்தைப் போன்றே கிறிஸ்தவமும் ஒடுக்கப்பட்ட மக்களின் இயக்கமாகவே உண்மையில் இருந்தது. அடிமைகள், அடிமைத்தளத்திலிருந்து விடுபட்ட சுயேட்சையான மனிதர்கள், எல்லா உரிமைகளையும் இழந்த ஏழை மக்கள், ரோமப் பேரரசினால் விரட்டப்பட்ட அல்லது கட்டுப்படுத்தப்பட்ட மக்களின் சமயமாகவே அது தொடக்கத்தில் காட்சியளித்தது."

என்று எங்கெல்ஸ் (1975:274) ஆதி கிறித்தவர்களின் வரலாற்றை ஆராயும் பொழுது கூறுவார். எங்கெல்ஸின் இக்கூற்று, தமிழகத்தில் நிகழ்ந்த தொடக்ககால சமய மாற்றங்களுக்கு முற்றிலும் பொருந்தும். திரளான சமய மாற்றங்கள் அன்றைய சமூக ஏணியின் உயர்படியில் இருந்த சாதியினரைவிடக் கீழ்ப்படியில் இருந்தவர்களிடமே மிகுதியாக நடந்தன. உயர்சாதி யினர் அங்கொன்றும் இங்கொன்றுமாகக் கத்தோலிக்கர்களாக

மாறினாலும் குறிப்பிடத்தக்க முறையில் சமய மாற்றம் அவர்களிடையே நிகழவில்லை.

கத்தோலிக்கர்களாக மாறியவர்களின் அடிப்படையான நோக்கம் என்னவென்பது குறித்து நிக்கோலாஸ் லான்ஸிலாட்டோ (Fr.Nicholas Lancillotto) என்ற இத்தாலிய சேசுசபைத் துறவி இவ்வாறு கூறுகிறார்:

> "இந்நாட்டில் மக்கள் முற்றிலும் பொருளாதார நன்மைகளுக்காகவே கிறித்தவர்களாயினர். மூர்களிடமும் இந்துக்களிடமும் அடிமைகளாக இருந்தவர்கள் போர்ச்சுக்கீசியர்களின் கரங்கள் மூலம் தம் விடுதலையைப் பெற திருநீராட்டை (ஞானஸ்நானம்) நாடினர். கொடுங்கோலர்களிடமிருந்து பாதுகாப்புப் பெற மற்றவர்கள் கத்தோலிக்கராயினர். சிலர் ஒரு தலைப்பாகைக்காகவும், சிலர் ஒரு சட்டைக்காகவும், வேறு சிலர் தாங்கள் ஏங்குகின்ற ஒரு சிறு பொருளுக்காகவும், சிலர் தூக்குக் கயிற்றிலிருந்து தப்பிக்கவும், வேறு சிலர் கத்தோலிக்கப் பெணகளோடு தொடர்பு கொள்ளவும் கத்தோலிக்கராயினர்..." (Brodrick, 1952: 125)

மேற்கூறிய கூற்றில் இடம்பெறாத வேறு சில செய்திகளும் சமய மாற்றத்திற்குத் தூண்டுகோலாக அமைந்தன என்பதை இங்குக் கூறியாக வேண்டும். தாழ்ந்த சாதியாக இருந்தவர்களைப் பொருளாதாரச் சுரண்டல் ஒரு பக்கம் வருத்தியது என்றால், மற்றொரு பக்கம் சமூகக் கொடுமைகள் அவர்களை வருத்தின. உயர்சாதியினருக்கான ஆலயங்களில் அவர்கள் நுழைய முடியாது. ஆனால், அந்த ஆலய நிலங்களில் உழைத்து உடல் மாய வேண்டும். ஆலய வழிபாடுகளிலும் திருவிழாக்களிலும் நெருங்கி நின்று உரிமையுடன் பங்கேற்க முடியாது. ஆனால் தேரிழுக்கக் கட்டாயம் வரவேண்டும். (தலித் வகுப்பைச் சேர்ந்தவர்கள் தேரிழுக்க வரும்படி மாவட்ட ஆட்சித் தலைவர்களால் ஆங்கில ஆட்சியின் போதும் சிலநேரங்களில் வற்புறுத்தப்பட்டார்கள்.')

இதற்கு நேர்மாறானதாகக் கத்தோலிக்கத்தைத் தழுவிய தாழ்த்தப்பட்டவர்களின் சமய வாழ்வு அமைந்தது. அவர்கள் தழுவிய ஐரோப்பிய நாட்டுச் சமயம் அவர்களுக்கென்று வழிபாட்டுக் கூடங்களையும் கோவில்களையும் கட்டித் தந்தது. புரியாத வடமொழி மந்திரங்கள் முணுமுணுக்கப்படும் சமய மற்றும் வாழ்வியல் சடங்குகள் மறுக்கப்பட்டிருந்ததற்கு மாறாக புரியாத இலத்தீன் மொழி மந்திரங்கள் கத்தோலிக்கர்களான

தாழ்த்தப்பட்டவர்களின் பிறப்பு, திருமணம், இறப்புச் சடங்குகளில் பயன்படுத்தப்பட்டன.

மேலும், கத்தோலிக்கத் திருச்சபையில் கன்னிமேரிக்கு முக்கியத்துவம் இருந்ததால் தாய்த்தெய்வ வழிபாட்டுக்காரர் களான இம்மக்களுக்கு எளிதில் மேற்கொள்ள உகந்த சமய மாகவும் கத்தோலிக்கம் அமைந்தது. தேரும் சப்பரமும் கத்தோலிக்க ஆலயங்களில் பயன்படுத்த எவ்விதத் தடையுமில்லை. பல்வேறு திருவிழாக்களும் பண்டிகைகளும் ஆரவாரத்துடன் இங்குக் கொண்டாடப்பட்டன.

எல்லாவற்றிற்கும் மேலாக, கூட்டு வழிபாடும் (congregational prayer), கூட்டிசையுடன் கூடிய திருப்பலிப் பூசையும் (high mass) அவர்களை ஒரு குழுமமாக ஒன்றிணைத்தன. தேவாலயத்தில் சமமான நிலையில் நின்று கூட்டுவழிபாடு செய்து கூட்டிசைப் பாடல்கள் பாடும் முறை அவர்களின் முந்தைய சமய வாழ்வில் இல்லாத ஒன்றாகும். இவ்வழிபாட்டு முறை ஒரு வகையான சமத்துவ உணர்வை, உளவியல் முறையில் அவர்களுக்கு வழங்கியது. அதே நேரத்தில் தாழ்த்தப்பட்ட சாதியினர், கட்டிடங்கள் எதுவுமின்றி வெறும் பீடங்களாகவும் சிலைகளாகவும், ஊர் மரத்தடியிலும் வயல்வெளி மந்தைவெளிகளிலும் களத்து மேட்டிலும் இருந்த கிராம தெய்வங்களை வழிபடுவதுடன் மனநிறைவடைய வேண்டியதாயிற்று. கட்டிட வடிவில் அமைந்த இந்துக் கோவில்களுக்குள் நுழைவதென்பதை அவர்கள் நினைத்துப் பார்க்கவும் முடியாது.

கத்தோலிக்க ஆலயத்தில் நிலவிய இச்சமத்துவம், தாழ்த்தப் பட்ட சாதியினரை ஈர்க்கும் கவர்ச்சியான சக்தியாக விளங்கியது. அதே நேரத்தில் உயர்சாதியினர் அல்லது அவர்களை அடுத்திருந்த ஆதிக்க சக்தியாக விளங்கிய சாதியினர் கத்தோலிக்கர்களாக இருந்த பகுதியில் சற்று மாறுதலான நிலை நிலவியது. இப்பகுதிகளில் தாழ்த்தப்பட்ட சாதியினர் ஏனைய கத்தோலிக்கர்களுக்குச் சமமான நிலையைத் தேவாலயத்தில் பெற முடியவில்லை. தமிழகத்தின் பாரம்பரியமான சாதி வேறுபாடுகள் ஓரளவுக்கு இங்கும் நுழைத்துவிட்டன. இதன் விளைவாகச் சாதிகளுக்கென்று தனித்தனி தேவாலயங்கள் சில பகுதிகளில் உருவாக்கப்பட்டன. அல்லது சாதிய வேறுபாடுகளுடன் கூடிய ஆலயங்கள் வடிவமைக்கப்பட்டன. இவற்றில் தாழ்த்தப் பட்டவர்களுக்கென்று தனிப்பகுதி உருவாக்கப்பட்டது. 16ஆம் நூற்றாண்டில் சாதிய வேறுபாடுகளுடன் கட்டப்பட்ட கத்தோலிக்க ஆலயத்தின் வரைபடத்தை இந்நூலிலுள்ள படம் 5இல் (பக்கம் 66) காணலாம்.

இந்து சமயத்தைப் போலன்றி, முறைப்படுத்தப்பட்ட - கட்டுப்பாடான ஒரு சமய நிறுவனம் என்ற அடிப்படையில் கத்தோலிக்கத் திருச்சபையானது சமயக்குருக்கள், கன்னியர்கள், துறவறச் சபைகள், இறையியல் பள்ளிகள் என்ற அதன் பல்வேறு நிறுவனங்களின் காரணமாகச் சர்வ வல்லமை பொருந்திய ஒன்றாகக் காட்சியளித்தது. அதன் நிறுவனங்கள் பலவற்றிலும் சாதியின் தாக்கம் பதிந்திருந்தது.

"பாவிகள் என்ற முறையில் கடவுள்முன் எல்லா மனிதர்களின் எதிர்மறை சமத்துவம் கிறித்தவத்தில் இருந்தது. கிறித்துவின் கருணையாலும் குருதியாலும் மீட்கப்பட்ட, கடவுளின் எல்லாக் குழந்தைகளின் சமத்துவம் இருந்தது. நாடு கடத்தப்பட்டோரின், உடைமை பறிக்கப்பட்டோரின், அடக்கப்பட்டோரின், ஒடுக்கப்பட்டோரின் சமயமாக கிறித்தவம் இருந்தது. கிறித்தவத்தின் வெற்றியுடன் இந்த நிலைமை பின்னுக்குத் தள்ளப்பட்டது."

என்ற எங்கெல்சின் கூற்று தமிழ்நாட்டிற்கும் முற்றிலும் பொருந்தும். தொடக்கக் காலத்தில் ஒடுக்கப்பட்ட சாதியினரின் சமயமாக விளங்கிய கத்தோலிக்கம் காலப்போக்கில் தமிழக மேட்டிமை சாதியினருடன் சமரசம் செய்துகொண்டது. இதன் விளைவாக ஒடுக்கப்பட்ட சாதிப் பிரிவைச் சார்ந்த கத்தோலிக்கர்கள் இரண்டாம்தர கத்தோலிக்கர்களாக மாற்றப் பட்டனர். குருக்களாகவும், கன்னியர்களாகவும் அனைத்துச் சாதியினரையும் அனுமதிக்கக் கத்தோலிக்கத் திருச்சபை தொடக்கத்தில் ஆயத்தமாக இல்லை. (இன்னும் சொல்லப் போனால் இந்நிறுவனங்களில் இந்தியர்களை அனுமதிக்கவே தொடக்கக்காலச் சேசுசபையினர் விரும்பவில்லை.) எனவே இவர்களை உருவாக்கும் கிருத்துவப்பள்ளிகளில் தாழ்த்தப்பட்ட சாதியினருக்கு அனுமதி மறுக்கப்பட்டது. தாழ்ந்த சாதியினருக் கென்றே துறவறசபைகள் சில உருவாக்கப்பட்டன. சில தேவாலயங்களில் தாழ்ந்த சாதியினருக்கென்றே தனிக் குருக்கள் நியமிக்கப்பட்டனர்.

தங்களுக்கு ஒரு சமூக அந்தஸ்து வழங்கியவர்கள் என்ற முறையிலும் - தங்களுடன் நெருங்கிப் பழகி அனுதாப உணர்வுடன் தொண்டாற்றியவர்கள் என்ற நன்றியுணர்வின் காரணமாகவும் - தேவாலயம் என்ற சமூக மதிப்புமிக்க அமைப்பிற்குள் நுழைய அனுமதித்தவர்கள் என்ற உணர்வின் காரணமாகவும், தாழ்த்தப்பட்ட மக்கள் இவற்றை ஒரு குறையாகத் தொடக்கத்தில் கருதவில்லை போலும். கோவில் நுழைவே

மறுக்கப்பட்டிருந்த சமூகச் சூழலில் வாழ்ந்தவர்களுக்குக் கோவிலில் தனி இடம் ஒதுக்கியாவது அனுமதித்தது மிகப்பெரிய சலுகையாகவே காட்சியளித்தது. காலப்போக்கில் இவர்களின் வழித்தோன்றல்கள் உண்மையான சகோதரத்துவத்தைத் திருச்சபையிடம் எதிர்நோக்கினர். சில நேரங்களில் அவர்களின் எதிர்பார்ப்புகள் எளிதாக நிறைவேறின. சில நேரங்களில் நீண்ட போராட்டத்திற்குப் பின்பே அதனை அடைய நேரிட்டது. இந்தப் போராட்டம் இன்றும் முடிந்துவிடவில்லை.

18ஆம் நூற்றாண்டில் புதுச்சேரியில் கத்தோலிக்கச் சமயத்தைத் தழுவிய பறையர் சாதியினர் தேவாலயத்தில் தனித்து ஒதுக்கப்பட்டிருந்தனர். இதனை எதிர்த்து அவர்கள் நிகழ்த்திய போராட்டங்களைக் குறித்துச் சில செய்திகள் நமக்குக் கிடைக்கின்றன. 18ஆம் நூற்றாண்டுப் புதுச்சேரியில் துப்ளேயின் மொழிபெயர்ப்பாளராகப் பணியாற்றிய ஆனந்தரங்கம் பிள்ளை (1709–1761) தமது நாட்குறிப்பில் இத்தகைய ஒரு நிகழ்ச்சியைக் குறிப்பிட்டுள்ளார்.

புதுச்சேரியிலிருந்த தேவாலயம் ஒன்றின் உட்பகுதியில் வடபுறமாய்ப் பிரிவினைச் சுவரொன்று கட்டப்பட்டிருந்தது. இச்சுவர் சாதி கிறிஸ்தவர்களையும் சாதி வட்டத்திற்கு வெளியே இருந்த பறையர்களையும் பிரித்தது. சுவரின் ஒரு பக்கம் பறையர்களும் மற்றொரு பக்கம் சாதிக் கிறிஸ்தவர்கள், ஈரோசியர்கள்*, ஐரோப்பியர்கள், ஆகியோரும் வழிப்பாட்டின்போது அமர்வர். தொடக்கக் காலத்தில் உள்நாட்டுக் கிறிஸ்தவர்கள் பெற்றிருந்த இச்சலுகை பின்னரும் தொடர்ந்தது.

காரைக்கால் நகரிலிருந்து புதுச்சேரி வந்த பாதிரியார் ஒருவர், பண்ணைப் பறைச்சேரி, பெரிய பறைச்சேரி, சுடுகாட்டுப் பறைச்சேரி, உழந்தைப் பறைச்சேரி ஆகிய பகுதிகளில் வாழும் பறையர்களையும் தோட்டிகளையும் பிரிவினைச் சுவரை எதிர்க்கும்படித் தூண்டிவிட்டார். அவர்களும் 16–10–1745இல் மூத்த குருவிடம் சென்று முறையிட்டனர்.

“நாங்கள் உண்மையிலேயே உங்கள் சிஷ்யர்கள் என்றால் எங்கள் அனைவரையும் ஒன்றுபோல் நடத்தவேண்டும். தேவனானவர் அவரை வழிபடுபவர்களிடம் வேறுபாடு காட்டுவதில்லை. ஆனாலும் ஜாதி கிறிஸ்தவர்கள், வேலியின் மூலம் எங்களை வேறுபடுத்தியுள்ளனர். நீங்களும் அதற்கு உடன்பட்டுள்ளீர்கள். இது ஒரு வஞ்சனையான செயலென்பதை

* ஐரோப்பிய ஆணுக்கும் தமிழ்ப் பெண்ணுக்கும் பிறந்த கலப்பினத்தவர். சட்டைக்காரார் என்றும் அழைக்கப்படுவர்

உங்களிடம் விண்ணப்பித்து இப்பிரச்சனையை உங்களிடமே விட்டுவிடுகிறோம்.'

இதனைச் செவிமடுத்த குருவானவர் அவர்களது புகார் நியாயமானதென்று உணர்ந்து உடனடியாகச் சுவரையிடிக்கும்படி உத்தவிட்டார். கூடியிருந்த பறையர்களை நோக்கி "நீங்கள் எல்லோரும் எனது பிள்ளைகள், ஏனையோருடன் கலந்து நீங்களும் பூசையில் பங்கு கொள்ளுங்கள்" என்று கூறி அவர்களை ஆசிர்வதித்து அனுப்பினார்.

அன்று மாலை நிகழ்ந்த ஆராதனையில் பறையர் – ஈரோசியர்கள் – ஐரோப்பியர்கள் – சாதி கிறிஸ்துவர்கள் அனைவரும் ஒன்றாகக் கலந்து வழிபாடு செய்தனர். (Frederick, 1985, 284-85).

மறுநாள் (17–10–1745) ஞாயிறு பூசையின்போது பறையர்களை மற்றவர்களிடமிருந்து பிரிக்கும் வகையில் நாற்காலிகள் வேலியாகப் போடப்பட்டிருந்தன (மேலது : 287).

புதுச்சேரியில் 1766இல் சம்பா கோயில் கட்டும்போது பறையருக்கும் தனியிடம் ஒதுக்கப்பட்டது. இது குறித்து, 'ரங்கப்ப திருவேங்கடம் பிள்ளை நாட்குறிப்பு' சில செய்திகளைக் குறிப்பிடுகிறது. பாதிரியார்கள் சாதிக் கிறித்தவர்களிடம், "பறையருக்குயிடம் கொஞ்சமாயிருக்குது. அதுனாலே யேகமாக இருக்க வேண்டி அல்லவோயிருக்குது. விசாலமாக்கி கட்ட வேணுமெண்ணு சொல்ல" முரண்பாடு உருவானது. பறையர் மற்றும் முதலியார் கிறித்தவர்கள் "நாங்கள் வேறே கோவில் கட்டிக்கொள்ளுகிறோம். அதுக்கு பூசைக்குவோரு பாதிரியை விட்டால், அவர்களுக்கு சம்பளம் நாங்கள் கொடுத்து விடுகிறோ மெண்ணு சொல்ல" இறுதியில் "நீங்கள் கோவிலுக்கு பூசைக்கு வரவேணாமெண்ணு" பாதிரியார்கள் கூறிவிட்டனர். இதனால் கோவிலுக்கு வெளியிலிருந்து பூசை பார்த்தனர். பின் இதுகுறித்துப் பாதிரியார்கள் ஃப்ரென்ச் அரசிடம் புகார் செய்தனர். இறுதியில் ஃப்ரென்ச் அரசாங்கத்தின் உத்தரவை மீற முடியாமல் சாதிக் கிறித்தவர்கள் தேவாலயத்திற்குள் செல்லத் தொடங்கினர். (ஜெயசீல ஸ்டீபன் 2000: 221, 228 –230)

இதன் பின்னர் 19ஆம் நூற்றாண்டின் இறுதிப் பகுதியிலும் இத்தகைய எதிர்ப்புணர்வுகள் புதுச்சேரியில் தோன்றின. ஜான் லப்ரெனெ (Jean Lafrenez) என்பவர் 'புதுவை மிஷின் வரலாறு' குறித்த தமது நூலில் இப்போராட்டங்கள் குறித்துச் சில செய்திகளைக் குறிப்பிடுகிறார்.

“பிரஞ்சுப் புரட்சியின் லட்சியம் – சமத்துவக் கொள்கை – புதுவையிலிருந்த அரிசன மக்களை (பட்டியலின) ஓரளவுக்குக் கவர்ந்தது. இதன் விளைவாக 1831ஆம் ஆண்டு சிறிய கலகம் ஒன்று எழுந்தது. அருட்திரு தெஸ்ஸோன் இதைப் ‘புதுவைப் பறையர் புரட்சி’ என்று சற்று அழுத்தமாகவே பெயரிட்டு அழைத்தார். உண்மையில் இப்புரட்சியின் காரணம் மிகமிக அற்பமானதே. பெரும்பான்மையான கிறிஸ்தவர்களைக் கொண்ட அரிசன மக்கள் கூட்டம் தாங்கள் சாதி கிறிஸ்துவர்களால் கோவில்களிலும்கூட ஒதுக்கப்பட்டதை மேலும் சகிக்க முடியாமல் பேராலயத்திற்குள் போக மறுத்துவிட்டனர். தங்களுக்கென ஒரு கோவில் வேண்டுமெனக் கோரிக்கை விடுத்தனர். அதற்கென ஓர் இடத்தை அரசாங்கம் ஒதுக்கிற்று. இவர்களுக்குப் பணிபுரிய ஒரு குருவை அனுப்புவதாக ஹெபர்ட் ஆண்டகை*யும் வாக்குக் கொடுத்தார். அரிசன மக்கள் தங்கள் சொந்தச் செலவிலேயே கோவிலைக் கட்டும் பணியை மேற்கொண்டனர். ஆனால் இவர்கள் தங்களுக்கிடையே பிளவுபட்டு, இணக்கமாகப் பணியைத் தொடங்க முடியவில்லை. சிலர் இக்கோவிலை நகரின் தென்புறம் கட்ட வேண்டும் என்றும் மற்றவர் நகரின் வடபுறம் கட்ட வேண்டும் என்றும் மாறுபட்ட கருத்தைத் தெரிவித்தனர். கருத்து ஒற்றுமையின்மையால் பிளவுபட்ட இவர்கள் மீண்டும் முன்போலவே பேராலயத்திற்கே திரும்பிவர முன்வந்தனர். இதற்கான ஓர் அறிக்கையில் ஹெபர்ட் ஆண்டகை (ஆயர்) கையெழுத்திட வேண்டும். என்று இவர்களின் தலைவர்கள் வற்புறுத்தினர். ஆண்டகை இதற்கு இணங்கவில்லை. கிளர்ச்சி வலுவடைந்தது. அரிசன மக்களைத் தங்கள் கோயில்களிலிருந்து தொலைக்க இது ஒரு நல்ல வாய்ப்பு என்று கருதிய உயர்குல கிறிஸ்தவர்கள், கலகக்காரருக்குத் தனிப்பட்ட ஒரு குருவை ஒதுக்க வேண்டுமென்று ஆயரிடம் கேட்டனர். இறுதியில் வெற்றி யாருக்கு? . . . வயிற்றுக்குத்தான்: பிரஞ்சுகாரர்களுக்குச் சமையல் பணி செய்தவர் பெரும்பாலும் அரிசன மக்களே. புரட்சியில் ஈடுபட்ட இவர்கள் வேலை நிறுத்தம் செய்தனர். ஐரோப்பியர்கள் இவர்களுக்கு எதிராகக் கிளம்பினர். ராணுவத்தினர் கிளர்ச்சியை எளிதில் அடக்கிவிட்டனர். ‘புதுவை பறையர்

---

* ஆண்டகை – ஆயர்.

புரட்சி'யின் முடிவு இதுவே". (ஜான் லப்ரெனே, 1976; 55—56)

"பிரஞ்சுப் பகுதிகளில் அரசியல் கிளர்ச்சியினால் தொல்லைகள் ஏற்படவில்லை. தாழ்த்தப்பட்ட அரிசன மக்களுக்கும் சாதி கிறிஸ்துவர்களுக்குமிடையே ஏற்பட்ட கிளர்ச்சியினால் இப்பகுதிகளில் அதிகத் தொல்லைகள் இருந்தன. ஏற்கனவே இவர்களுக்குள் இருந்த இனவேறுபாடு புதுவையில் திரு இருதய ஆண்டவர் ஆலயத்தை நிறுவும்போது வெடித்தது. இதனால் இப்புதிய ஆலயத்தை மூடவேண்டியதாயிற்று. இருதரத்தாருக்குமிடையே சமாதானம் ஏற்படும்வரை இக்கோயிலின் இறுதிப் பணிகள் ஒத்திவைக்கப்பட்டன. சிறிது காலத்துக்குப் பின்னர்த் தங்கள் பிள்ளைகளும் குருவாகும் பொருட்டுக் குருமடத்தில் இவர்களைச் சேர்த்துக்கொள்ளுமாறு மக்கள் ஆண்டகையிடம் கேட்டனர். இவர்களது விண்ணப்பம் நேர்மையானது. இந்திய மக்களின் மனக் கோணலான பரம்பரையை நன்கு அறிந்த ஆண்டகை ஏதோ ஒரு பதில் கூறிச் சமாளித்தார். இதனால் தோல்வி மனம் கொண்டிராத அரிசன மக்கள் மீண்டும் ஒரு நல்ல நாளில் பேராலயத்தில் படையெடுத்து இதுவரைச் சாதிக் கிறிஸ்தவர்களுக்கு ஒதுக்கப்பட்ட இடங்களைப் பிடித்துக்கொண்டனர். சாதிக் கிறிஸ்தவர்கள் பேராலயத்திலிருந்து வெளியேறினர். இவர்களுக்கெனத் தனிப்பட்ட வழிபாடு பெத்தி செமினேர் சிற்றாலயத்தில் ஏற்பாடு செய்யப்பட வேண்டியதாயிற்று." (மேலது: 145)

ஜான் லப்ரெனே குறிப்பிடும் இச்செய்திகளைப் படிக்கும் நாம், இதே பறையர் சாதியினர் சைவ – வைணவக் கோவில் களினுள், இன்னும் சொல்லப்போனால் கோவில் உள்ள தெருவினுள்ளேயே நுழைய உரிமையற்றிருந்தார்கள் என்ற உண்மையினை மறந்துவிடக்கூடாது.

தமிழகத்தின் வரலாற்றில் பறையர்கள் எந்த அளவுக்கு இழிவாகக் கருதப்பட்டார்கள் என்பதனைச் சோழர்காலக் கல்வெட்டுகளில் காணப்படும் பின்வரும் கல்வெட்டு வரிகள் உணர்த்தும்.

"இது மாறுவான்...

குதிரைக்குப் புல்விடும் பறையனுக்கு(த்) தன் மீனாட்டியைக் குடுப்பான்.

இது மாறுவான்

"தந் மினாட்டியை(த்)"* தன் குதிரைக்கு(ப்) புல்விடும் பறையன்னுக்கு(க்) குடுப்பன்"

"தன் மினாட்டியை(ப்) பறையனனுக்கு(க்) குடுப்பான்"

"இப்படி(ச்) செய்திலோமாகில்... பறையற்கு(ச்) செருப்பு எடுக்கிறோம்".

19ஆம் நூற்றாண்டில் வாழ்ந்த கோபாலகிருஷ்ண பாரதியார் எழுதிய 'நந்தனார் சரித்திரக் கீர்த்தனை' என்ற நூல் 1861இல் அச்சு வடிவம் பெற்றுள்ளது. இந்நூலில் இடம்பெறும் பெரிய கிழவன் என்ற பாத்திரம் நந்தனது சிவபக்தியை இவ்வாறு எள்ளிநகையாடுகிறது.

'சுவாமி தரிசனம் நமக்குண்டோ புலைச்
சாதியன்றோ வந்த நீதியறியாமல்'

தில்லை செல்ல உத்திரவு கேட்ட நந்தனை நோக்கி நிலக்கிழாரான வேதியர்

'மாடு தின்னும் புலையா வுனக்கு மார்கழித் திருநாளோ?
....
ஆடு தின்னும் புலையா வுனக்கு ஆனித் தெரிசனமோ?
நாடு சிரிக்கும் வார்த்தைகளன்றோ நாடாதே போடா
நண்டுக்குக் கலியாணம் ஊளை நரிக்குச் சங்கராந்தி
பண்டிகைப் பூசை திருநாளுண்டோ பறையா நீ போடா'

என்று கூறுகிறார். நடராசரைத் தரிசிக்கச் சிதம்பரம் சென்ற நந்தன் "இன்னல் தரும் இழி பிறவி இது தடை" என்றஞ்சி ஊரினுள் செல்லாமல் ஊரின் எல்லையிலேயே தங்கி இருக்கிறார்.

"இப்பிறவி போய் நீங்க எரியினிடை நீ மூழ்கி வா" என இறைவன் நந்தனுக்குக் கட்டளையிட, நந்தனும் நெருப்பில் மூழ்கி 'மெய்திகழ் வெண்ணூல் விளங்க' வெளிவந்த பின்னரே நடராசனைக் காண முடிந்தது. அவர் ஜோதியில் கலந்த கதை கூட ஒரு வகையான கொலையினை மூடி மறைக்கும் முயற்சியின் வெளிப்பாடோ என்ற ஐயம் தோன்றுகிறது.

பெற்றான் சாம்பான் என்ற பறையர்; இறைவனிடம் ஓலை பெற்றுச் சென்ற பிறகே உமாபதிச் சிவாச்சாரியார் என்பவரிடம் தீக்கை பெற முடிகிறது. இக்கதையைக் கூறும் 'பெற்றான் சாம்பனார் சரித்திரக் கீர்த்தனம்' என்னும் நூல் 1915இல் அச்சாகி யுள்ளது. இந்நூலில் வரும் நாட்டாண்மைப் பாத்திரம் சிவபக்தி

---

* மினாட்டி: மனைவி (மனாட்டி)

கொண்டுள்ள பெற்றானின் செயல், குலமரபுக்கு மாறானது என்று கூறுகிறது. (எவாஞ்சலின் மனோகரன், *1987: 56*),

"சாதியை மறந்து நீர் பக்தி செய்தல் தகுமோ"

"ஈனப் புலலையருக்கோ பரமுத்தி"

"புலையனுக்கோ சிவநேசம் யாரும் புகன்றிடுவார் பரிகாசம்" நந்தனார் சரித்திரக் கீர்த்தனையைப் போலவே இங்கும் ஓர் ஆண்டை இடம் பெறுகிறார். பெற்றானின் சிவபக்தியை அவரும் கண்டிக்கிறார் (மேலது: *58, 59*)

"பறையருக்கோ அடியார் தொண்டு"

"பறையனுக்கு மடியவர் பணிவிடையோடா"

"நீற்றைத் தொடாதே நெற்றியிலிடாதே யிட்டால் தீங்கு நேரிடும்"

"சுத்த குலத்திற்கன்றிப் பக்தி புலையருக்குத் தோன்றிடுமோ போடா"

மேற்கூறிய கீர்த்தனை, நூல்களில் இடம் பெறும் இக்கூற்று நாடக வழக்கு என்று ஒதுக்கிவிட முடியாது. இவ்விரு நூலாசிரியர்களின் காலத்திய சமூக யதார்த்தத்தின் வெளிப்பாடே இக்கூற்றுகள்.

○

கத்தோலிக்கர்களிடம் மட்டுமின்றிச் சீர்த்திருத்தக் கிறிஸ்தவ சபையிலும் (protestant) சாதிவேறுபாடுகள் வழக்கிலிருந்தன. ஐரோப்பிய பாதிரியார்களில் ஒரு சிலரைத் தவிர பெரும்பாலோர் தொடக்கத்தில் சாதிய மேலாண்மைக்கு அடிபணிந்தே நின்றனர்.

கி.பி. 1741இல் தரங்கம்பாடி மறைத்தளத்தில், சுதேச மத குருவாக நியமிக்கப்படுவதற்குரிய தகுதியும் திறமையும் உடையவராக இருந்த ராஜநாயக்கன் என்பவர் சாதியால் பறையர் என்பதால் அவரை நியமிக்காது உயர்குலத்தவரான தியாகு என்பவரை நியமித்தனர் (Grafe, 1967, Odde 1981). ராஜநாயக்கனின் கரங்களால் திருமுழுக்குப் பெறவும், திவ்விய நற்கருணை வாங்கவும் உயர்சாதியினர் விரும்ப மாட்டார்கள் என்று ஐரோப்பிய குருக்கள் கருதியதே காரணம்.

தரங்கம்பாடியிலிருந்த 'புதிய ஜெருசலம்' தேவாலயத்தில் வெவ்வேறு சாதியினருக்கென்று தனித்தனிப் பகுதிகள் ஒதுக்கப் பட்டிருந்தன. பலிபீடத்திற்குப் பின்னால் தென்பகுதியில் சாதிக்

கிறிஸ்தவப் பெண்களும், பலிபீடத்திற்கு முன்பு வடபகுதியில் சாதிக் கிறிஸ்தவ ஆண்களும், கீழ்ப் பகுதியில் பறையர் சாதிப் பெண்களும், மேற்குப் பகுதியில் பறையர் சாதி ஆண்களும் அமர்ந்து வழிபாடு செய்தனர். (Lehmann, 1956: 129)

நெல்லை மாவட்டத்திலுள்ள சாயர்புரத்தில் நாடார் சாதியினர் மிகுதியாக இருந்தனர். வேதமுத்து என்ற மதகுரு 1867இல் ஆயருக்கு எழுதிய கடிதத்தில் தாழ்ந்த சாதியைச் சேர்ந்த போதகர் வழிபாடு நிகழ்த்த நாடார்கள் அனுமதிக்கவில்லை என்று குறிப்பிடுகிறார். இத்தேவாலயத்தின் முன்பகுதியில் நாடார்க்கென்று தனி இடமும், பள்ளர்களுக்கெனப் பின்பகுதியில் தனி இடமும் ஒதுக்கப்பட்டிருந்தன. (ஹார்டுகிரேவ், 1952: 138). சென்னை நகரில் உயர் குலத்தவருக்கும் தாழ்த்தப்பட்ட குலத்தவருக்கும் வெவ்வேறு நாட்களில் திவ்விய நற்கருணை வழங்கப்பட்டது (கிறிஸ்துதாஸ், 1977: 165).

நல்லதம்பி என்பவர் 1854இல் குருபட்டத்திற்குத் தேர்ந்தெடுக்கப்பட்டார். சாதி வேறுபாடு பாராட்டாதவர் என்பதனை உறுதிப்படுத்தும் முகமாக ஆதிதிராவிடர் சாதியைச் சேர்ந்த சமையற்காரர் தயாரித்த தேநீரை அருந்தும்படி ஒக்ஸ் (Ochs) என்ற ஐரோப்பிய பாதிரியர் அவரை வற்புறுத்தினார். "நல்லதம்பி மறுத்தார். மற்ற மிஷினெரிகள் அது தேவையில்லையென்று சாதித்தனர். உடனே மிஷனெரிகளுக்குள் சர்ச்சை உண்டாகி அது லிப்சிக் வரை சென்று அங்கும் பிரிவினை உண்டாகச் செய்தது. கடைசியில் நல்லதம்பிக்கே வெற்றி." (மேலது: 165)

இவ்வாறு கத்தோலிக்கத் திருச்சபையிலும் புராடஸ்டண்டு சபையிலும் சாதி வேறுபாடுகள் ஆழமாக வேரூன்றியிருந்தன. இதனால்தான் வெ.ப. சுப்பிரமணிய முதலியார் (1908: 27) பின்வருமாறு குறிப்பிட்டார்:

"முன் பிராமணர், வேளாளர், மறவர் முதலிய பல ஜாதிகளாயிருந்தவர் கிறிஸ்து மதத்தினால் ஹிந்து பிராமணர் – கிறிஸ்தவ பிராமணர், ஹிந்து வேளாளர் – கிறிஸ்தவ வேளாளர் என்றாக ஜாதிகளின் தொகை முன்னிருந்ததற்கு இப்போது இரட்டியாயிருக்கிறது."

இருபதாம் நூற்றாண்டின் கால்பகுதியில் ஆங்கிலக்கல்வி பரவி, மக்களாட்சித் தத்துவம் பற்றிய கருத்தோட்டங்களும் விடுதலை உணர்வும் மேலோங்கிய காலத்தில் இந்நாட்டின் பாரம்பரியமிக்க ஆலயங்களில் நுழைந்து வழிபடும் உரிமை குறித்த கருத்து வலுவடையத் தொடங்கியது. அன்றைய காங்கிரஸ்

இயக்கம் தனது வேலைத்திட்டங்களில் ஒன்றாகத் தாழ்த்தப் பட்டவர்களின் ஆலய நுழைவையும் வைத்திருந்தது. இதனடிப்படையில் நிகழ்ந்த பல்வேறு ஆலய நுழைவுப் போராட்டங்கள் முக்கிய வரலாற்று நிகழ்ச்சிகளாக இடம் பெற்றுள்ளன. காங்கிரஸ் நடத்திய ஆலய நுழைவு இயக்கத்திற்குள் வராமல், இன்னும் சொல்லப்போனால் அதற்கு முன்னரே பல்வேறு ஆலய நுழைவு முயற்சிகள் தமிழ்நாட்டில் நிகழ்ந்துள்ளன. தமிழகத்தின் தென்மாவட்டங்களில் திருத்தங்கல், கமுதி, சிவகாசி, மதுரை ஆகிய இடங்களில் கோவிலில் நுழைந்து வழிபடும் உரிமையைப் பெற நாடார் சாதியினர் முயன்றனர். சமூக மேம்பாட்டை அடைவதற்கான முயற்சியின் ஒரு படி என்று இதனைக் கொள்ளலாம். தமிழகத்தில் தீண்டத்தகாதவர்களாக ஒதுக்கி வைக்கப்பட்ட பள்ளர், பறையர், சக்கிலியர் ஆகிய சாதியினர் இத்தகைய முயற்சிகளை மேற்கொண்டதாக நமக்குத் தெரியவில்லை. தனியொரு மனிதனாகத் தில்லை நடராஜர் கோவிலில் நுழைய முயன்ற பறையர் வகுப்பைச் சார்ந்த நந்தன் கட்டாய முக்திபெற்ற நிகழ்ச்சி ஒன்றுதான் – அதுவும் இலக்கிய வடிவில் நமக்குக் கிடைத்துள்ளது. விடுதலைப் போராட்டக் காலத்திய காங்கிரஸ் இயக்கத்தின் துணையுடன்தான் ஆலய நுழைவுகுறித்து இச்சாதியினர் சிந்திக்க வேண்டியிருந்தது.

வாணிபம் மேற்கொண்ட நாடார்களிடையே நிகழ்ந்த பொருளாதார வளர்ச்சி, சமூக உயர்வைப் பெறுவதற்கான முயற்சியின் ஓரங்கமாகக் கோவில் நுழைவுப் போராட்டங்களை மேற்கொள்ள வைத்தது. நிலவுடைமையின் அடித்தளத்தில் வெறும் உடலுழைப்பாளிகளாகவும் பண்ணையடிமைகளாகவும் விளங்கியதால் பள்ளர், பறையர், சக்கிலியர் ஆகிய சாதியினர் கோவில் நுழைவு குறித்த சிந்தனையே அற்றவர்களாக இருந்தனர்.

இந்நிகழ்ச்சிகளை அடிப்படையாகக் கொண்டு பார்க்கும் பொழுது, பாரம்பரியமான இந்துக் கோவில்களில் நுழைவதற்குத் தாழ்த்தப்பட்ட மக்கள் தடுக்கப்பட்டனர் என்பதும் சில குறிப்பிட்ட கத்தோலிக்க ஆலயங்களில் தாழ்த்தப்பட்ட மக்கள் தனித்து ஒதுக்கப்பட்டனர் என்பதும் புலனாகின்றன. எனவே இந்து ஆலயங்களில் கோவில் நுழைவுப் போராட்டம் அவசியமானது போலக் கத்தோலிக்கத் தேவாலயங்களில் சமத்துவம் வேண்டும் போராட்டம் அவசியமாயிற்று.

பண்பாட்டுப் போராட்டங்கள் குறித்த வரலாற்றுச் செய்திகளை முறையாகச் சேகரித்து ஆய்வுக்குட்படுத்துவது

மிகவும் அவசியமான வரலாற்றுப் பணியாகும். மன்னர்கள், அரசியல் வல்லுனர்கள், படைத் தளபதிகள், கவர்னர் ஜெனரல்கள் என தனி மனிதர்களை மையப்படுத்தியே நம் வரலாறு அமைந்துள்ளது. வரலாற்று ஆய்வு என்பது இன்று சமூக வரலாறு, வட்டார வரலாறு, வாய்மொழி வரலாறு, அடித்தள மக்கள் குறித்த ஆய்வு எனப் புதிய பல கிளைகளைப் பரப்பிக் கொண்டு படர்ந்து நிற்கின்றது. ஆனால் தமிழ்நாட்டில் நிகழும் வரலாற்று ஆய்வுகளில், குறிப்பாகக் கல்வியாளர்கள் நிகழ்த்தும் ஆய்வுகளில் இவற்றின் பாதிப்பு மிகவும் சொற்பமே. இத்தகைய ஆய்வு முயற்சிகளையெல்லாம் மேற்கு ஐரோப்பிய மற்றும் அமெரிக்க ஆய்வாளர்களிடம் ஒப்படைத்துவிட்டோம்.

மன்னர் பரம்பரை குறித்த வரலாற்று ஆய்வுகளும், ஆய்வு செய்வது என்ற பெயரில் ஆவணக் காப்பகங்களில் உள்ள ஆவணங்களை விமர்சனமின்றி பயன்படுத்துவதும், பட்டியலிடும் பணியும் நம் வரலாற்றுப் பார்வையைக் குறுகச் செய்துவிட்டன. இப்போக்குகளுக்கு மாறாக அங்கொன்றும், இங்கொன்றுமாக ஆய்வுகள் நடந்துள்ளன, நடந்து வருகின்றன என்பதும் உண்மையே. ஆனால் குறிப்பிடத்தக்க வரலாற்றுப் போக்காகவோ இயக்கமாகவோ மாறவில்லை. வரலாற்றுப் பெருங்கடலில் சிறுதீவுகளாக இப்புது முயற்சிகள் இடம் பெற்றுள்ளன.

'கடந்த காலத்தை மதிப்பிடுவதோ, எதிர்கால நலனுக்காக நிகழ்காலத்திற்கு அறிவுறுத்தலோ வரலாற்றின் பணியன்று என்ன நிகழ்ந்ததோ அதனை அப்படியே கூறுவதுதான் வரலாறு' என்ற கருத்துடைய செர்மானிய வரலாற்றியலாளர் ராங்கே, தனிமனிதர்களை முன்னிலைப்படுத்தி "கணக்கற்ற வாழ்க்கை வரலாறுகளின் சாரமே வரலாறு" என்ற கருத்துடைய பிரித்தானிய வரலாற்றியலாளர் கார்லைல் ஆகியோரின் வரலாற்றுப்பள்ளியில் தோய்ந்தோர்களாகவே நம் வரலாற்று ஆசிரியர்கள் பலரும் உள்ளனர். ஒவ்வொரு வரலாற்று நிகழ்ச்சிக்கும் பின்னாலுள்ள– ஒவ்வொரு வரலாற்று நாயகனின் எழுச்சி அல்லது வீழ்ச்சிக்கு பின்னாலுள்ள சமூகப் பொருளியல் காரணங்களை இவர்கள் கணக்கிலெடுத்துக் கொள்வதில்லை. இவர்கள் சித்தரிக்கும் வரலாற்று நாயகர்களின் சாதனைகளுக்குப் பின்னால் மறைந்துள்ள அடித்தள மக்களின் வேதனைகளையும் அவல ஓலங்களையும் மறந்தோ மறைத்தோ விடுகின்றனர். மாறாக, 'ஒப்பாரும் மிக்காரும் இல்லா தன்னிகரில்லா தலைமக்கள்' என்று வரலாறு என்ற பெயரால் சிலரை நமக்கு அறிமுகப்படுத்துகின்றனர். இவர்களிடமிருந்து கடன் பெற்ற செய்திகளைத் தொழில்முறைப் பேச்சாளர்களும் கவிஞர்களும்

இலட்சக்கணக்கில் விற்பனையாகும் பத்திரிக்கைகளில் எழுதுவோரும் தத்தம் பாணியில் மக்கள் மனதில் பதிய வைக்கின்றனர்.

இதன் விளைவாக நிலவுடைமைக் கொடுங்கோன்மையின் குறியீடுகளான வாள் – கேடயம் – செங்கோல் மலர்கீரிடம் ஆகியன இன்றும் நம் சமூக வாழ்வில் இடம்பெறுகின்றன. இவற்றை அணிந்துகொண்டும் சுமந்துகொண்டும் உலா வருவதிலும் அவர்களுக்கு "பராக் பராக்" கூறுவதிலும், "யாருக்கும் இங்கு வெட்கமில்லை." அரசியல்வாதிகள் மட்டுமின்றி கல்வியாளர்களும்கூட இவற்றை அணிவதிலும், அணிவிப்பதிலும் முன்னிற்கின்றனர். தம் சொல்லாற்றலையும், தமிழாற்றலையும் துணையாகக்கொண்டு காவிய மற்றும் வரலாற்று நாயகர்களின் வழித்தோன்றல்களாக உயர் பதவி களில் உள்ளோரைப் போற்றி, "பல்லாண்டு பல்லாயிரத்தாண்டு" பாடி மகிழ்கின்றனர். உரிமைக்குரல் கொடுப்போரை இழிவான முறையில் தூற்றி மேல்தட்டிலுள்ளோரை மகிழ்வடையச் செய்கின்றனர். ஆட்சிமாறினால் யாரையெல்லாம் போற்றினார்களோ அவர்களையெல்லாம் தூற்றவும், யாரை யெல்லாம் தூற்றினார்களோ அவர்களையெல்லாம் போற்றவும் தயங்குவதில்லை. கோட்பாட்டு அடிப்படையிலான காரணங்கள் எவையும் இச்செயல்களுக்குத் தேவையில்லை.

> கைமுதல் மற்று என்னபோம் ஓர் செம்பு
> தண்ணீர்போம்

என்று விறலிவிடுதூதில் தாய்க்கிழவி மகளுக்கு கூறியது போன்று இவர்களுக்கும் ஒரு குவளை தண்ணீர் போதும் – வாய் கொப்பளிக்க!

அறிவியல் அணுகுமுறையிலான வரலாற்றுணர்வு தோற்றுவிக்கப்படாமையால் இத்தகைய போலித்தன்மைமிக்க செயல்பாடுகள் நம்மிடம் நிலைபெற்றுள்ளன. வரலாறு என்ற சமூக விஞ்ஞானம், தனி மனிதனைத் துதிபாடும் வாழ்க்கை வரலாறாக மாற்றப்படுவது தவிர்க்கப்பட வேண்டும். அத்துடன் அரசியல் பொருளியல் தொடர்பான நிகழ்ச்சிகளை மட்டுமே வரலாற்றாய்வின் மையமாகக் கொள்ளாது பண்பாட்டு ஒடுக்கு முறை மற்றும் அதற்கு எதிரான நிகழ்வுகள், இயக்கங்கள் குறித்தும் ஆய்வு நிகழ்த்த வேண்டும். இத்தகைய ஆய்வினை வட்டார அளவிலிருந்து தொடங்க வேண்டும். இந்நூல் இத்தகைய முயற்சியில் உருவானதுதான்.

இந்நூலை உருவாக்கப் பல்வேறு இடங்களில் தேடியெடுத்த ஆவணங்கள் பயன்பட்டன. இவற்றுள் பல மிகவும் சிதைந்து

அழியும் நிலையில் இருந்தன. இதனால் பிற ஆய்வாளர்களுக்கு இவை கிட்டாது போய்விடும் என்ற நிலையைத் தவிர்க்க மூல ஆவணங்கள் பின் இணைப்பில் இடம்பெற்றுள்ளன. இதன் காரணமாக இந்நூலின் பின் பகுதி ஆவணங்களின் தொகுப்பாக அமைந்துள்ளது.

○

அணிந்துரை வழங்கிய அன்பு மாணவர் முனைவர் ந. முத்து மோகனுக்கும், இந்நூலை நல்லமுறையில் அச்சிட்டு வெளியிடும் காலச்சுவடு பதிப்பகத்தாருக்கும் என் நன்றி உரியது.

தமிழ் நாட்டின் கிராமப்புறப் பிரச்சினைகளையும் சாதியம் தொடர்பான செய்திகளையும் நன்கறிந்தவர் தோழர் இரா. நல்லகண்ணு. அவருடன் நிகழ்த்தும் உரையாடல்கள், ஆயிரக்கணக்கான அடித்தள மக்களை நேரில் சந்தித்து அவர்கள் பிரச்சினைகளைக் கண்டறிந்த உணர்வை ஏற்படுத்தும் தன்மையன. புத்தகங்களைத் தாண்டி ஓர் உலகம் உள்ளது என்பதனை அவருடன் நடத்திய உரையாடல்கள் வாயிலாக அறிந்து கொண்டேன். அதன் விளைவாகத்தான் புத்தக வாசிப்புக்குக் கொடுக்கும் முக்கியத்துவத்தைக் கள ஆய்விற்கும் கொடுத்து வருகிறேன். நேர்மையும், எளிமையும், ஆழ்ந்த நூலறிவும் நிரம்பப் பெற்ற “ஆன்றவிந்தடங்கிய கொள்கைச் சான்றோரான” அவரிடம் நாற்பதாண்டுகளாகக் கேட்டறிந்து வரும் அரிய செய்திகளுக்காகவும், கற்றறிந்த நற்பண்புகளுக்காகவும், கைமாறாக இந்நூலைக் காணிக்கையாக்குகிறேன்.

தூத்துக்குடி **ஆ. சிவசுப்பிரமணியன்**
30 ஜூன் 2001.

நன்றியுரை

அறுபதுகளில் பேராசிரியர் நா. வானமாமலை அவர்களுடன் வடக்கன்குளம் செல்ல நேர்ந்தது. அங்குள்ள திருக்குடும்ப ஆலயத்தைப் பார்த்து நின்ற என்னை, உள்ளே அழைத்துச் சென்று, பிரிவினைச் சுவர் ஒன்று அங்கு இருந்ததற்கான அடையாளங் களைச் சுட்டிக்காட்டினார். அத்துடன் அது தொடர்பாக அவர் கேட்டறிந்த செய்திகளையும் கூறினார். இதை விரிவாகத் தெரிந்துகொள்ள வேண்டும் என்ற ஆர்வம் என்னுள் ஏற்பட்டது. ஆனால் அது நிறைவேறும் வாய்ப்பு அமையவில்லை. புதிய மதுரை மறைத்தளத்தின் 150ஆவது ஆண்டு விழாக் கருத்தரங்கம் சென்னையில் 1987இல் நடைபெற்றது. இதில் கலந்துகொள்வதற்கான அழைப்பு முனைவர் அ. பிரான்சிஸ்க்கு 1986ல் வந்தது. என்னுடைய பெயரை அவர் பரிந்துரை செய்தமையால் கருத்தரங்கப் பொறுப்பாளர் பணி ஆனந்த் அமல்தாஸ் சேச அவர்களிடமிருந்து எனக்கும் அழைப்பு வந்தது. புதிய மதுரை மறைத்தளத்தின் பங்களிப்புத் தொடர்பாகக் கட்டுரை அமையவேண்டும் என்றிருந்ததால் அறுபதுகளிலிருந்து மனதை உறுத்திக் கொண்டிருந்த வடக்கன்குளம் பிரிவினைச் சுவரிடிப்புப் போராட்டத்தையே கட்டுரையாக எழுதி விட வேண்டும் என்று முடிவு செய்துவிட்டேன். கருத்தரங்க நிகழ்வுக்குப் பத்து மாதங்களுக்கு முன்பே அழைப்பு வந்ததால் (கருத்தரங்கப் பொறுப்பாளர்கள் மனதில் கொள்ள வேண்டிய செய்தி) வடக்கன் குளத்திற்கு நான்கைந்து முறை

சென்றும், செம்பகனூர் சேசுசபை ஆவணக் காப்பகத்தில் சிலநாள் தங்கியும், வேண்டிய தரவுகளைத் திரட்ட வாய்ப்பிருந்தது. தமிழில் நான் எழுதிய கட்டுரையை முனைவர் எம். பாலசுப்பிரமணியன் ஆங்கிலத்தில் மொழிபெயர்த்தார். The Cruasde against Caste Domination in the Holy Family Church at Vadakkankulam என்ற தலைப்பிலமைந்த இக்கட்டுரை கருத்தரங்கில் நல்ல வரவேற்பைப் பெற்றது.

இந்தியத் தாவரவியல் அறிஞர்களுள் ஒருவரான முனைவர் மேத்யூஸ் சே.ச. கருத்தரங்கம் தொடங்வதற்கு முன்னதாகவே இக்கட்டுரையைப் படித்துவிட்டு, பின்வரும் மதிப்பீட்டை என் கட்டுரை வாசிப்பையடுத்து எழுத்து வடிவில் வழங்கினார்.

The paper gives a clear, frank, objective, unvarnished and impartial presentation of a highly complex, because emotional, subject. The treatment is

a) *comprehensive* : presupposing no prior knowledge, the author presents the reader with the necessary information.

b) *documented* : every statement is at once authenticated.

c) *understanding* : Objective but sympathetic, critical but intensely human, he tries to relive and evaluate the situation.

It can easily be said that the Church should never have yielded to caste pressures but this paper itself underscores the complexity of the situation. Tolerance of caste was only a lesser evil.

The significance of this paper is a question mark to the church: have you the *internal dynamism* to counteract this inhuman pre – Christian approach to man?

"Jesuit Presence in Indian History" என்ற தலைப்பில் *1988*இல் வெளியான கருத்தரங்கக் கட்டுரைத் தொகுப்பில் இக்கட்டுரை இடம் பெற்றது.

History of Christianity in India – (Volume IV, Part 2), என்ற நூலில் வடக்கன்குளம் சாதியப் பிரச்சனை குறித்து எழுதும்போது *"The affair was recently analysed for the first time by A. Sivasubmaniam"* என்று கிராபி (Hugald Grafe, 1990: 109) குறிப்பிட்டிருந்தார்.

இவையெல்லாம் அளித்த உற்சாகத்தில் இக்கட்டுரையை ஒரு சிறு நூலாக விரிவுபடுத்தலாம் என்று திட்டமிட்டு மீண்டும் வடக்கன்குளத்திற்கும், செம்பகனூருக்கும் சென்று வந்தேன். வடக்கன்குளத்தைப் பூர்வீகமாகக் கொண்ட திரு. இக்னேசியஸ் பிள்ளை (ஓய்வு பெற்ற காவல்துறை ஆய்வாளர்), திரு. இரத்தினசாமி நாடார், ஜெகநாத பிள்ளை (ஓய்வுபெற்ற ஆசிரியர்) ஆகியோர் வடக்கன்குளம் தொடர்பான பல செய்திகளைக் கூறி

உதவினர். திரு. இரத்தினசாமி நாடார் அவர்கள் தம்மிடிருந்த வடக்கன்குளம் பூர்வீகச் சரித்திரம் என்ற கையெழுத்துப் படியையும், வடவைக் கவிஞர் கி. மரிய அந்தோணி நாடார் எழுதிய சிறு நூல்களையும் படிக்கத் தந்துதவினார்.

வடக்கன்குளம் திருக்குடும்ப ஆலயத்தின் பங்குக்குருக்கள் ஜோப் டிரோஸ் அடிகள், குரூஸ்மரியான் அடிகள் ஆகியோரும், உதவிப் பங்குக்குரு இளைய நவமணி அடிகளாரும், அவர்கள் பொறுப்பிலிருந்த ஆவணங்களைப் படிக்கவும் படியெடுக்கவும் அனுமதி வழங்கினர்.

இறுதியில் இன்றுள்ள நிலையில் நூலை எழுதி முடித்து விட்டேன். அன்பு மாணவ முனைவர் முத்துமோகனிடம் அணிந்துரையும் வாங்கிவிட்டேன். ஆயினும் இதை இன்னும் விரிவுபடுத்தும் எண்ணத்தில் அச்சுக்கனுப்பாது வாளாயிருந்தேன். என் அறிவுத்தேட்டப் பயணத்தில் ஓர் உற்ற தோழராக விளங்கும் அன்புத் தம்பி ஆ.இரா. வேங்கடாசலபதி இதைப் படித்துவிட்டு உடனடியாக நூலாக்க வேண்டும் என்று நச்சரித்துக் கொண்டே யிருந்தார். பின் அவரே காலச்சுவடு பதிப்பகத்தின் வாயிலாக வெளிவர முன்முயற்சி எடுத்தார். பேராசிரியர் வ. முத்தையா ஆங்கில ஆவணங்களின் மொழிபெயர்ப்புகளை செப்பம் செய்து உதவினார். அன்புத் தம்பிகள் பெ. கணபதி சுப்பிரமணியன், முனைவர் நா. இராமச்சந்திரன், திருமதி கி. சுந்தரச் செல்வி, செல்வி க. ஜான்ஸி ராணி, செ. மாரிமுத்து ஆகியோர் படியெடுத்துதவினார். முனைவர் சாகுபார் உசேன் வரைபடங் களை வரைந்துதவினார். தோழர் ஏ. சிவன் ஒளிப்படங்களை எடுத்துதவினார். செம்பகனூர் ஆவணக் காப்பகத்தைப் பயன் படுத்த வி.மி. ஞானப்பிரகாசம் அடிகளார் அனுமதி வழங்கினார். ஆவணக் காப்பக அலுவலர் திரு. அந்தோணிதாஸ் தேவைப்பட்ட ஆவணங்களை உடனுக்குடன் வழங்கியதுடன் சில பகுதிகளைத் தட்டச்சு செய்தும் உதவினார். இந்நூல் தயாரிப்பில் காலச்சுவடு பதிப்பகத்தின் திரு. எம். சிவசுப்ரமணியன் (எம்.எஸ்.), செல்வி சி. லீலா, திரு. அ. குமார், செல்வி ஆர். ஜோதி ஆகியோர் மிகுந்த பொறுமையுடனும் ஈடுபாட்டுடனும் பணியாற்றினர். இந்நூலில் இடம்பெற்றுள்ள கத்தோலிக்கக் கலைச்சொல் விளக்கத்தைப் படித்து, உரிய திருத்தங்களைச் செய்துதவியர் பணி. ச.தே. செல்வராசு அடிகளார். சவரிராய பிள்ளை வம்சவரலாறு நூலின் ஒளி நகலைத் தந்துதவியவர் முனைவர் தே. லூர்து. இந்நூலில் இடம் பெற்றுள்ள ஆங்கில ஆவணங்களில் பிழைத் திருத்தம் செய்துதவியவர்கள் பேராசிரியர்கள் எம். வெங்கடாசலம், ரகு அந்தோணி. இவர்களைத் தவிர முனைவர் மே.து. ராசுகுமார்,

பணி. பிரான்சிஸ் செயபதி அடிகளார் (இயக்குநர், நாட்டார் வழக்காற்றியல் ஆய்வுமையம்), முனைவர் தொ. பரமசிவம், தோழர் எஸ்.எம். ஜார்ஜ் இளங்கோ, பொறியாளர் இரா. சங்கர சுப்பிரமணியன், வ.உ.சி. கல்லூரி முதல்வர் பேரா. இரா. சூரிய நாராயணன், திரு. ஜெரால்டு ராயன், செல்வி அருள்மேரி (நூலகர், நாட்டார் வழக்காற்றியல் ஆய்வுமையம்) ஆகியோரும் இந்நூலாக்கத்திற்குத் துணை நின்றனர். இவர்களனைவருக்கும் என் உளமார்ந்த நன்றியை வெளிப்படுத்திக்கொள்கிறேன்.

தூத்துக்குடி **சிவம்**
30 ஜூன் 2001.

சுருக்கக் குறியீடுகள்

M.P.J.A.   Madurai Province Jesuit Archieves
V.P.R.   Vadakkankulam Parish Records
T.N.A.   Tamil Nadu Archieves
T.C.R.   Tirunelveli Collectrate Records
வ.பூ.ச.   வடக்கன்குளம் பூர்வீக சரித்திரம்
பி.இ.   பின் இணைப்பு

கிறித்தவமும் சாதியும்
வடக்கன்குளம் பிரிவினைச் சுவரிடிப்புப் போராட்டம்

வரைபடம் 1

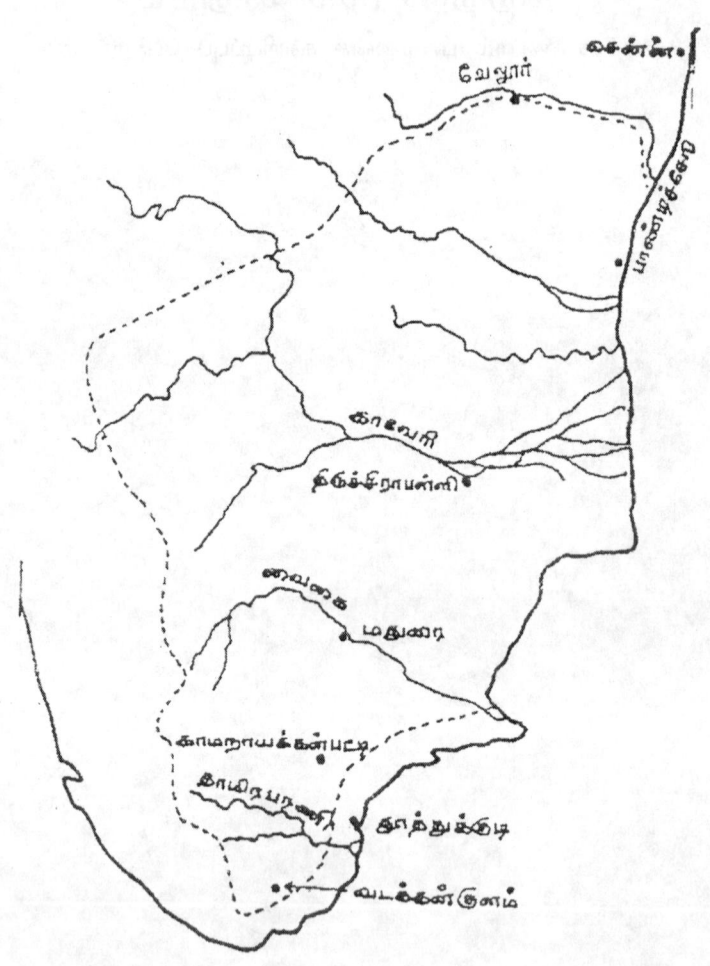

மதுரை மறைத் தளம்

வடக்கன் குளம்

சுழலாடும் முகில் பொழிந்து சூழ்ந்த நீர் நிலம் பெருக
நிழலாடும் பலமரங்கள் நிறைந்து நிலம் பரவி நிற்க
பழமாடுங் கிளை நிறைய பறவைகளும் பறந்துவர
வளமாரும் வனமதுவே வடவைமா நகர் முன்னாளில்

– வடக்கன் குளம் பூர்வீகக் கும்மி

திருநெல்வேலி சந்திப்பிலிருந்து தெற்கு நோக்கி கன்னியாகுமரி செல்லும் தேசிய நெடுஞ்சாலையில், 60 கி.மீ. பயணம் செய்தால் 'காவல்கிணறு விலக்கு' என்ற நிறுத்தத்தை அடையலாம். மேற்குத் தொடர்ச்சி மலையின் அடிவாரத்தில் அமைந்துள்ள இந்நிறுத்தத்திலிருந்து கிழக்கே 5 கி.மீ. தொலைவில் வடக்கன்குளம் கிராமம் அமைந்துள்ளது. திருநெல்வேலி மாவட்டத்தின் தென்மேற்கு மூலையில் அமைந்துள்ள இக்கிராமத்தின் வடதிசையில் 'அனுமான் நதி' என்ற ஆறு மேற்கிலிருந்து கிழக்காக ஓடிப் பின்னர் வடக்கிலிருந்து தெற்காக வளைந்து செல்கிறது[1]. இதனால் வடக்கன்குளத்திற்கு வடக்கிலும் கிழக்கிலும் அனுமான் நதி எல்லையாக அமைந்துள்ளது. இவ்வாற்று நீரால் பயன்பெறும் ஒரு பாசனக் குளம் தென்திசையில் உள்ளது. கிட்டத்தட்ட 22 கி.மீ. தொலைவிலுள்ள கன்னியாகுமரிக்குச் செல்லும் சாலையொன்றும் தென்திசையில் உள்ளது.

வடக்கன்குளம் கிராமத்தைச் சேர்ந்த கி.மு.ம. மரிய அந்தோணி நாடார் எழுதிய நேரிசை வெண்பாவொன்று, வடக்கன்குளத்தின் எல்லையை இவ்வாறு குறிப்பிடுகிறது.

நதிகிழக்குத் தெற்குக் குமரியீ ரேழு;
பொதிகையா ரல்பொத்தை* மேற்கே – அதுவாறு;
நெல்லைப்பா லம்** வடக்கு நாற்பது மைல்தூரம்
நல்வடவை எல்லையென நாட்டு

பெயர்க்காரணம்

ஆறு, குளம் போன்ற நீர் நிலைகளின் அடிப்படையில் தமிழகத்தின் ஊர்ப் பெயர்கள் பல அமைந்துள்ளன. சான்றாக, தூத்துக்குடி மாவட்டத்திலுள்ள வைப்பாறு, வேம்பாறு, குளத்தூர், குதிரைக்குளம் என்ற ஊர்களின் பெயர்களைக் குறிப்பிடலாம்.

வடக்கன்குளத்திற்குச் சுற்றுப் பகுதியிலும் கள்ளிகுளம், கூடன் குளம், ஆவரைக்குளம், கீழ்க்குளம், டணக்கர்குளம், தண்டையார் குளம், வேப்பிலாங்குளம் எனக் குளத்தின் பெயரால் அமைந்த ஊர்கள் உள்ளன. நீர் நிலைகள் சில அவற்றின் அமைப்பின் அடிப்படையில் பெயர்பெற்று விளங்க, அப்பெயரால் அழைக்கப்படும் ஊர்களும் உள்ளன.

பழையாறு என்னும் ஆறு, நாகர்கோவிலில் வளைந்து செல்லும் பகுதியில் கோட்டம் (வளைவு) ஆறு 'கோட்டாறு' என்று பெயர் பெற்றுள்ளது.[2] மகேந்திர மலையில் உற்பத்தியாகும் தாமிரபரணி ஆறு மேட்டுப் பகுதியிலிருந்து சமவெளியை நோக்கி இறங்கும் (சாய்ந்து செல்லும்) பகுதியிலமைந்த ஊர், வாட்டம் (சாய்வு) ஆறு 'வாட்டாறு' என்றாகி 'திரு' என்ற அடைமொழி பெற்று 'திருவாட்டாறு' என்றழைக்கப்படுகிறது.[3]

இது போன்றே வடக்கன்குளத்திற்குத் தெற்கிலுள்ள பாசனக் குளத்தின் அமைப்பின் அடிப்படையில் 'வடக்கன்குளம்' என்ற பெயர் உருவாகியுள்ளது. இக்குளத்தின் வடபகுதி, உள் வளைந்து கூன் விழுந்திருப்பது போன்று காட்சியளிக்கிறது. வடபகுதியில் கூன் (வளைவு) உடைய குளம் வடக்குக் கூன் குளம் என்றழைக்கப்பட்டு காலப்போக்கில் வடக்கன்குளம் என்று பெயர் பெற்றுள்ளது.[4] (வரைபடம் 2) வடுகன்குளம் என்பதே வடக்கன்குளம் என்று மாற்றம் பெற்றதாகவும் கூறுவர். ஆயினும், முதலில் கூறிய கருத்தே பொருத்தமாக உள்ளது.

---

* பொத்தை – சிறு குன்று

** நெல்லைப்பாலம் – திருநெல்வேலி சந்திப்பு

வரைபடம் 2

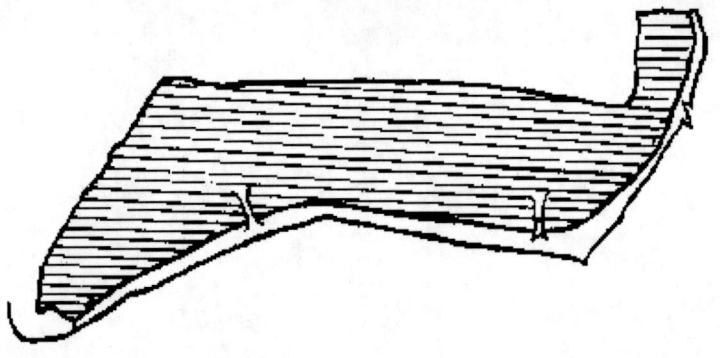

வடக்கன்குளம் பாசனக்குளத்தின் அமைப்பு

நன்றி: இரா. சங்கரசுப்பிரமணியன்

ஊர் உருவான வரலாறு

புதர்களும் குழிகளும் மரங்களும் மிகுந்த ஒரு காட்டுப் பகுதியாக வடக்கன்குளம் தொடக்கத்திலிருந்ததென்று 1876 ஆம் ஆண்டில் எழுதப்பட்ட குறிப்பொன்று குறிப்பிடுகின்றது (M.P.J.A.4). இவ்வாறு காட்டுப் பகுதியாக இருந்த இப்பகுதியில் சாந்தாயி என்ற நாடார் சாதிப் பெண்ணும் அவளது கணவரான ஞானமுத்து நாடாரும் 1680ஆம் ஆண்டில் அணைக்கரைப் பகுதியிலுள்ள தோப்புவிளை என்ற ஊரிலிருந்து இங்குக் குடியேறினர்[5]. கத்தோலிக்கச் சமயத்தைத் தழுவியிருந்த இக்குடும்பம், தற்போது கத்தோலிக்க ஆலயம் இருக்கும் பகுதியில், குடியிருப்புக்கான குடிசை ஒன்றை அமைத்தது. அத்துடன் குடிசைக்கு எதிரில் தொழுகை நடத்த குருசடி* ஒன்றினையும் கட்டியது. ஊருக்குத் தென்பகுதியில் காட்டுப் பகுதியைச் சிறிது அழித்து இக்குடும்பத்தினர் வேளாண்மை செய்து வந்தனர்

ஒருநாள் சாந்தாயி தனது தோட்டத்தில் பருத்தி எடுத்துக் கொண்டிருக்கும்போது, கத்தோலிக்கத் துறவி ஒருவர் குதிரையிலமர்ந்து அவ்வழியாகப் பயணம் செய்வதைக் கண்டாள். உடனே அவரருகில் விரைந்து சென்று அவரை வணங்கினாள். புதர்களும், குழிகளும் நிரம்பிய காட்டுப் பகுதியில் பெண்ணொருத்தி தன்னை வணங்கியது கண்டு வியப்படைந்த துறவி அவள் யாரென்று வினவினார். அவளும், குடிசையும் குருசடியும் அப்பகுதியில்

---

* சிலுவை அடையாளமிட்ட சொற்களுக்கு 'கலைச் சொல் விளக்கம்' (பக்கம் 116–124) பகுதியைப் பார்க்க.

வரைபடம் 3

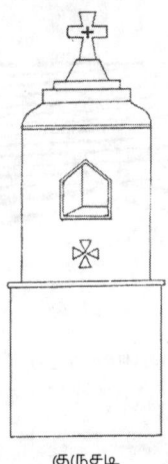

குருசடி

அமைந்துள்ளதாகக்கூறியதுடன், அவையிரண்டையும் ஆசீர்வதிக்க வரும்படியும் வேண்டினாள். அத்துறவியும் அதற்கிணங்கி, குடிசை, குருசடி இரண்டினையும் ஆசீர்வதித்ததுடன், வழிபாட்டுக் கூடமொன்றைக் கட்டித் தருவதாகவும் வாக்களித்துச் சென்றார். பின்னாளில் புனிதர்+ என்ற பட்டம் பெற்ற ஜான் – டி – பிரிட்டோ என்பவரே இத்துறவியாவார் (M.P.J.A.4).

துறவி பிரிட்டோ, தாம் வாக்களித்தபடியே 1685இல் வழிபாட்டுக் கூடம் ஒன்றை விரைவில் கட்டிக் கொடுத்தார் (M.P.J.A.1,3). இதனையடுத்து சாந்தாயி மேற்கொண்ட முயற்சிகளின் விளைவாக புதிதாகச் சிலர் கத்தோலிக்கர்களாகி அப்பகுதியில் குடியேறினர். இதன் விளைவாக, காடாகக் கிடந்த இடம் சிறு கிராமமாக மாறத் தொடங்கியது.

இவ்வாறு குடியேறியவர்கள் நாடார் சாதியைச் சார்ந்தவர்களாக அமைந்ததால் வடக்கன்குளம் கிராமத்தில் பூர்வீகக் குடிகளாக நாடார் சாதியினரே அமைந்தனர். நாடார்களின் குடியேற்றம் நிகழ்ந்து கிட்டத்தட்ட 60 ஆண்டுகள் கழித்து, பாளையங்கோட்டை நகரத்துக்குக் கிழக்கேயுள்ள விட்டிலாபுரம் என்ற கிராமத்தைச் சார்ந்த சிவகுருநாத பிள்ளை என்பவரின் மகனான சிதம்பரம்பிள்ளை *(1685–1757)* என்ற பூசாரி குழந்தைப் பேறு வேண்டி தமது மனைவி ஆனந்தவல்லி *(1688–1760)* என்பவருடன் கன்னியாகுமரிக்குக் கடலாடப் புறப்பட்டார். செல்லும் வழியில் வடக்கன்குளம் ஊருக்கு வெளியே ஓய்வுக்காகத் தங்கினர். தன் வழிபாட்டிற்காக தண்ணீரைத் தேடி

சிதம்பரம்பிள்ளை வடக்கன்குளம் ஊருக்குள் வந்தார். அப்போது திருக்குடும்ப ஆலயத்தில் திருப்பலி நிகழ்ந்துகொண்டிருந்தது. பூசை மணியின் ஓசையைக் கேட்டு கோவிலிருக்கும் பகுதிக்குச் சென்று சிதம்பரம்பிள்ளை பூசையைக் கவனித்தார். திருப்பலி முடிந்தவுடன் பரஞ்சோதி நாதர் சுவாமி (Fr.John Baptist Buttari 1741-1751) என்ற பங்குக் குரு[+]வைச் சந்தித்தார். பங்குக்குருவின் போதனையால் ஈர்க்கப்பட்ட கார்காத்த வேளாளச் சாதியைச் சேர்ந்த சிதம்பரம் பிள்ளை பரஞ்சோதி நாதரின் கையினாலேயே திருமுழுக்குப்பெற்று ஞானப்பிரகாசம் என்ற கத்தோலிக்கப் பெயரைப் பெற்றார். இவரது மனைவி ஆனந்தாயி என்று பெயர் பெற்றார். இந்நிகழ்ச்சி 1743இல் நிகழ்ந்ததாக அற்புதம் என்ற சேசுசபைத் துறவி குறிப்பிடுகிறார். தேவாலய உபதேசி[+]யாராக அவரை நியமித்ததுடன் அவருக்கு இருப்பிடத்தையும் பங்குக்குரு வழங்கினார். இவ்வாறு வடக்கன் குளத்தில் முதல் வெள்ளாளர் குடியேற்றம் நடந்தது (M.P.J.A.7).

தற்போதைய நிலை

1950ஆம் ஆண்டில் வடக்கன்குளம் ஓர் ஊராட்சி மன்றமாக உருப்பெற்றது. 1981ஆம் ஆண்டு மக்கள் தொகைக் கணக்கெடுப்பின்படி வடக்கன்குளம் ஊராட்சியின் மக்கள் தொகை 6769 ஆகும். புதியம் புத்தூர், மாட நாடார் குடியிருப்பு, கிருஷ்ணாபுரம், கீழைக்குளம் ஆகிய குக்கிராமங்களை உள்ளடக்கிய வடக்கன்குளம் ஊராட்சியின் பரப்பளவு 1910 ஹெக்டர் 38 ஏர் ஆகும். ஆங்கில ஆட்சியின் போது நில வருவாய்த் துறையின் நிர்வாகப் பிரிவில் பெருங்குடி என்னும் கிராமத்தில் அடங்கியுள்ள சிற்றூராக இவ்வூர் குறிக்கப் பட்டுள்ளது (TCR.1911). தற்போதும் திருநெல்வேலி மாவட்டத்தின் இராதாபுரம் வட்டத்திலுள்ள பெருங்குடி கிராமத்திற்குள் அடங்கிய ஊராகவே நிலவருவாய்த் துறையின் பதிவேடுகளில் வடக்கன்குளம் இடம் பெற்றுள்ளது. பெருங்குடி என்பது வடக்கன் குளத்திற்கு வடக்கே அனுமான் ஆற்றின் வடகரையிலுள்ள கிராமமாகும். ஒரு காலத்தில் பிராமணர்களின் ஆதிக்கத்தில் பெருங்குடியும் அதைச் சுற்றியுள்ள கிராமங்களும் இருந்தன. கி.பி. 1899இல் வெளியான பழைய நூலொன்றில் (பி.இ. 17) அவ்வளவு முக்கியத்துவம் இல்லாத ஊராக வடக்கன்குளம் தொடக்கத்தில் இருந்தமை இவ்வாறு குறிப்பிடப்பட்டுள்ளது.

> "அந்தக் காலத்தில் வடக்கன்குளம் என்ற ஊர் சுற்றுப்பட்டிகளிலும் வேதக்கார*ருக்கும் மாத்திரம் தெரிந்த ஊராயிருந்ததன்றி மற்ற இடங்களிலும்

---

* வேதக்காரர் – கிறிஸ்தவர்

சர்க்கார் எழுத்துக் குத்துகளிலும் பெருங்குடி என்ற பேர் தெரியுமே அன்றி வடக்கன்குளமென்றால் தெரியாது. வடக்கன்குளத்துக்காரர் அன்னிய இடத்துக்குப் போயிருக்கும்பொழுது தங்கள் ஊர் பெருங்குடி என்று சொல்வார்களேயல்லாமல் வடக்கன்குளமென்று சொல்லமாட்டார்கள். சொன்னால் தெரியாது."

ஆனால் தற்போது நிலைமை தலைகீழாக மாறியுள்ளது. வடக்கன்குளம் அருகிலுள்ள ஊரென்றுதான் பெருங்குடியைக் குறிப்பிட வேண்டும்.[6]

வடக்கன்குளமும் கத்தோலிக்கமும்

வடக்கன்குளத்தின் தொடக்க காலக்குடியேற்றம், கத்தோலிக்கர்களால் நிகழ்ந்ததாலோ என்னவோ கத்தோலிக்கத் திருச்சபையின் முக்கியத்தளமாக இன்றுவரை வடக்கன்குளம் விளங்குகிறது. அரசின் நிர்வாக அடிப்படையில் நெல்லை மாவட்டத்திலிருந்தாலும் கத்தோலிக்கத் திருச்சபையின் நிர்வாக அமைப்பில் தூத்துக்குடி கத்தோலிக்க மறை மாவட்டத்தில்[+] அடங்கிய ஒரு மறைவட்டமாக[+] வடக்கன்குளம் இடம் பெற்றுள்ளது.

பல்வேறு கத்தோலிக்க ஆலயங்களுடன், கத்தோலிக்கச் சமய நிறுவனங்கள், பள்ளிகள், அறப்பணி நிலையங்கள் இங்கு இடம் பெற்றுள்ளதன் காரணமாகச் 'சின்ன உரோமாபுரி' என்று கத்தோலிக்கத் துறவிகளால் இவ்வூர் குறிப்பிடப்படும்.[7] ஆண்டுதோறும் ஆகஸ்டு பதினைந்தாம் நாள் இங்கு நிகழும் பரலோக மாதா திருவிழாவைக் காண பல்லாயிரக்கணக்கான மக்கள் திரள்வது வழக்கமாக உள்ளது.

நாயர் சாதியைச் சேர்ந்தவரும், திருவாங்கூர் மன்னரின் படையில் அதிகாரியாகப் பணிபுரிந்து வந்தவருமாகிய நீலகண்டன் என்ற நீலப்பிள்ளை கத்தோலிக்கச் சமயத்தை அதிகாரப் பூர்வமாகத் தழுவிய இடம் வடக்கன்குளமேயாகும். இங்குள்ள திருக்குடும்ப ஆலயத்தில் 14 மே 1745இல் இவருக்குத் திருமுழுக்கு வழங்கப்பட்டது. லாசர் என்ற தேவசகாயம் பிள்ளை என்பது இவருக்கு வழங்கப்பட்டக் கத்தோலிக்கப் பெயராகும். வடக்கன்குளத்தில் குடியேறிய முதல் வெள்ளாளரான ஞானப்பிரகாசம் (சிதம்பரம் பிள்ளை) இவருக்கு ஞானத் தகப்பனாக அமைந்தார். கிறிஸ்தவர்களுக்கு எதிரான அடக்கு முறையை, திருவிதாங்கூர் மன்னர் ஏவியபோது தேவசகாயம் கைது செய்யப்பட்டார். மூன்று ஆண்டுகள் சித்திரவதைக்கு ஆளாகி இறுதியில் ஆரல்வாய்மொழி அருகிலுள்ள காற்றாடி

ஆ. சிவசுப்பிரமணியன்

மலையில் 14 ஜனவரி 1752இல் சுட்டுக் கொல்லப்பட்டார். இவரை வேத சாட்சியாக+ ஏற்றுக் கத்தோலிக்கத் திருச்சபை கௌரவப்படுத்தியது. இவரது தலைப்பாகையும் அங்கவஸ்திரமும், இவரெழுதிய ஓலைச் சுவடி ஒன்றும் வடக்கன்குளம் திருக்குடும்ப ஆலயத்தில் இன்றும் பாதுகாக்கப்பட்டு வருகின்றன. கத்தோலிக்க மறையைத் தழுவிய இவரது மனைவியான ஞானப்பூ அம்மாளும் உயிருக்குப் பயந்து பதினான்கு வருடங்களுக்கு மேலாக வடக்கன்குளத்திலேயே வாழ்ந்து மடிந்து போனார். இவரது கல்லறை வடக்கன்குளத்தில் உள்ளது. இவ்வாறு கத்தோலிக்கத்தின் செல்வாக்கு மிகுந்துள்ள வடக்கன் குளம், நீண்ட காலமாகச் சாதியப் பூசலின் இருப்பிடமாக விளங்கியது. இதன் காரணமாகப் பிரச்சனைக்குரிய ஊராக அரசு அதிகாரிகளாலும், கத்தோலிக்கச் சமயக் குருக்களாலும் கருதப்பட்டது. சாதியப் பூசலின் மையமாக இங்குள்ள புராதனமான திருக்குடும்ப ஆலயம் அமைந்தது.

திருக்குடும்ப ஆலயம்

இது சிலுவை மாதிரிக் கோவில் கிழக்கே பார்த்தது.

கோவிலை இரண்டு பங்காய்ப் பிரித்து தென் வடலாய் அளி போட்டிருந்தது. முன் பங்கில் வெள்ளாளர், முதலிமார், இராசாக்கள்,

கம்மாளர் முதலிய சூத்திரரும் பின்பங்கில் கீழ்ச் சாதிக்காரரும் இருப்பார்கள். பின்பங்குத் தளம் தணிவாய், இருந்தது. (சவுரிராயன்: 1899:59)

கத்தோலிக்கத்தை இந்தியாவில் நிலை நிறுத்தும் முயற்சியில் ஈடுபட்டக் கத்தோலிக்கத் திருச்சபை தனது நிர்வாக வசதிக்காக மறை மாநிலம்+, மறைத்தளம்+ போன்ற சமய ஆட்சிப் பகுதிகளை உருவாக்கியது. கோவாவைத் தலைமையிடமாகக்

ஆ. சிவசுப்பிரமணியன்

கொண்டு இயங்கிய கோவா மறைமாநிலத்திற்கு உட்பட்டதாக முத்துக்குளித்துறை மறைத்தளம் 16ஆம் நூற்றாண்டில் தமிழகத்தில் உருவாக்கப்பட்டது. இன்றைய குமரி, நெல்லை, தூத்துக்குடி, இராமநாதபுரம் மாவட்டங்களின் கடற்கரைப் பகுதிகளை உள்ளடக்கியதாக இது அமைந்தது. பின்னர், கொச்சி நகரைத் தலைநகரமாகக் கொண்டியங்கிய மலபார் மறை மாநிலத்துடன் இது இணைக்கப்பட்டது.

வரைபடம் 4

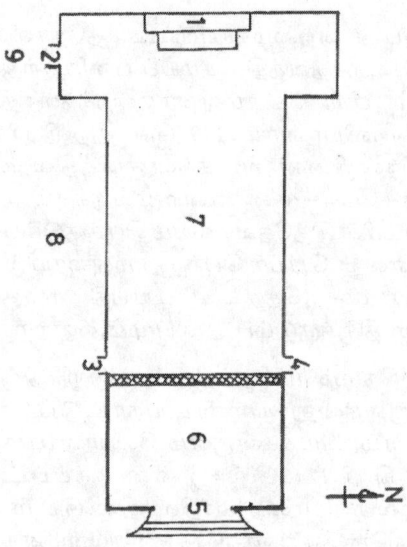

சிலுவை வடிவக் கோயில்

1. பலிபீடம்
2. குரு மற்றும் கன்னியாஸ்திரிகள்+ நுழையும் வாயில்
3, 4. வேளாளர்களுக்கான நுழைவாயில்
5. நாடார்களுக்கான நுழைவாயில்
6. நாடார்கள் வழிபடும் இடம் (சற்றுப் பள்ளமானது)
7. வேளாளர், பரதவர் வழிபடும் இடம்
8. கிணறு
9. பங்குக்குருவின் இருப்பிடம்
xxxxxx இரு வழிபாட்டுக் கூடங்களையும் பிரிக்கும் கம்பி அளி

1606ஆம் ஆண்டில் மதுரை மறைத்தளத்தை டி. நொபிலி (தத்துவ போதகர்) உருவாக்கினார். இது மதுரையைத் தலைநகராகக் கொண்டு இயங்கியது. தற்போதைய மாவட்டப் பிரிவினைகளுக்கு முன்னிருந்த மதுரை, திருச்சி, தஞ்சை ஆகிய மாவட்டங்களும், திருநெல்வேலி, இராமநாதபுரம் மாவட்டங்களின் உள்நாட்டுப் பகுதிகளும் (கடற்கரைப் பகுதிகள் நீங்கலாக) இம் மறைத்தளத்தில் அடங்கின. பின்னர் முத்துக் குளித்துறை மறைத்தளத்தின் பகுதிகளும் இதனுடன் இணைக்கப்பட்டன. கன்னியாகுமரியி லிருந்து வேலூர் வரை உள்ள பகுதிகளில் வாழ்ந்த கத்தோலிக்கர்கள், மதுரை மறைத்தளத்தின் கண்காணிப்பில் இருந்தனர் (வரைபடம் 1).

சேசு சபை⁺ என்றழைக்கப்பட்ட கத்தோலிக்கத் துறவியர் சபை மதுரை மறைத்தளத்தில் சமயப் பணியாற்றியது. சாந்தாயி சந்தித்த ஜான் டி. பிரிட்டோ மதுரை மறைத்தளத்தில் பணிபுரிந்த சேசுசபைத் துறவியாவார். 1685இல் துறவி பிரிட்டோ சிறு தேவாலயம் ஒன்றினை வடக்கன்குளத்தில் கட்டியதுடன், அதனைச் சேசு – மேரி – சூசை என்ற மூவருக்கும் அர்ப்பணித்தார். இதனடிப்படையில் இத்தேவா லயம் திருக்குடும்ப ஆலயம்⁺ (Holy Family Church) என்று பெயர் பெற்றது. மதுரையில் வாழ்ந்த சேசு சபையினர் மதுரைக்குத் தெற்கேகட்டிய பதினான்கு ஆலயங்களுள் வடக்கன்குளம் திருக்குடும்ப ஆலயமும் ஒன்றாகும் (M.P.J.A.4).

1713இல் நேமம் மறைத்தளம் ஒன்று திருவிதாங்கூர்ப் பகுதியில் உருவானது. பாண்டியநாட்டுப் பகுதியிலிருந்த அடைக்கலாபுரம், வடக்கன்குளம் தேவாலயங்கள் இம்மறைத் தளத்துடன் கி.பி.1713இல் இணைக்கப்பட்டன. இதன் விளைவாக மலபார் மறை மாநிலத்தில் இடம் பெற்ற நேமம் மறைத்தளத்தைநிர்வகித்து வந்தசேசுசபையினரின் கண்காணிப்பில் திருக்குடும்ப ஆலயம் சென்றது. கி.பி. 1773இல் பதினாலாம் கிளமண்ட் என்ற போப்⁺, சேசு சபைக்கு வழங்கப்பட்டிருந்த அனுமதியை ரத்து செய்து அதன் செயல்பாடுகளைத் தடை செய்தார். எனவே, சேசு சபைக் குருக்கள் தாம் பணியாற்றி வந்த பகுதியிலிருந்து வெளியேற வேண்டிய நிர்ப்பந்தம் ஏற்பட்டது. இதனால் திருக்குடும்ப ஆலயமானது கொடுங்களூர் பேராயரின் ஆளுகைக்குட்பட்ட மலபார் குருக்களால் 1775இலிருந்து 1830வரை நிர்வகிக்கப்பட்டது. 1830க்குப் பின் புதுச்சேரியைத் தலைமையிடமாகக் கொண்டியங்கிய பாரிஸ் அந்நிய வேத போதகச் சபையின் குருக்கள் இவ்வாலயத்தை நிர்வகித்தனர்.

1836ஆம் ஆண்டு டிசம்பர் 23இல், மதுரை மறைத்தளமானது மலபார் மறை மாநிலத்திலிருந்து பிரிக்கப்பட்டு அப்போஸ்தலிக் விகாரேட்⁺ என்ற நிலைக்கு உயர்த்தப்பட்டிருந்தது. கி.பி.

1834இல் ஏழாவது பயஸ் என்ற போப்பாண்டவர், சேசு சபை மீண்டும் செயல்பட அனுமதி வழங்கினார். போப் பயஸின் ஆணையை அடுத்து 1837 அக்டோபர் 24இல், பிரான்சின் துலோஸ் மாநிலத்தைச் சேர்ந்த சேசு சபையினர் புதுச்சேரி வந்தடைந்தனர். பின்னர் அங்கிருந்து திருச்சி சென்று மதுரை மறைத்தளத்தை மீண்டும் உருவாக்கினர். இதற்கு 'புதிய மதுரை மறைத்தளம்' (New Madura Machine) என்ற பெயரைச் சூட்டினர். மதுரையை விடக் கத்தோலிக்கர்களின் எண்ணிக்கை அதிகமென்பதாலும், தமிழ்நாட்டின் வட பகுதியில் செயல்பட வாய்ப்பாக இருக்குமென்பதாலும் திருச்சிராப்பள்ளி இதன் தலைமையிடமாகத் தேர்ந்தெடுக்கப்பட்டது.

1838இல் திருக்குடும்ப ஆலயமானது புதிய மதுரை மறைத்தளத்துடன் இணைக்கப்பட்டு மீண்டும் சேசு சபையினரின் பராமரிப்பில் வந்தது.

1886இல் திருச்சிராப்பள்ளி தனி மறைமாவட்டமாக உயர்த்தப்பட்டது. திருக்குடும்ப ஆலயமும் தொடர்ந்து திருச்சி மறைமாவட்டத்தின் ஆட்சியின் கீழ் இருந்தது. 1923ஆம் ஆண்டில் தூத்துக்குடி மறைமாவட்டம் புதிதாக உருவானதும், திருக்குடும்ப ஆலயம் திருச்சிராப்பள்ளி மறைமாவட்டத்திலிருந்து தூத்துக்குடி மறைமாவட்டத்தின் ஆளுகையில் வந்தது.

இத்தகைய தொன்மையான வரலாற்றினை உடைய வடக்கன்குளம் திருக்குடும்ப ஆலயமானது நீண்டகாலமாகவே பிரச்சனைக்குரிய இடமாகத் திகழ்ந்தது. "மாவட்டம் மற்றும் மறைத்தளத்தின் நிர்வாகத்துக்கு ஒரு முள்ளாக வடக்கன்குளம் விளங்கியது" என்று கௌசானல் குறிப்பிடுவார் (M.P.J.A.4:42). கௌசானல் இவ்வாறு குறிப்பிட்டதற்குக் காரணம், இத்தேவாலயத்தில் நிலவிய சாதி ஆதிக்கமும் அதன் விளைவாக ஏற்பட்ட பூசல்களும் வழக்குகளும் தான்.

இப்பூசல்களையும் வழக்குகளையும், இவை முற்றுப்பெற்ற முறையினையும் சமூக வளர்ச்சிப் போக்குடன் இணைத்து ஆராய்வதே இச்சிறு நூலின் நோக்கமாகும். இவ்வாய்வின் முதற்படியாக வடக்கன் குளத்தில் இடம் பெற்றிருந்த சாதிமுறை குறித்துத் தெரிந்துகொள்வது அவசியம்.

வடக்கன்குளத்தின் சாதியமைப்பு

தமிழகத்தின் பிற பகுதிகளைப் போலவே வடக்கன் குளத்திலும் சாதி அமைப்பானது, உயர் சாதி, பின் தங்கிய சாதி, தீண்டத்தகாத சாதி – என்ற மூன்று அடுக்குகளைக் கொண்டிருந்தது. இதில் உயர் சாதியினராக, பிள்ளை – முதலியார்

சாதியினரும், கம்மாளர் (தச்சர், கொல்லர், பொற்கொல்லர்), உவச்சர் (மேளம் – குழல் வாத்தியங்களை வாசிப்பவர்), பரதவர் (மீனவர்) போன்ற பின் தங்கிய சாதியினரும், கத்தோலிக்கர்களாக வடக்கன்குளத்தில் இருந்தனர். இச்சாதியினருக்கிடையில் மண உறவு இல்லாவிடினும், தொடும் சாதி என்ற பெயரில் ஒருவருக்கொருவர் கலந்து பழகிக்கொள்வர். நாடார், பள்ளர் என்ற சாதியினர் தீண்டத்தகாத சாதியினராக அன்று கருதப்பட்டனர். இதன் காரணமாக மேற்கூறிய தொடும் சாதியினர் இவர்களுடன் கலந்து பழகுவது கிடையாது. நாடார், பள்ளர் என்ற இவ்விரு சாதியினரும் வடக்கன்குளத்தில் கத்தோலிக்க சமயத்தை மேற்கொண்டிருந்தனர். இச்சாதியினரில், வடக்கன் குளத்திலும் அதன் சுற்றுப் பகுதியிலும் அதிக எண்ணிக்கையில் வாழ்ந்தவர்கள் நாடார் சாதியினரே ஆவார்.

இத்தகைய மூன்று வகையான சாதியினரில் முதலில் குறிப்பிட்ட முதலியார் – பிள்ளை என்ற இரு சாதியினரும் வெள்ளாளர் என்ற பொதுப் பெயராலும் அழைக்கப்படுவர். இவர்களுக்கும் நாடார் சாதியினருக்கும் இடையே ஏற்பட்ட பிணக்கே வடக்கன்குளம் ஒர முள்ளாகக் காட்சியளித்ததற்குக் காரணமாகும். இப்பிணக்கின் வரலாறு கிட்டத்தட்ட 1749இல் இருந்தே தொடர்கிறது எனலாம்.

சிலுவை வடிவக் கோவில்

வடக்கன்குளத்தில் வாழும் கத்தோலிக்கர்களின் எண்ணிக்கை மிகுந்ததன் காரணமாகத் துறவி பிரிட்டோ கட்டிய ஆலயம் வழிபாட்டுக்குப் போதுமானதாக இல்லை. அதன் காரணமாகப் புதிதாக ஆலயம் ஒன்றைக் கட்ட வேண்டிய அவசியம் நேரிட்டது. பரஞ்சோதி நாதசுவாமி என்ற பங்குக் குரு புதிய ஆலயத்திற்கு 1749இல் கால்கோள் விழா செய்தார். அவரையடுத்து வந்த மதுரேந்திர சுவாமி 1752இல் கோவிலைக் கட்டி முடித்தார்[8] (M.P.J.A.1,3). இக்கோவிலின் அமைப்பு – வழிபாட்டுமுறைகள் குறித்த சில செய்திகளை 1899இல் வெளியான நூலொன்று நமக்குத் தருகிறது. ஒலைச் சுவடிகளில் எழுதப்பட்ட செய்திகளைத் தொகுத்து சவரிராயன் (1899 : 59–62) என்பவர் எழுதிய நூலில் இப்புதிய ஆலயம் குறித்து இவ்வாறு குறிப்பிடப்பட்டுள்ளது.

> "...இது சிலுவை மாதிரிக் கோவில், கிழக்கே பார்த்தது. கோவிலை இரண்டு பங்காய்ப் பிரித்துத் தென்வடலாய் அளி* போட்டிருந்தது. முன் பங்கில் வெள்ளாளர், முதலிமார், ராசாக்கள், கம்மாளர் முதலிய சூத்திரரும்

* கிராதி

பின் பங்கில் கீழ் சாதிக்காரருமிருப்பார்கள். பின் பங்குத் தளம் தணி வாயிருந்தது.

கோவில் பீடத்தில் வேலை செய்கிறதும், பூசையில் உதவி மந்திரங்கள் சொல்லுகிறதும், பாட்டுக்கள் படிக்கிறதும், தீபம் ஏற்றுகிறதும், மற்றும் கோவிலுக்குள் செய்யக்கூடிய கைங்கரியங்கள், சிறப்புகள், சகலமும், தேர்த் திருநாள் சப்பரம் எழுந்தேற்றம் சகலமும் பிள்ளைமார் முதலிமாருக்கு மாத்திரமே உரித்தது. அதாவது, இந்துக்கள் ஆலயத்தில் சுவாமி கைங்கரியங்கள் பிராமணர், ஓதுவார்களுக்கு மாத்திரம் பாத்தியப்பட்டது போலவே, இங்கேயும் பிள்ளைமார் முதலிமார்களுக்கு மட்டும் பாத்தியமுடையதாக வைத்துக்கொண்டார்கள்.

காலைப் பூசையில், அந்திப் பிரார்த்தனையில், படிக்கிற தேவாரப் பதிகங்கள், பதங்கள், கீர்த்தனைகள் மற்றும் தமிழ் ஸ்தோத்திரங்கள் மேல் சாதிக்காரர் மாத்திரமே படிக்கலாம்."

". . . கீழ்ச்சாதிக்காரர் மேல் சாதிக்காரரைத் தாண்டி, அல்த்தார் கிராதிக் கிட்ட வரக்கூடாததினால், சுவாமியார் அவர்களிருக் கிற இடத்து அளிக்கு முன்போய் அவர்களுக்கு நன்மை கொடுப்பார். சாணார் இருக்கிற இடத்தில் ஒரு தீர்த்தக்கல் தொட்டியும் இருக்கும். கர்த்தர் பிறந்த திருநாளில் குழந்தை இயேசுநாதர் சுரூபத்துக்கு* வெள்ளாளர் முதலிமார் காணிக்கை வைத்துத் தொட்டு முத்தி செய்த** பின்பு சாணாரும் அப்படிச் செய்யும்படியாக அவர்களிடத்துக்கு ஷை சுரூபம் கிட்டக்கொண்டுபோய் வைக்கப்படும். பாடுபட்ட திருநாளன்றும் பாடுபட்ட சுரூபத்தை முத்தி செய்வதற்கு அதுவே மாதிரியான ஏற்பாடு செய்திருக்கும்."

சவரிராயன் எழுதியுள்ள இச் செய்திகளை ஒரு வரலாற்றுச் சான்றாக ஏற்றுக் கொள்ளலாமா என்ற ஐயம் நமக்குத் தோன்றலாம். பெஸ் (Besse) என்ற பிரெஞ்சு நாட்டு சேசு சபைத் துறவி, தாம் எழுதியுள்ள மதுரை மறைத்தளம் வரலாற்றிலும் (La Mission De Madure) ஆலயத்தின் முன்பகுதியில் வெள்ளாளரும், பின்பகுதியில் சற்றுத் தாழ்வான இடத்தில் நாடார்களும் அமர்ந்ததைக் குறிப்பிட்டுள்ளார்.

---

* சுரூபம் – உருவம்

** முத்தி செய்தல் – முத்தமிடுதல்

மேலும் வடக்கன்குளம் வெள்ளாளர் 1910இல் தொடர்ந்த வழக்குத் தொடர்பாகத் திருநெல்வேலி துணை நீதிமன்றத்தில் அளித்த மனுவிலும் இக்கோவிலில் இருந்த சாதி வேற்றுமை பின்வருமாறு குறிப்பிடப்பட்டுள்ளது.

> "1753ம் ஷு முதற்கொண்டே ஷை இரண்டு வகுப்பினர்களும் ஒருவருக்கொருவர் சம்மந்தமன்றி பிரத்தியோகமான ஸ்தலங்களிலிருந்து கொண்டு தொழுகையும் ஜெபமும் நடத்திவர வேண்டியதென்ற ஏற்பாட்டின் பேரில் ஷை தொழுகையும் ஜெபமும் நடத்தி அனுஸ்டானஞ் செய்து வருகிறார்கள். அவ்விதம் ஒருவருக்கொருவர் சம்மந்தமன்னியிலும், வரம்பு கடக்காமலும் தொழுகையும், ஜெபமும் நடத்திக்கொள்ள வேண்டிய வகைக்காக, ஆதியில் நிர்மாணமாயிருந்த ஆலயத்தில் மேல் வகுப்பினர்களாகிய வாதிகள் வகையறா பிள்ளைமார் முதலிமார்களுக்கு மூலஸ்தானத்துக்கு (Altar) அடுத்தாப்போல ஜாகையும், அதற்கடுத்தாப்போல் கீழ் வகுப்பினர்களாகிய 3 முதல் பிரதிவாதிகள் வகையறா நாடாக்கமார்களுக்குப் பள்ளமான ஜாகையும் அமைக்கப்பட்டிருந்தன. ஷை இரண்டு ஜாகைக்கு மத்தியில் இரண்டு வகுப்பினர்களும் தொந்தமன்னியிருக்கும் பொருட்டு அழிப்பாச்சியிருந்தது."

'இதே வழக்குத் தொடர்பாக 1912இல் சாட்சியம் அளித்த சூசை மரியான் பிள்ளை என்பவரும் சிலுவை வடிவக் கோவிலில் முன் பகுதியில் வெள்ளாளர்களும், தணிவான பின் பகுதியில் நாடார்களும் அமர்ந்ததையும், இருவருக்கிடையில் அளி போடப்பட்டிருந்ததையும் குறிப்பிட்டுள்ளார் (பி.இ.9)

சவரிராயன் கூறும் மேற்கூறிய செய்திகளுடன் இச்சான்றுகளும் ஒத்து வருவதனடிப்படையில் சவுரிராய பிள்ளை வம்ச வரலாற்றில் இடம்பெற்றுள்ள மேற்கூறிய செய்திகளை வரலாற்றுச் சான்றுகளாக ஏற்றுக்கொள்ளலாம்.

இச்சிலுவை வடிவிலான திருக்குடும்ப ஆலயத்தில் திருநாட்களைக் கொண்டாடுவது குறித்து நாடார்களுக்கும் வெள்ளாளர்களுக்கு மிடையே 1824இல் பிணக்கு நிகழ்ந்தமையையும் துறவி பெஸ் (M.P.J.A.1) குறிப்பிடுகிறார். தேர் மற்றும் சப்பரங்களை வீதியில் உலாவரச் செய்யும் உரிமை முற்றிலும் தமக்குரியதென்று வெள்ளாளர் கூறினர். நாடார்கள் இதனை ஏற்றுக்கொள்ள மறுத்தனர். பின்னர் ஒருவாறு இப்பூசல் தவிர்க்கப்பட்டது.

ஊர்வலங்களில், விருதுகளையும் தீவட்டிகளையும் நாடார்கள் எடுத்து வருவதை வேளாளர் அனுமதித்தனர்.

காலப்போக்கில் கத்தோலிக்கர்களின் எண்ணிக்கை அதிகரித்ததன் விளைவாக ஆலயத்தில் இடநெருக்கடி தோன்றியது. மேலும் 1752இல் கட்டி முடிக்கப்பட்ட ஆலயம் பழுதடையத் தொடங்கியதால் புதிய ஆலயம் ஒன்றை உருவாக்குவது அவசியமாயிற்று.

☙

காற்சட்டை ஆலயம்

"முன்னேற்றம் நாகரீகத்தில் இருக்கிறது. பரந்த இந்தியாவின் கிழக்கு மூலையில் குன்றுகளின் அடிவாரத்தில் அமைந்திருக்கும் வடக்கன் குளம் மக்கள், வேகமாக வளர்ந்து கொண்டிருக்கும் உலகத்தை அறியாத நிலையிலிருப்பது போலிருக்கிறது."

— ஆயர் ஃபைசாந்தியர்

1847லிருந்து 1850 வரை பங்குக் குருவாக வெர்டியர் என்ற சேசு சபைத் துறவி இருந்தார். இவரது பணிக்காலத்தில் 22.12.1848இல் வெள்ளாளர், நாடார்களின் தூதுக்குழுவொன்று பாளையங் கோட்டை வந்திருந்த மதுரை மறைமாவட்டத்தின் ஆயரான+ கனோஸ் என்பவரைச் சந்தித்தது. அச்சந்திப்பின்போது இலத்தின் சிலுவை+ வடிவில் அமைந்த புதிய ஆலயமொன்றைக் கட்ட வேண்டு மென்ற வேண்டுகோளை முன்வைத்தனர். மேலும் அதன் உட்பகுதியில் இரட்டைக் கம்பியளி (கிராதி) அமைத்து இரு சாதியினரும் பிரிக்கப்பட்டிருக்க வேண்டுமென்றும் விரும்பினர் (M.P.J.A.1).

அப்போதுதான் திருவிதாங்கூர் மற்றும் மலபார் பகுதியிலிருந்து திரும்பி வந்திருந்த ஆயருக்கு இரட்டைவேலி இட வேண்டுமென்ற வேண்டுகோள் அதிர்ச்சியளித்தது. ஏனெனில் திருவிதாங்கூர் மலபார் பகுதியில் ஆலயத்தினுள் சாதி வேறுபாடின்றி வழிபடும் நிலை தோன்றி யிருந்தது. அந்த நிலையினை இங்கும் ஏற்படுத்த அவர் விரும்பினார். என்றாலும் நிலைமையை உத்தேசித்து சில சலுகைகளை வழங்க அவர்

ஆ. சிவசுப்பிரமணியன்

விரும்பினார். பிரிவினைச் சுவருக்கு மாறாக, ஒரு பிரிவினர் தளத்தை உயர்த்திக்கொள்ளலாம். அல்லது அமரும் இடத்தின் வேறுபாட்டைக் குறிப்பிடும் முறையில் பிரிவினைக்கோடு ஒன்றினை, தளத்தின்மீது வரையலாம் என்று அவர் குறிப்பிட்டார். ஆனால் பிரிவினைச்சுவர் வேண்டும் என்று வேளாளர்கள் உறுதியாக நின்றதால் ஆயர் தன் நிலையிலிருந்து இறங்க வேண்டிய பரிதாப நிலை ஏற்பட்டது (M.P.J.A.1).

1852 மார்ச் 31இல், பழைய ஆலயம் இடிக்கப்பட்டது. அதே ஆண்டு ஆகஸ்ட் 16ஆம் நாளன்று தற்காலிகமான முறையில் கட்டப்பட்ட புதிய ஆலயமொன்று ஆசிர்வதிக்கப்பட்டது⁹ (M.P.J.A.I). என்றாலும் நிரந்தரமான புதிய பெரிய ஆலயமொன்று கட்டி முடிக்கப்பட வேண்டியது அவசியமாயிருந்தது. தங்களுக்கும் நாடார்களுக்கும் தனித்தனி இடமொதுக்கப்பட்ட இலத்தின் சிலுவை வடிவ ஆலயமொன்று வேண்டுமென்று வெள்ளாளர்கள் உறுதியாக நின்றார்கள். வெள்ளாளர்கள் இருவர் ஆலயத்திற்குக் கொடுக்கவேண்டிய காணிக்கையைக் கொடுக்க மறுத்தனர். தேவாலய வரியினைக் கட்ட வேண்டாமென்று முடிவெடுத்து, 1853 பிப்ரவரி 22இல் குழப்பமொன்றை ஏற்படுத்த வெள்ளாளர்கள் முயன்றனர். பின்னர் 1854 ஏப்ரல் 17இல் இரு தரப்பினரும், கோவிலைப் பராமரிக்கத் தேவையான பணத்தைத் தருவதாகப் பத்திரமொன்று எழுதிக் கையெழுத்திட்டார்கள். இறுதியாக கிரிகோரி என்ற துறவியும் பெர்கத்தால் என்ற துறவற சகோதரரும் வெள்ளாளர்களை நிறைவு செய்யும் ஆலய வடிவமைப்பு ஒன்றை உருவாக்கினார்கள். இது நாடார், வெள்ளாளர் என்ற இருதரப்பினராலும் 1855 மார்ச்சு 21இல் ஏற்றுக்கொள்ளப்பட்டது (இதுதான் தற்போதும் வடக்கன்குளத்தில் உள்ள திருக்குடும்ப ஆலயத்தின் வடிவமைப்பாகும்.) இதன் பின் ஒவ்வொரு தரப்பினரும் புதிய ஆலயம் கட்டுவதில் அவரவர்களுக்குரிய பணியினை ஏற்றுக்கொண்டார்கள். ஞானாந்திரம் என்பவர் நாடார் தரப்பிற்கும் மரிய பிள்ளை என்பவர் வெள்ளாளர் தரப்புக்கும், பொறுப்பாளராக நியமிக்கப்பட்டனர் (M.P.J.A.1).

காற்சட்டை ஆலயம்

1855 ஆகஸ்ட் 9ஆம் நாளன்று புதிய ஆலயத்திற்கான 'கால்கோள் விழா' நிகழ்ந்தது. ஆயர் கனோஸ் முதற் கல்லை எடுத்து ஆசிர்வதித்துக் கட்டிட வேலையைத் தொடங்கிவைத்தார். மரிய நாதர் என்ற துறவி இலத்தின் மொழியில் எழுதிய சிறு கவிதையொன்று அக்கல்லின் மீது பொறிக்கப்பட்டிருந்தது. பின்வரும் அக்கவிதை வரிகள் எதிர்காலத்தில் நிகழ இருப்பதை உணர்த்தும் முரண் ஆக அமைந்தன.

"இந்த இரண்டு கோவிலுக்கும் ஒரே பீடமிருக்கிறது போல இந்தக் கோவிலைச் சேர்ந்த இரண்டு முதல் பற்பல ஜாதி கிறிஸ்துவர்க்கும் ஒரே விசுவாசமும் ஒரேயொன்றிப்பும் ஒரே இருதயமுமிருக்கக் கடவது" ('Templum sit duplex, ara sed una: fides unasit, unaque meus tribulus ingeminis.')

1855ல் தொடங்கிய புதிய ஆலயப் பணி 1872ல் முற்றுப்பெற்றது. இப்பணியில் நாடார்களும் வெள்ளாளர்களும் தங்கள் உழைப்பையும் பணத்தையும் நல்கினர்.

29.06.1872ல் ஆயர் கனோசினால் புதிய கோவில் ஆசீர்வதிக்கப் பட்டது. பழைய கோவிலைப் போன்றே இவ்வாலயமும் திருக்குடும்பத்திற்கு அர்ப்பணிக்கப்பட்டது (M.P.J.A.1).

பதனீர் இட்டு குழைத்த சுண்ணாம்புச் சாந்தினால் கட்டப்பட்ட இப்புதிய தேவாலயமானது சற்று விசித்திரமான கட்டிட அமைப்பைக் கொண்டிருந்தது. கிழக்கு நோக்கி அமைந்திருந்த

வரைபடம் 5

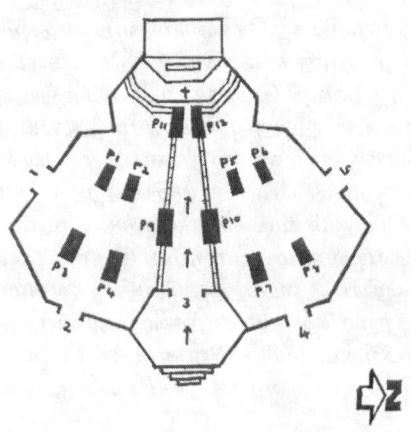

காற்சட்டை ஆலயம்

✝ பலிபீடம்

1. வேளாளர் பெண்களுக்கான நுழைவாயில்
2. வேளாளர் ஆண்களுக்கான நுழைவாயில்
3. பங்குக்குருவுக்கான நுழைவாயில்
4. நாடார் ஆண்களுக்கான நுழைவாயில்

ஒளிப்படம் 1

திருக்குடும்ப ஆலயம் (காற்சட்டை ஆலயம்) முகப்புத்தோற்றம்

ஒளிப்படம் 2

குகை போன்ற அமைப்பு

5. நாடார் பெண்களுக்கான நுழைவாயில்

⇨ ⇨ அம்புக்குறியிட்ட இப்பகுதி இரண்டு பிரிவினைச் சுவர்களுக்கும் இடையிலான பாதை.

P1, P2, P3, P4, வேளாளர்களின் வழிபாட்டுப் பகுதியிலுள்ள தூண்கள்.

P5, P6, P7, P8 நாடார் வழிபாட்டுப் பகுதியிலுள்ள தூண்கள்

P9, P11 பிரிவினைச் சுவரின் தென்பகுதியில் உள்ள தூண்கள்

P10, P12 பிரிவினைச் சுவரின் வடபகுதியில் உள்ள தூண்கள்

P9, P10 ஆகிய தூண்களும் தனித்தனியாக உருவாக்கப்பட்டு பின்னர் ஒரே தூணாக இணைந்துள்ளன. இதனால் இரு தூண்களுக்கும் இடைப்பட்ட பகுதி குகை போன்று காட்சியளிக்கும். இது போன்றே P11, P12 தூண்களும் அமைந்துள்ளன. பார்க்க ஒளிப்படம்.

இக்கோவிலின் உட்பகுதி ஆங்கில எழுத்தான V வடிவில் அமைந்திருந்தது. எழுத்தின் அடிப்பகுதியில் பலிபீடம் மேற்றிசையில் அமைந்திருக்க அதனை நோக்கி இரு வழிபாட்டுக் கூடங்கள் எழுத்தின் இரு பகுதிகளைப் போன்று தென்பகுதியிலும் வடபகுதியிலும் அமைந்திருந்தன. இவற்றுள் வடபகுதிக்கூடம் நாடார்களுக்கு உரியது. தென்பகுதிக்கூடம் வெள்ளாளர்களுக்குரியது.

இரு முனைகளும் சந்திக்கும் இடத்தில் பலிபீடம்+ அமைந்திருந்தது. (சேசையா 1972: 46–47). பீடத்தைச் சுற்றி சிறு கிராதி (aisle) அமைந்திருந்தது. தேவாலய முகப்பின் மையப் பகுதியில் அமைந்திருந்த வாயிலில் இருந்து பலீபிடம் வரை கிழக்கு மேற்காக இரட்டைச் சுவர்கள் கட்டப்பட்டிருந்தன. இச்சுவர்களுக்கு நடுவில் அமைந்திருந்த இருதூண்களின் நடுப்பகுதி குகை போன்று அமைந்திருந்தது (ஒளிப்படம் 2, பக்கம் 67). பங்குக்குருவானவர், முன் வாயில் வழியே இரட்டைச் சுவர்களுக்கு நடுவில் உள்ள பாதை வழியாகச் சென்று, குகை போன்றுள்ள இரு தூண்களையும் கடந்து பலிபீடத்திற்குள் நுழைவார். இம் முன்வாயிலும், இரட்டைச் சுவர்களுக்கிடையில் உள்ள பாதையும் பங்குக் குருவுக்கு மட்டுமே உரியது (வரைபடம் 5). அவர் பலிபீடத்தைச் சென்றடையும் வரை அவரை இருதரப்பினரும் காணமுடியாது. இரட்டைச் சுவர்களுக்கு இடையிலுள்ள பாதையில் பலிபீடத்துக்கு அருகிலுள்ள தூணில் பால்கனி போன்ற அமைப்பு உண்டு. இதன் மேல் நின்றே குருவானவர் மறையுரை நிகழ்த்துவார் (ஒளிப்படம் 3).

பங்குக்குரு நுழைவதற்காக தேவாலய முகப்பின் மையப் பகுதியில் அமைந்திருந்த வாயில் தவிர, வேறு இரண்டு வாயில்களும் முகப்பில் இருந்தன. அவற்றுள் ஒன்று தேவாலயத்தின்

தென்புறத்தில் தென் கிழக்காக அமைந்திருந்தது. இதன் வழியாக வெள்ளாளர் தரப்பு ஆண்கள் தேவாலயத்தில் நுழைவர். மற்றொரு வாயில் தேவாலயத்தின் வடபகுதியில் வடகிழக்காக அமைந்திருந்தது. இது நாடார் தரப்பு ஆண்களுக்கு உரியதாகும். இவை தவிர வெள்ளாளர் தரப்பு பெண்களுக்கென தேவாலயத்தின் தென்பகுதியில் தென்மேற்காக ஒரு வாயிலும், தேவாலயத்தின் வடபகுதியில் நாடார் தரப்பு பெண்களுக்கென வடமேற்காக ஒரு வாயிலும் அமைந்திருந்தன.

இரண்டு கோவில்கள் என்று கூறத்தக்க முறையில் அமைந்திருந்த இக்கோவில் காற்சட்டை ஆலயம் (Trousers Church) என்று வேடிக்கையாக அழைக்கப்பட்டது. ஏனெனில் இதன் அமைப்பானது காற்சட்டையினை ஒத்திருந்தது. ஒவ்வொரு சாதிப்பிரிவுக்கும் (வெள்ளாளர் – நாடார்) ஒரு கால் என்ற முறையில் இது அமைந்திருந்தது. இரு பகுதிகளிலும் உள்ளவர்கள் வழிபாட்டின்போது பலிபீடத்தையும் பங்குக் குருவையும் தெளிவாகக் காணமுடியும். ஆனால் இரு தரப்பினரும் ஒருவரை ஒருவர் வழிபாட்டின்போது பார்க்க முடியாதவாறு பிரிவினைச் சுவர் தடுத்து நின்றது.

இப்புதிய கோவில் கட்டும் வேலை தொடங்கிய 1855ஆம் ஆண்டில் வெள்ளாளர்களும், நாடார்களும் ஒப்பந்தம் ஒன்று செய்துகொண்டனர். இதன்படி முந்திய கோவிலில் இடம் பெற்றிருந்த சாதி வேற்றுமை புதிய கோவிலிலும் தொடர்ந்தது. கோவிலின் தென்பகுதி வெள்ளாளர், கம்மாளர், பரதவர் ஆகிய சாதியினருக்கும், வடபகுதி நாடார், பள்ளர் ஆகிய சாதியினருக்கும் ஒதுக்கப்பட்டது. அத்துடன் முன்பு அனுபவித்தது போல் பல சிறப்புச் சலுகைகளை அனுபவிக்கும் உரிமையினை வெள்ளாளர் பெற்றனர். 1872இல் இக்கோவில் ஆசீர்வதிக்கப்பட்டபோது அன்றைய ஆயரான கானோஸ் (Canoz) சுற்றுமடல்[+] (நிருபம்) ஒன்றை வெளியிட்டார். அதில் நாடார்களுக்கும், வெள்ளாளர்களுக்கும், ஆலயத்திலுள்ள உரிமைகள் வரையறுத்துச் சொல்லப்பட்டிருந்தன (பி.இ: 1).

ஆயரின் இரண்டாவது திருமுகம்* (1877)

புதிய ஆலயத்தின் பலிபீடப் பகுதியில் பிள்ளைமார் முதலியார் சாதியினைச் சேர்ந்த சிறுவர்களே குருக்களுக்கு உதவி செய்ய நின்றனர். மாதாவுக்கு மெழுகுதிரிகளைக் கொளுத்தி வைக்க வேண்டுமென்று விரும்பும் நாடார்கள் இச்சிறுவர்களிடமே கிராதிக்கு வெளியே நின்று அவற்றைக் கொடுக்க வேண்டும்.

ஒளிப்படம் 3

பலிபீடத்திற்கு அருகிலுள்ள தூணில் மேற்பகுதியிலுள்ள
பால்கனி போன்ற அமைப்பு
(P11 P12 தூண்களிலுள்ளது வரைபடம் 4)

எண்ணிக்கையில் அதிகமான நாடார்களுக்குக் கோவிலின் வடபகுதிக்கூடம் போதவில்லை. தென்பகுதிக்குரிய சாதியினர் எண் ணிக்கையில் குறைவானவர்களாக இருந்ததால் அப்பகுதியில் இடம் காலியாக இருந்தது. ஆனாலும் நாடார்கள் அப்பகுதியினுள் செல்ல முடியாததால் அவர்களில் ஒரு பகுதியினர் கோவிலுக்கு வெளியே நிற்க நேரிட்டது.

இவ்வாறு தேவாலயத்தில் உரிமையற்றவர்களாக இருந்த நாடார்கள் பாளையங்கோட்டையிலிருந்த மறைவட்டத் தலைவருக்கும்* ஆயருக்கும் விண்ணப்பங்கள் வாயிலாக சிற்சில உரிமைகளைக் கேட்டு வந்தனர். இதன் விளைவாக 1855இல் இரு தரப்பினருக்கும் நிகழ்ந்த ஒப்பந்தத்தில் சிறு மாறுதல் 1877இல் செய்யப்பட்டது (M.P.J.2). இதன்படி ஆலயத்தில் பின்வரும் சந்தர்ப்பங்களில் பாடல்கள் பாடுவதற்கு நாடார்களுக்கு வாய்ப்பளிக்கப்பட்டது : (1) ஜுன் மாதம் நிகழும் செபஸ்தியார் திருநாளினையொட்டி பத்து நாட்கள் பாடுதல்; (2) நாடார்க ளிடையே நிகழும் திருமுழுக்கு, திருமணம், மரணம் ஆகிய நிகழ்ச்சிகளின்போது பாடுதல்; (3) ஜுன் 15ல் நிகழும் தேர்த்திருவிழாவின் போது பாடுதல்.

நாடார்களுக்கு வழங்கப்பட்ட இச்சலுகையினையும், ஏற்கனவே பிள்ளை – முதலியார் சாதியினருக்கிருந்த

சலுகையினையும் குறிப்பிடும் சுற்றுமடல் (பி.இ. 2) ஒன்றினை ஆயர் 20 மே 1877இல் வெளியிட்டார்.

இச்சுற்றுமடலில் உயர் சாதியினருக்கு உரியதாகக் காணப் பட்ட சில முக்கிய சலுகைகள் வருமாறு :

கோவிலின் தென்பகுதியினைப் பயன்படுத்தும் உரிமை;
பூசையில் உதவுதல் – அலங்கரித்தல், பொருட்களைப் பாதுகாத்தல்;

திருநாட்களின்போது குருவிடம் கொடியினைப் பெற்றுக் கொடியேற்றுதல்;

உருவத்தைச் சுமந்து செல்லல்;

கோவிலைத் திறக்கவும், பூட்டவும் சாவி வைத்திருத்தல்;
கோவில் மணியினை ஒலிக்கச் செய்தல்;

முதல் ஜபம் கூறல்.

ஆயரின் சுற்றுமடலானது சிறு சலுகைகளை நாடார்களுக்கு வழங்கியது என்பதைத் தவிர, மொத்தத்தில் பழைய நிலையினைப் பாதுகாப்பதாகவே அமைந்தது. எண்ணிக்கையிலும், சமயப் பற்றிலும் குறைவில்லாதிருந்தும் ஆலயத்தில் தாங்கள் நடத்தப் படும் முறையினால் எரிச்சலுறும் நாடார்கள் சில உரிமைகளை வேண்டுவதும், பிள்ளை – முதலிமார் சாதியினர் அதனை எதிர்ப்பதும் எனச் சிறு சிறு பூசல்கள் அவ்வப்போது நிகழ்ந்தன. சமயக் குருக்கள் தலையிட்டு இதனை மேலும் முற்றவிடாது பார்த்துக்கொண்டார்கள். என்றாலும் நாடார்களின் அடிப்படை யான கோரிக்கையின் நியாயத் தன்மையையும் அவர்கள் கோபத்தின் பின்னாலிருந்த சுயமரியாதை உணர்வையும் இவர்கள் முழுமையாக உணர்ந்துகொண்டார்களென்று சொல்ல முடியாது. நாடார்களின் மன உணர்வினைச் சமயத் தலைவர்களுக்கு அவர்களனுப்பிய விண்ணப்பங்கள் வாயிலாக இன்றும்கூட நம்மால் புரிந்துகொள்ள முடிகிறது.

இடியுண்ட பிரிவினைச் சுவர்

இனி நீங்கள் அந்நியரல்ல,
வெளிநாட்டாருமல்ல . . .
(எபேசியர் 2 : 19)

பிரிவினைச் சுவர் தேவாலயத்தில் மட்டுமின்றி வெள்ளாளர்களின் மனதிலும் ஆழமாக அடித்தள மிட்டுக் கட்டப்பட்டிருந்ததால் சாதிய முரண்பாடு களும் அதனை மூட்டிய மோதல்களும் வடக்கன் குளத்தில் அன்றாட நிகழ்ச்சிகளாயின. இந்நிகழ்ச்சி களின் படிப்படியான வளர்ச்சி, பிரிவினைச் சுவரை அகற்றும் முயற்சியில் கொண்டுபோய் நிறுத்தியது.

1909ஆம் ஆண்டில் திருஇருதய சபை⁺ (S.H.J.) சகோதரர் இருவர் பள்ளியைத் தணிக்கை செய்வதற்காக வடக்கன்குளம் வந்தனர். அவர்களில் ஒருவர் நாடார் சாதியைச் சேர்ந்தவர். இருவரும் வழிபடுவதற்காகத் திருக்குடும்ப ஆலயத்தின் தென்பகுதியில் நுழைந்தபோது வெள்ளாளர்கள் அவர்களைத் தடுத்து நிறுத்தினர். நாடார் சாதியைச் சேர்ந்த சகோதரரை வடபகுதியிலும், மற்றொரு சகோதரரைத் தென்பகுதியிலும் வழிபாடு செய்யும் படிக் கூறினர். இதனை விரும்பாத இருவரும் ஆலயத்தில் நுழையாமலேயே திரும்பிவிட்டனர். (M.P.J.A.4:421).

நாடார்களின் எதிர்ப்புணர்வு

இதே ஆண்டில் நாடார் ஒருவர் பலிபீடப் பகுதியில் எண்ணெய் ஊற்றுவதற்காகத் தென்பகுதியின் வழியாக நுழைந்தார். இதற்காகக் கடுமையான அபராதம் அவருக்கு விதிக்கப்பட்டது. மேலும் திரு அருட்சாதனங்கள் அவருக்கு மறுக்கப்பட்டன (மேலது 422).

1910ஆம் ஆண்டில் புனித வெள்ளியன்று ஆலயத்தில் பாடியதற்காக ஒரு நாடார் கண்டிக்கப்பட்டார். வெள்ளாள ஆண்கள் அனைவரும் இதற்காகப் பழிவாங்குவதாக ஆலய வளாகத்தினுள் கூச்சலிட்டனர் (மேலது).

இதுவரை மனுக்கொடுத்துக் கொண்டிருந்த நாடார்கள் நீண்ட காலமாகத் தங்கள் மீது திணிக்கப்பட்டிருந்த சாதியக் கொடுமையை எதிர்க்கத் துணிந்துவிட்டதன் வெளிப்பாடாக இவ்விரு நிகழ்ச்சிகளும் அமைந்தன.

ஆயர் ஃபைசாந்தியரின் வருகை

1910ஆம் ஆண்டு ஜூலை 19ஆம் நாள் துணை ஆயர் (Auxiliary Bishop) ஃபைசாந்தியர் வடக்கன்குளத்திற்கு திருவருகை நிகழ்த்தினார். பிரிவினைச் சுவரின் இடையேயுள்ள குறுகிய வழியின் மூலம் பலிபீடத்திற்குச் செல்வது அவருக்கு அதிர்ச்சியை அளித்தது. மேலும் ஆலயத்தில் வெள்ளாளர்க்குரிய தென்பகுதி போதிய பக்தர்களின்றிக் காலியாகக் கிடந்ததும் நாடார்களுக்குரிய வடபகுதி நிரம்பியிருப்பதும் அவர் கண்ணில் பட்டது.

தமது வருகையின் முடிவில், வடக்கன்குளம் கத்தோலிக்கர்கள் குறித்து அவர் சில குறிப்புக்களை எழுதிச் சென்றார் (M.P.J.A.4: 426–431). அக்குறிப்பில் காணப்படும் சில செய்திகள் வருமாறு:

> "சாதியப் பகையுணர்வினால் வடக்கன்குளம் கத்தோலிக்கர்களின் சமூக வாழ்வு முடக்கப்பட்டுள்ளது. வடக்கன்குளத்தை ஒரே கிராமமாக என்னால் பார்க்க இயலவில்லை. இரண்டு கிராமங்களாகவே காட்சி யளிக்கின்றன. கத்தோலிக்க ஆலயத்தின் பல திருவிழாக்கள் இங்குக் கொண்டாடப்படவில்லை. இங்குக் கொண்டாடப்படும் திருவிழாக்களும் பொறாமையும் பகையுணர்வும் தோன்ற இடமளிக்கின்றன. குகை போன்ற பாதை வழியாக ஆலயத்தில் நான் நுழைந்து சென்றது மிகவும் கேலிக்குரியதாக அமைந்தது.

சமய வழிபாடுகளில் இரண்டு ஜாதிகளின் நிலையைத் தீர்ப்பதற்கும், பெரிய தீமைகளைத் தடுப்பதற்கும், டாக்டர் கனோஸ் 1877இல் ஒரு விரிவான விதிமுறையை உருவாக்கினார். இந்த விதிமுறை மனமில்லாமலும், குறைந்த தீங்கு விளைவிக்கக் கூடியது என்ற நோக்கிலும் ஏற்றுக்கொள்ளப்பட்டது என்பதை நீங்கள் மறந்து விடக்கூடாது. இந்த மாதிரி விதிமுறைகள் இனிமேல் தேவையில்லாமல் நாகரீகத்திலும், கிறிஸ்தவ ஆன்மீக உணர்விலும் வடக்கன்குளம் திருச்சபை போதிய முன்னேற்றம் அடைந்திருக்க வேண்டும். கிறிஸ்துவ ஆன்மீக உணர்வானது ஐக்கியத்திலும், தர்மசிந்தனை யிலும், பணிவிலும் இருக்கிறது.

கடவுள் முன்னிலையிலும், தேவாலயத்தின் முன்னிலையிலும் மனிதன் அவனுடைய நற்குணங் களினாலும், புண்ணியங்களினாலும் மதிப்பு மிக்கவனாக இருக்கிறான். அவனுடைய ஜாதியை வைத்து அல்ல. பொதுத் தீர்ப்பு நாளன்று, ஜாதியினால் ஒரு உபயோகமும் இருக்கப் போவதில்லை. முன்னேற்றம் நாகரீகத்தில் இருக்கிறது. பரந்த இந்தியாவின் கிழக்கு மூலையில் குன்றுகளின் அடிவாரத்தில் அமைந்திருக்கும் வடக்கன்குளம் மக்கள், வேகமாக வளர்ந்து கொண்டிருக்கும் உலகத்தை அறியாத நிலையில் இருப்பது போலிருக்கிறது. அதன் விளைவாக இரண்டு கிராமங்களாக இருக்கும் வடக்கன் குளத்தை ஒன்றாக மாற்ற முயற்சி எடுக்கும் உங்கள் பாதிரியிடம் உங்களை மதரீதியில் முழுவதும் அர்ப்பணித்து, டாக்டர் கனோஸின் விதிமுறையை கைவிடும்படி நான் உங்களை எல்லாம் கேட்டுக்கொள்ள ஆசைப்படுகிறேன்.

டாக்டர் கனோஸுக்குப் பின் வந்தவரை* இந்த விதிமுறை எந்த வகையிலும் கட்டுப்படுத்தவில்லை. எப்போது சரியென்று பட்டதோ அப்போது உங்களிடம் அதைச் சொல்லாமலே அவர் அந்த விதிமுறைகளைத் திரும்பப் பெற்றுக் கொள்ளும் உரிமையுடையவராக இருக்கிறார் என்பதை நான் உங்களுக்குச் சொல்ல வேண்டும். நீங்களே இதை சரிசெய்துகொள்ள பணிப்பதோடு, உங்களுடைய பெருந்தன்மையை வெளிக்காட்ட ஒரு வாய்ப்பையும் அவர் அளிக்கிறார்.

---

* ஆயர் பார்தே

உண்மையிலேயே தவறு இரண்டு பக்கமும் இருக்கிறது. விரோத உணர்வு; தர்ம சிந்தனையும் பணிவும் இல்லாததால் ஏற்படுகிறது. நான் உங்களை இன்னும் புண்படுத்த விரும்பவில்லையென்றாலும் நான் சொல்லுகிறேன், இது அளவு கடந்த பெருமையி லிருந்தும், அகங்காரத்திலிருந்தும் தோன்றுகிறது. இந்தப் பெருமையாலும் அகங்காரத்தாலும் கடவுளின் ஆசீர்வாதத்தைப் பெற முடியாது. பொறாமைக்கும், ஜாதி சண்டைகளுக்கும் அப்பாற்பட்ட நல்ல ஆன்மாக்கள் இந்தக் கிராமத்தில் இல்லையென்றால், கடவுளின் தண்டனை மிகவும் பயங்கரமாக இருக்கும் என்பதில் சந்தேகமில்லை.

உங்கள் முந்திய காலச் சண்டைகள் டாக்டர் கனோஸை பலவித ஷரத்துக்களோடு ஒரு சட்டமியற்ற கட்டாயப்படுத்தியது. இந்தச் சட்டத்தை நான் முழுவதும் போக்க விரும்புகிறேன். இதற்குப் பதிலாக தர்ம சிந்தனை என்ற நியதியை உங்களுக்குக் கொடுக்க விரும்புகி றேன். கிறிஸ்துவ தர்ம சிந்தனையும், நாகரீகத்தின் முன்னேற்றமும் உங்களிடம் இல்லாததால் நீங்கள் அதை உணர முடியவில்லை என்று தோன்றுகிறது."

மொத்தத்தில் ஆயர் ஃபைசாந்தியரின் குறிப்புகள் பாரம்பரியமான சாதிய ஆதிக்கத்திலிருந்து வடக்கன்குளம் திருக்குடும்ப ஆலயத்தை விடுவிக்க வேண்டுமென்ற அவரது விருப்பத்தை வெளிக்காட்டின. அத்துடன் பங்குக்குருவான கௌசானல் மேற்கொள்ள வேண்டிய நிலையை மறைமுகமாகச் சுட்டிக்காட்டுவதாகவும் அமைந்தன.

முரண்பாடு முற்றுதல்

1 அக்டோபர் 1910 சனிக்கிழமையன்று திருக்குடும்ப ஆலயத்தில் வழிபாடு நிகழ்த்திவிட்டு கௌசானல் வந்தார். உபதேசியார்களான அருளப்ப பிள்ளையும் யாகப்ப பிள்ளையும் கௌசானலை அணுகினர். புனித மிக்கேல் திருவிழா தொடர்பாக வெள்ளாளர்கள் அதிருப்தி அடைந்துள்ளார்கள். இதனால் அவர்கள் என்றும் ஆலயத்துள் பாடமாட்டார்கள், எனவே இனி பாடற் திருப்பலி கிடையாது.

"இனி வெள்ளாளர்கள் பாட மறுத்தால் நாடார்களிடம் அதை தெரியப்படுத்தி அவர்களைப் பாடும்படி சொல்லுவேன்" என்று பதிலளித்துவிட்டு கௌசானல் சேரன்மாதேவிக்குப் புறப்பட்டுச் சென்றார்.

மறுநாள் அக்டோபர் 2 ஞாயிறன்று சேரன்மாதேவியிலிருந்த கௌசானலுக்கு ஒரு கடிதம் சென்றது. அக்கடிதத்தில் காணப்பட்ட செய்தியின் *சாரம்* வருமாறு:

ஒளிப்படங்கள் 4 – 7

H.E. ALEX CANOZ, S.J.
First Bishop of Trichinopoly
(1805-1888)

H.E. JOHN MARY BARTHE, S.J.
Second Bishop of Trichinopoly
(1849-1934)

H.E. AUGUSTINE FAISANDIER, S.J.
Third Bishop of Trichinopoly
(1853-1935)

CAUSSANAL, S.J.

"வெள்ளாளர்கள் காலையிலும் மாலையிலும் தேவாலயத்தில் பாடவில்லை. பாடல்களின்றியே நற்கருணை+ வழங்கப்பட்டது. வழக்கு நடத்துவதற்காக வெள்ளாளர்கள் குடும்பத்திற்கு ரூ. மூன்று வீதம் வசூல் செய்கிறார்கள். நாளை உங்கள்மீதும், சில நாடார்கள்மீதும் வழக்குத் தொடரப் போகிறார்கள். இராதாபுரம் சப்மாஜிஸ்ட்ரேட் அவர்களை ஆதரிப்பார் என்று சொல்கிறார்கள். விஷம் வைத்து உங்களைக் கொல்லுவது அவர்களின் நோக்கம் என்று கிராமம் முழுவதும் வதந்தி பரவியுள்ளது." (M.P.J.A.5: 441)

அக்டோபர் 4ஆம் நாள் நண்பகலில் கௌசானல் வடக்கன்குளம் வந்தடைந்தார். உபதேசியர்களான அருளப்ப பிள்ளையையும் யாகப்ப பிள்ளையையும் உடனே வரவழைத்தார். வெள்ளாளர்கள் கூட்டிசை பாட மறுத்தபோது நாடார்களைப் பாடும்படி ஏன் கூறவில்லை என்று அவர்களை வினவினார். நாடார் தரப்பு உபதேசியாரிடம் இது குறித்துக் கூறியதாகவும், ஆனால் அவர்தாம் தேவையான ஏற்பாடுகளைச் செய்யவில்லை என்றும் இருவரும் பதிலளித்தனர்.

கடைசி நேரத்திலேயே தம்மிடம் சொல்லப்பட்டதாலும் பாடகர்கள் இல்லாததாலும் பாடவில்லை என்று நாடார் உபதேசியார் பதிலிறுத்தார். மேலும் நடார்கள் பாடினால் வெள்ளாளர்கள் பயங்கரமான கலகத்தை ஏற்படுத்துவர் என்று அவர்கள் பயந்ததாகவும் கூறினார்.

பின்னர், சேரன்மாதேவியிலிருந்து ஜாயின்ட் மாஜிஸ்ட்ரேட்டுக்கு எழுதப்பட்ட ஒரு மனுவைக் கௌசான லிடம் நாடார்கள் கொடுத்தனர். வெள்ளாளர்கள் தொடர்ந்து கூட்டங்கள் நடத்தி எல்லா வகையான அச்சுறுத்தல்களையும் மேற்கொள்ளுகிறார்கள் என்று அம்மனுவில் குறிப்பிடப் பட்டிருந்தது. அம்மனுவை அனுப்ப வேண் டாம் என்றதுடன், அதிகாரிகளைப் பார்க்க வேண்டிய நேரம் வரும்போது பார்க்கலாம் என்றும் கௌசானல் கூறினார். மேலும், எவ்வித எதிர்ச் செயல்களையும் மேற்கொள்ள வேண்டாமென்று நாடார்களுக்கு அறிவுரை வழங்கினார்.

அக்டோபர் 15 சனிக்கிழமையன்று பாவமன்னிப்பு+க் கேட்க வெள்ளாளர் ஒருவரும் வரவில்லை. பாவமன்னிப்புக் கேட்கத் தவறாத உபதேசியார்களான யாகப்ப பிள்ளையும், அருளப்ப பிள்ளையுங்கூட வரவில்லை. மறுநாள் அக்டோபர் 16 ஞாயிறன்று வழிபாட்டில் முந்திய வாரத்தைப் போன்றே நாடார்கள் பாடினர்.

அன்று மாலை வழிபாட்டிற்கு வழக்கத்தைவிட அதிக அளவில் வெள்ளாள ஆண்கள் வருகை தந்து தூண்களின் பின்னால் நின்றார்கள். கௌசானல் பீடத்திற்கு வந்து திருப்பலி தொடங்கினார். ஆர்மோனிய வாத்தியத்தில் முதல் 'டியூன்' ஒலிக்கத் தொடங்கியது.

வெள்ளாளர்களின் குழந்தைகள் ஒழுங்கற்ற முறையில் பாடத் தொடங்கினர். நாடார்கள் பாடுவதை நிறுத்திக்கொண்டனர். ஒருவரும் வாயைத் திறக்கவில்லை. திடீரென்று வெள்ளாளர் பகுதியிலிருந்து காட்டுக் கூச்சல் எழுந்தது. வெள்ளாளர்கள் கைகளைத் தட்டி ஓசை எழுப்பினார்கள். வழிபாட்டுக்காகக் கூடியிருந்த கிட்டத்தட்ட 1500 பேர் அஞ்சும்படி அக்கூச்சல் அமைந்தது. கன்னியாஸ்திரீகள்+ பயந்துபோய் பீடப்பகுதிக்கு ஓடினார்கள். பெண்களும் ஆண்களும் ஆலயத்தைவிட்டே ஓடத் தொடங்கினார்கள். கௌசானல், நாடார்களை நோக்கிக் கையைக் காட்டி அமைதியாக இருக்கும்படிக் கூறினார். அவர் வேண்டுகோளுக்கிணங்கி மண்டியிட்டவாறே நாடார்கள் அமைதியாக இருந்தனர். சண்டைக்குத் தயாரான நிலையில் 25 வெள்ளாள ஆண்கள் தூண்களுக்குப் பின்னால் நின்றனர்.

கௌசானலின் சமையல்காரரான சூசை மரியப்ப பிள்ளையும் உபதேசியாரும் செய்வதறியாது திகைத்து நின்றனர். கௌசானலின் வேண்டுகோளுக்கிணங்கி கிட்டத்தட்ட 12 நிமிடங்கள் அவருடன் சேர்ந்து நாடார்கள் வழிபாடு செய்தனர். வழிபாடு முடிந்து கௌசானல் ஆலயத்தைவிட்டு வெளியேற முயன்றார். பங்குக்குரு மட்டும் பயன்படுத்தும் வழக்கமான பாதை வழியாக அவர் வெளியேற வேண்டாமென்று நாடார் உபதேசியார் கேட்டுக்கொண்டார். ஏனெனில் வெளியே கம்புகளுடன் அவரைத் தாக்கும் நோக்கத்துடன் வெள்ளாளர்கள் நின்றனர்.

பின்னர், 100 நாடார்கள் கௌசானலைச் சூழ்ந்துகொண்டு பங்கு வீட்டிற்கு அவரை அழைத்துச் சென்றனர். கௌசான லின் சீடரான சவரிமுத்துப் பிள்ளை என்பவர் உயிருக்கஞ்சி பங்கு வீட்டிற்கு வந்தார். அன்று இரவு கௌசானல் தாக்கப் படுவார் என்ற அச்சம் நிலவியது. எனவே, இரவு முழுவதும் ஆலயத்தையும் பங்கு வீட்டையும் நாடார்கள் கணகாணித்து நின்றனர். பரதவர்களும், கம்மாளர்களும் அவருக்குத் துணை நின்றனர் (M.P.J.A.5).

இந்தியக் குற்றவியல் சட்டம் 296ஆவது பிரிவின்படி புகார் கொடுக்கும்படி நாடார்களுக்குக் கௌசானல் ஆலோசனை கூறினார்[10]. தங்களுடைய பாதுகாவலராக விளங்கிய

இராதாபுரம் சப் மாஜிஸ்ட்ரேட்டிடம் வெள்ளாளர்கள் புகார் செய்தனர். இப்புகாரின் நகல் 17 அக்டோபர் 1910இல் போலீசாரால் கௌசானலிடம் வழங்கப்பட்டது.

ஞானப்பிரகாசம்பிள்ளை, சூசை மரியான் பிள்ளை என்ற இரு வெள்ளாளரால் கொடுக்கப்பட்ட இம்மனுவின் சாரமாவது:

நாடார்களும் பிள்ளைமார்களும் பிஷப் முன்னிலையில் ஒப்பந்தம் செய்துள்ளார்கள்.

1898இல் ஒப்பந்தத்தை மீறிய நாடார்கள் கைது செய்யப்பட்டு ஜாமீனில் விடுதலையாகியுள்ளார்கள்.

நிலைமை இப்படியிருக்க நாடார்கள் பாட கௌசானல் அனுமதி வழங்கியுள்ளார். இச்செயல் மாமூலுக்கு (வழக்கத்திற்கு) எதிரானது.

எங்கள் உரிமையை இழந்துவிடக்கூடாது என்பதற் காகவே அக்டோபர் 16 மாலையில் பாடினோம். அந்த நேரத்தில் சூசை மதுரேந்திர நாடானும் பலிபீடத்தின் முன் சென்று கௌசானலிடம் ஏதோ பேசினான். மீண்டும் வந்து இங்குக் குறிப்பிடப்பட்டுள்ள குற்றஞ்சாட்டப்பட்டவர்களுடன் பாடத் தொடங்கி னான். நாங்களும் பாடினோம். திடீரென்று நாடார்கள் பாட்டை நிறுத்திவிட்டு அவர்களைப் பிரிக்கும் நடுச்சுவரைத் தாண்டி வந்தனர். உடனே பெண்களும் ஆண்களும் ஓலமும் கூச்சலுமிட்டவாறே வெளியில் வந்தனர்.

இச்சம்பவம் நடந்தபோது கிராம அதிகாரி ஊரில் இல்லாததால் கிராம முனிசீப்பிடம் புகார் ஒன்று தயாரிக்கும்படி வேண்டினோம். ஆனால் அவர் மறுத்துவிட்டார். எனவே நாங்கள் உங்களிடம் நேரிடையாகவே இதனை அளிக்கிறோம்.

நாடார்கள் எண்ணிக்கையில் அதிகமாய் இருக்கிறார்கள். பங்குக் குருவும் அவர்களுக்கு ஆதரவாயுள்ளார். நாங்கள் அன்று பாடாமல் இருந்திருப்போமேயானால் எங்களுடைய அனுபவத்தி லுள்ள உரிமைகளையெல்லாம் அவர்கள் பறித்துக் கொண்டிருப்பார்கள்.

வழக்கு முடியும்வரை தேவாலயத்தை அரசாங்கம் எடுத்துக்கொண்டு எங்களுக்குப் பாதுகாப்பளிக்கும் படி வேண்டுகிறோம்.

வெள்ளாளர்கள் தாக்கல் செய்திருந்த இப்புகாரில் 16பேர் எதிரிகளாகவும், 7 பிள்ளைமாரும் ஒரு முதலியாரும் ஆக எண்மர் சாட்சிகளாகவும் குறிப்பிடப்பட்டிருந்தனர் (M.P.J.A.5).

அக்டோபர் 17 காலையில் போலீசார் கௌசானலிடம் இது தொடர்பாக விசாரித்தனர். அன்று மாலையில் வெள்ளாளர் ஆதரவாளரான இராதாபுரம் சப் மாஜிஸ்ட்ரேட், வடக்கன் குளம் வெள்ளாளர்களின் தலைவர் போன்று விளங்கிய ஆறு வெள்ளாளர்களுடன் வந்து இரண்டு மணி நேரம் விவாதித்தார். இவ்விவாதத்தின்போது வெள்ளாளர்கள் கௌசானல்மீது இவ்வாறு குற்றஞ்சாட்டினர்:

கௌசானல்தான் அனைத்துக் குழப்பங்களுக்கும் காரணம். கடந்த காலத்தில் எல்லா குருக்களும் வெள்ளாளர்களை ஆதரித்துள்ளனர்.இவர் மட்டுந்தான் குறும்பு செய்கிறார்.இவர் வரும்வரை நாடார்களுக்கும் வெள்ளாளருக்குமிடையே அமைதி நிலவியது (மேலது).

வெள்ளாளர்கள் அளித்த புகாரினை இராதாபுரம் மாஜிஸ்ட்ரேட் விசாரிக்கக்கூடாது; சேர்மாதேவி ஜாயிண்ட் மாஜிஸ்ட்ரேட்டான தம்புதான் விசாரிக்க வேண்டுமென்று கௌசானல் உறுதியாக நின்றார். ஆனால், இராதாபுரம் சப் மாஜிஸ்ட்ரேட் முதல் விசாரணையையாவது தாம் நடத்த வேண்டுமென்று விரும்பினார். போலீஸ் பதிவு செய்த சாட்சியங்களை மாற்றினார்.தந்திகளும் கடிதங்களும் தம்புவுக்கு அனுப்பினார். ஆனால் தம்பு எதையும் பொருட்படுத்தவில்லை. சப் மாஜிஸ்ட்ரேட்டின் விருப்பந்தவிர மற்றபடி நாடார்களுக்கு எதிராக வழக்குப் பதிவு செய்ய காரணம் எதுவும் இருப்பதாக அவருக்குத் தெரியவில்லை (மேலது).

இதற்கிடையில் கௌசானல் ஒரு மனுவினைத் தம்புவிடம் அளித்தார். அம் மனுவில் வெள்ளாளர்கள் 16.10.1910 ஞாயிறு வழிபாட்டின் போது விளைவித்த குழப்பமானது திருச்சபைச் சட்டத்தையும் (Canon Law) இந்தியக் குற்றவியல் சட்டம் 296ஐயும் மீறியது என்றும், குழப்பம் விளைவித்த வெள்ளாளர்கள் இனி உரோமன் கத்தோலிக்கர்களாகக் கருதப்பட மாட்டார்களாதலால் ஆலய விவகாரங்களில் அவர்கள் தலையிடக் கூடாதென்றும் குறிப்பிட்டிருந்தார். (மேலது)

திருக்குடும்ப ஆலயத்திற்குப் பதில் புனித அந்தோணியார் கோவிலிலேயே அந்த வாரம் முழுவதும் வழிபாடு நிகழ்ந்தது. கன்னியாஸ்திரிகளும், வெள்ளாள உபதேசியார்களும் வழிபாட்டிற்கு வரவில்லை.

குழப்பம் நிகழ்ந்த ஞாயிற்றுக் கிழமையான அக்டோபர் 16ஆம் நாளையடுத்து அக்டோபர் 23 ஞாயிறு வந்தது. முதல் தடவையாக ஞாயிற்றுக்கிழமை அன்று திருக்குடும்ப ஆலயம் மூடப்பட்டிருந்தது. கத்தோலிக்கப் பள்ளி ஒன்றில் வழிபாடு நிகழ்ந்தது. வெள்ளாளர்கள் வழிபாட்டிற்கு வரவில்லை. கன்னியாஸ்திரிகளும் சக்ரிஸ்தும்+ கௌசானலுக்கு உதவி புரிந்தனர். மறுநாள் (24.10.1910) தம்புவைப் பார்க்க வருவதாகக் கௌசானல் செய்தியனுப்பினார்.

வடக்கன்குளம் கிராம முன்சீப்பின் மாமனாரான மிக்கேல் பிள்ளை என்பவர், அக்டோபர் 16ஆம் நாள் நிகழ்ச்சிக்கு வருத்தம் தெரிவிப்பதாகவும், கிரிமினல் புகார் எதுவும் தங்கள்மீது கொடுக்க வேண்டாம் எனவும் கௌசானலிடம் வேண்டினார். இரு சாதியினரின் உபதேசியார்களை வரச் சொல்லுங்கள், நாங்கள் இருந்து மனுத் தயாரிக்கிறோம், அதில் சமயத் தலைவர்களுக்குக் கீழ்ப்படிவதாக எழுதித் தருகின்றோம்; எனவே கிரிமினல் நடவடிக்கைகள் எதுவும் வேண்டாமென்றுக் கேட்டுக்கொண்டார்.

26ஆம் நாள் வெள்ளாளர் தலைவர்கள் ஜாயிண்ட் மாஜிட்ரேட் தம்புவைச் சந்தித்தார்கள். அவர் அவர்களுக்கு அறிவுரை கூறி உறுதிமொழி ஒன்றில் மறுநாள் கையெழுத்துப் போடும்படி கூறினார். வெள்ளாளர்கள் அதற்கு உடன் பட்டார்கள். ஆனால் மறுநாள் (27.10.1910) உறுதிமொழிப் பத்திரத்தில் கையெழுத்திட மறுத்துவிட்டனர்.

எனவே கௌசானல் 24.10.1910இல் அளித்த மனுவில் வேண்டியிருந்தபடி தடையுத்தரவைப் பிறப்பிக்க வேண்டிய அவசியம் தம்புவுக்கு நேரிட்டது. 1910 நவம்பர் முதல் நாளன்று வெள்ளாளருக்கு எதிரான தடையுத்தரவை அவர் பிறப்பித்தார். இதன்படி கௌசானலின் அனுமதியின்றி திருக்குடும்ப ஆலயத்தில் வெள்ளாளர்கள் நுழைவது தடை செய்யப்பட்டது (பி.இ. 3: V.P.R.1910a). இவ்வுத்தரவின் நகல் பொதுவிடத்தில் படிக்கப்பட்டதுடன் திருக்குடும்ப ஆலயக் கதவுகளிலும் வெள்ளாளர் வாழும் தெருக்களிலும் ஒட்டப்பட்டது.

10 நவம்பர் 1910ஆம் நாள் ஆயர்களும் மறைவட்டத் தலைவர்களும் திருச்சியில் கூடி 1877ஆம் ஆண்டில் ஆயர் கனோஸினால் வடக்கன்குளம் வெள்ளாளர்களுக்கு வழங்கப் பட்டச் சலுகைகளை ரத்து செய்வது என்று முடிவெடுத்தனர். திருநெல்வேலி மறைவட்டத் தலைவர் திருச்சியிலிருந்து திரும்பி யதும் திருச்சிக் கூட்டத்தின் முடிவினைக் கௌசானலுக்குத்

தெரிவித்தார். *14* நவம்பர் *1910*இல் ஆயர் பார்தே வடக்கன்குளம் வெள்ளாளர்களுக்கு வழங்கப்பட்ட தனிச் சலுகைகளை ரத்து செய்யும் உத்தரவு ஒன்றினைக் கௌசானலுக்கு அனுப்பி வைத்தார். *(பி.இ. 4:* M.P.J.A.*5)*

இடியுண்ட பிரிவினைச் சுவர்

*18.11.1910*இல் திருநெல்வேலியிலிருந்த மறைவட்டத் தலைவர் பிரிவினைச் சுவரை இடித்துத் தள்ளும்படி கௌசானலுக்கு உத்தரவிட்டார். *22.11.1910* நண்பகலில் அந்த உத்தரவினைக் கௌசானல் நிறைவேற்றினார் (V.P.R. *1910* பின்னிணைப்பு *5).* நீண்டகாலமாக வடக்கன்குளத்தில் நிலவிய சாதிய ஆதிக்கத்தின் குறியீடாக விளங்கிய பிரிவினைச் சுவரை இடித்தெறிந்ததன் மூலம் அதுவரை மேற்கொண்டிருந்த சமரசப் போக்கினைக் கைவிட்டு சமூக நீதியின் பக்கம் சேசு சபையினர் நின்றனர்.

வழக்கும் தீர்ப்பும்

"யூதர்களின் மாமூல்களை மாற்றியமைத்தமைக்காக யூதர்கள் கிறிஸ்துநாதரைச் சிலுவையில் அறைந்தனர். அவர் திரும்பவும் இங்கு வந்து வெள்ளாளர்களின் மாமூல்களை மாற்றியமைக்க நேர்ந்தால் இரண்டாவது தடவையாக அவரைச் சிலுவையில் அறைய வேண்டுமென்று கூக்குரலிடத் தவற மாட்டார்கள்"

– கௌசானல்

நீண்டகாலமாகத் தங்கள் சாதிய உயர்வின் குறியீடாக விளங்கிய பிரிவினைச் சுவர் இடியுண்டதை வெள்ளாளர்களால் தாங்கிக்கொள்ள முடியவில்லை. தங்களுடைய சமூக உயர்மதிப்பிற்கு விடுக்கப்பட்ட அறைகூவலாகக் கௌசானலின் செயலைக் கருதினார்கள்.

எனவே, பிரிவினைச் சுவரை இடித்ததை எதிர்த்து ஒரு வழக்கைத் திருநெல்வேலி துணை நீதிமன்றத்தில் (Court of the Subordinate Judge) தொடர்ந்தனர். வழக்கின் வாதிகளாகப் பிள்ளைமார் நால்வரும் முதலியார் ஒருவருமாக மொத்தம் 5 பேர் அமைந்தனர். வழக்கின் பிரதிவாதிகளாக மொத்தம் 14 பேர் குறிப்பிடப்பட்டிருந்தனர். வழக்கின் முதற் பிரதிவாதியாகத் திருச்சி ஆயரான பார்தே அமைந்தார். இரண்டாவது பிரதிவாதியாகப் பங்குக் குருவான கௌசானல் குறிப்பிடப்பட்டிருந்தார். மூன்றிலிருந்து பதினாலு வரை உள்ள பன்னிரண்டு பிரதிவாதிகளாக நாடார் சாதியைச் சார்ந்த சிலரின் பெயர்கள் குறிப்பிடப்பட்டிருந்தன[11].

O.S.No.62 of 1910 என்ற இவ்வழக்கில் வெள்ளாளர்கள் முன்வைத்த வாதங்கள் பின்வருமாறு அமைந்தன:

வாதிகளான வெள்ளாளரும் முதலியாரும் உயர்சாதிக் கிறித்துவர்களாவார்.

எதிர்மனுதாரர்கள் *3–14* வரையுள்ளவர்கள் தாழ்ந்த சாதியினர் ஆவர்.

திருக்குடும்ப ஆலயத்தின் தென்பகுதி வெள்ளாளர்களுக்குரியது.

இந்துக்களிடம் இருப்பதைப் போல சாதி வேறுபாடு *1753*இலிருந்தே ஆலயத்தில் இருந்தது.

தற்போதைய புதிய கோவில் (காற்சட்டை ஆலயம்) கட்டும்போது, *1855*இல் நிலவிய சாதி வேறுபாடு புதிய கோவிலில் நிலவும் என்பதனை ஒப்பந்தத்தின் வாயிலாக இருதரப்பினரும் உறுதி செய்துள்ளனர். தன்னை இவ்வொப்பந்தம் கட்டுப்படுத்துமென்று ஆயரும் ஒத்துக் கொண்டுள்ளார்.

1855 ஒப்பந்தத்தில் சில மாறுதல்கள் செய்து திருமுகம்[+] ஒன்றினை *1877*இல் ஆயர் வெளியிட்டார். அதிலும் மனுதாரர்களின் உரிமைகள் குறிப்பிடப்பட்டுள்ளன.

கோவில் தொடர்பாக வாதிகளுக்கு மேற்கூறியபடி இருக்கும் பாத்தியங்கள், பாத்திய கிரமப்படி மாத்திரமேயில்லாமல் (not only on the ground of title) நெடுங்கால அனுபவத்தின்படியும் (by prescription and enjoyment) கிடைத்திருக்கின்றன.

இப்படித் தங்களுக்கு இருந்த உரிமைகளைக் குறிப்பிட்டு விட்டு ஆலயத்தின் பிரிவினைச் சுவரை இடித்தது தங்களுடைய உரிமையை மீறும் செயலென்றும், அதனை மீண்டும் கட்டும்படி உத்தரவிடவேண்டுமென்றும் வேண்டினர். வெள்ளாளர்கள் அளித்த இம்மனுவின் இறுதிப்பகுதி வருமாறு:

"ஆகையால் கோர்ட்டாரவர்கள் கிருபை செய்து

I. இத்துடன் இணைத்திருக்கிற பிளானில் கண்ட வடக்கன்குளம் திருக்குடும்ப ஆலயத்தில் (Holy Family Church) தென்புறமாயுள்ள கோவில் வாதிகள் வகையறா மேல்ஜாதிக்காரர் கிறிஸ்தவர்களுக்கு மட்டும் பாத்தியப்பட்டதென்றும், அதில் வாதிகள் வகையறா மேல் ஜாதிக்காரர் கிறிஸ்தவர்கள் தவிர மற்ற *3* முதல் பிரதிவாதிகள் வகையறா கீழ்ஜாதிக்காரர் கிறிஸ்தவர்கள் பிரவேசிக்கத் தக்கதில்லை என்றும் தீர்மானித்து:

(a) அவ்விதம் ஷை தென்புரம் கோவிலிலும், மூலஸ்தானம் வகையறா பீடங்களிலும் பிரவேசிக்காமலிருக்கும்படி 3 முதல் பிரதிவாதிகள் வகையறாக்களுக்கும், மேற்படியார்களைப் பிரவேசிக்க இடங்கொடா மலிருக்கும்படி 1, 2 பிரதிவாதி யவர்களுக்கும்* சாஸ்வத இன்ஜங்ஷன்** என்னுமறியல் கட்டளை பிறப்பிவிக்கும்படிக்கும்;

(b) மற்றும் மேலே 13வது பாராவில் குறிப்பிட்டிருக்கிற 1877ம் ௵ மே ௴த்தில் Bishop அவர்களால் செய்யப்பட்டிருக்கிற தீர்மானம் என்கிற நிரூபப்படி*** வாதிகள் வகையறா வடக்கன்குளம் வாசிகள் பிள்ளைமார் முதலியாரவர்களுக்கு மட்டும் ஷை ஆலயத்தில் ஏற்பட்டிருக்கிற பாத்தியங்களை; அதாவது தென்புறம் கோவில் பிள்ளைமார் முதலிமார் மேல்ஜாதிக்காரர்களுக்கு பாத்தியமென்றும், மூலஸ்தானத் தில் (Altar) ஊழியஞ்செய்தலும் சகல பீடங்களையுஞ் சோடிக்கிறதும் கோவில் சாமான்களைப் பந்தோபஸ்து செய்து பாதுகாத்து வருவதும் கோவிலைச் சேர்ந்த சகல காரியங்களையும் மேல்பார்த்து வருவதும் பாவசங்கீர்த்தனத்துக்கு ஆயத்தஞ்சொல்கிறதும் 3 முதல் பிரதிவாதிகள் வகையறா நாடார்களுக்குக் கோவிலில் லத்தீன் பாட்டு, தமிழ்ப் பாட்டுப் படிக்கும்படியாக ஷை நிரூபத்தில் குறிப்பிட்டிருக்கிற நாள்கள்

நீக்கி மற்றச் சகல நாள்களிலெல்லாம் லத்தீன் பாட்டு, தமிழ்ப்பாட்டு, படிக்கிறதும் வாதிகள் வகையறா பிள்ளைமார் முதலிமார்களுக்குப் பாத்தியமென்றும்,

கொடிமரத்திலேற்றுகிற திருநாள்க்கொடி சாமியவர்கள் கையிலிருந்து வாங்குகிறதும், தேரிலுஞ் சப்பிரத்திலும் வைக்குஞ் சுருபங்களை யிருக்கிற ஸ்தலத்திலிருந்து எடுத்துக் கொடுக்கிறதும் ஷை ஸ்தலத்தில் திரும்ப வைக்கிறதும் வாதிகள் வகையறா பிள்ளைமார், முதலிமார்களுக்கு பாத்தியமென்றும்,

கோவிலின் சாவிகளை வைத்துக்கொள்ளுதல், கோவில் பூட்டுதல் திறத்தல் மணி அடித்தல் முன் ஜெபஞ் சொல்லுதல் இது முதலான பாத்தியங்கள் சகலதும் 3 முதல் பிரதிவாதிகள் வகையறாக்களுக்கெதிராய் வாதிகள் வகையறா வடக்கன்குளம் வாசிகள் பிள்ளைமார் முதலிமார்களுக்கு மட்டும் உண்டென்று ஸ்தாபித்து மேற்படி பாத்தியங்களை எவ்விதத்திலும் கூட்டவும் குறைக்கவும் சலனப்படுத்தவும் இடைஞ்சல் செய்யவும்

---

* ஆயர் பர்தே – பங்குக்குரு கௌசானல்

** நிரந்தர தடை உத்தரவு

*** இந்நிரூபத்தின் மூல வடிவம் பின்னிணைப்பு எண் 2இல் தரப்பட்டுள்ளது

கூடாதென்று பிரதிவாதிகளுக்குச் சாஸ்வத இன்ஜங்ஷன் பிறப்பிவிக்கும்படிக்கும்;

(c) வாதிகள் வகையறா வடக்கன்குளம் மேல்ஜாதிக்காரர்கள் தெருக்களில் 3 முதல் பிரதிவாதிகள் வகையறாக்கள் கல்யாணப் பல்லக்கு பட்டணப் பிரவேசம் போக பாத்தியமில்லையென்று ஸ்தாபித்து அப்படிச் செய்யாமலிருக்கும்படி 3 முதல் பிரதிவாதி களுக்குச் சாஸ்வத இன்ஜங்ஷன் கொடுக்கும்படிக்கும்;

பிளானில் தென்புறம், வடபுறம் கோவில்களுக்கு ஊடே அடையாளமிட்டதும் பச்சை மை கோடிட்டதுமான இடங்களில் முன்னிருந்தபடி 14 அடி நீளம் 3 அடி உயரம் 3/4 அடி கனத்துக்கு இரண்டு சுவர்களும் அடையாளமிட்டதும், பச்சை மை கோடிட்டிருப்பதுமான இடங்களில் பழையபடி 7 அடி நீளம் 3 1/2 அடி உயரம் 1 அடி கனத்துக்கு இரண்டு சுவர்களும் செங்கல், சுண்ணாம்பினால் கோர்ட்டாரவர்கள் குறிப்பிடுகிற ஒரு வாயிதாவில் போட்டுக் கொடுக்கும்படி பிரதிவாதிகளுக்கு மாண்டேட்டரி இன்ஜங்ஷன் கொடுக்கும்படிக்கும்;

அப்படிக் குறிப்பிட்ட வாயிதாவில் அவர்கள் சுவர்கள் போட்டுக் கொடாத பட்சத்தில் கோர்ட்டு மூலமாய் மேற்கண்ட படிப் பிரதிவாதிகள் செலவின் பேரில் மேற்படிச் சுவர்கள் போட்டுத்தரும் படிக்கும்;

இந்த வியாஜியச் செலவு வட்டி சகிதம் வாதிகளுக்குப் பிரதிவாதிகளால் கிடைக்கும்படிக்கும் டிக்கிரி செய்யப் பிறார்த்திக்கிறார்கள்."

1910 டிசம்பர் 23ல் பின்வரும் இடைக்காலத் தடையுத்தரவை நீதிமன்றம் நாடார்களுக்கு விதித்தது:

- இடிபட்ட சுவருக்குத் தெற்கே நுழையக் கூடாது. ஆல்டர் பகுதியில் நுழையக் கூடாது.
- நாடார்களுக்கு என்று குறிப்பிடப்பட்ட சந்தர்ப்பங் களைத் தவிர பிற சந்தர்ப்பங்களில் பாடல்கள் பாடக்கூடாது.
- வெள்ளாளர்களின் தெருக்களில் நாடார்கள் திருமண ஊர்வலங்கள் நடத்தக்கூடாது.

இறுதியாக 1912 டிசம்பர் 18இல் நீதிமன்றம் தன் தீர்ப்பை வழங்கியது. சமூக நீதி வழங்க வேண்டிய ஒரு வழக்கு என்று பாராமல் ஒரு சாதாரண சொத்துரிமை வழக்கு என்ற முறையில் இதனைப் பரிசீலித்த நீதிமன்றம், திருக்குடும்ப ஆலயத்தில் வெள்ளாளர் அனுபவித்து வந்த சிறப்புச் சலுகைகளை உறுதி

செய்தது. அத்துடன் பிரிவினைச் சுவரை ஆயரும் பங்குக் குருவும் இரண்டு மாதங்களுக்குள் கட்டிக் கொடுக்கும்படித் தீர்ப்பு வழங்கியதுடன் செலவுத் தொகை வழங்க வேண்டுமென்றும் உத்தரவிட்டது. (பி.இ. 11)

மாவட்ட நீதிமன்றத்தில்

இத்தீர்ப்பினைப் பெற்றதும் சேசு சபையினர் மனம் சோர்ந்து விடவில்லை. எந்த வகையிலும் சாதிய மேம்பாட்டினைத் திருக்குடும்ப ஆலயத்திற்குள் மீண்டும் அனுமதிக்க அவர்கள் விரும்பவில்லை. எனவே, இத்தீர்ப்பை எதிர்த்து ஆயரும், கௌசானலும் கூட்டாக மாவட்ட முன்சீப் மன்றத்தில் மேல்முறையீடு செய்தனர். வெள்ளாளர் ஐவரும், நாடார்கள் பன்னிருவரும் மேல்முறையீட்டு வாதிகளாக குறிப்பிடப்பட்டனர். 89 of 1913 என்ற இவ்வழக்கில் துணை நீதிபதி வழங்கிய தீர்ப்பிற்கு எதிராக 52 காரணங்கள் முன்வைக்கப்பட்டன. தென்பகுதி தங்களுக்கே உரியது என்ற வெள்ளாளரின் கருத்துக்கு எதிராகப் பின்வரும் வாதங்கள் அதில் இடம் பெற்றன[12].

> தேவாலயத்தில் எந்த ஒரு பகுதியையும் தங்களுக்கு மட்டுமே பயன்படுத்த எந்த ஒரு தனி மனிதனுக்கோ, பிரிவினருக்கோ திருச்சபை சட்டத்தின்படியோ, பொதுச் சட்டத்தின்படியோ நடைமுறையில் இருக்கும் எந்தவொரு சட்டத்தின்படியோ உரிமை இல்லை.
>
> தேவாலயத்தில் ஒரு பகுதியையோ, இருக்கைகளையோ அதன் உறுப்பினர்களான தனிப்பட்டவர்களுக்கோ, ஒரு பிரிவினருக்கோ தங்கள் விருப்பப்படி ஒதுக்கீடு செய்யும் உரிமை ஆயருக்கும், பங்குக் குருவுக்கும் உண்டு. அவ்வாறு ஒதுக்கீடு செய்யப்பட்டவர்கள் ஒதுக்கீடு செய்யப்பட்ட பகுதியின் மீது சட்டரீதியாக உரிமை கொண்டாட முடியாது.
>
> ஒரு முறை ஒதுக்கீடு செய்யப்பட்ட பகுதியையோ, இருக்கைகளையோ தங்கள் விருப்பப்படி மறு ஒதுக்கீடு செய்யும் உரிமை ஆயருக்கும், பங்குக் குருவுக்கும் உண்டு. அவர்களின் இச்செயலை எவரும் ஆட்சேபிக்க முடியாது.
>
> தேவாலய கட்டிடத்தின் மீதான சொத்துரிமையும், அதனை நிர்வகிக்கும் உரிமையும் சட்டப்படி ஆயரையும், பங்குக் குருவையும் சார்ந்தது. ஒரு கட்டிடமானது கட்டி முடிக்கப்பட்டு தேவாலயமாக அர்ப்பணிக்கப் பட்ட பின்னர் அது திருச்சபையின் உடைமையாக

மாறிவிடுகிறது. அதன் பாதுகாவலராகவும் நிர்வாகியாகவும் ஆயர் விளங்குகிறார். அதனைக் கட்டுவதற்கான செலவினை யார் வழங்கினார்கள் என்ற கேள்விக்கே இங்கு இடமில்லை.

மனுதாரர்கள் உரோமன் கத்தோலிக்க மறையைப் பின்பற்றுபவர்கள். எனவே, தேவாலயத்தினுள் அவர்கள் நடத்தையினைக் கத்தோலிக்கத் திருச்சபையின் சட்டம், விதிமுறைகள், கோட்பாடுகள் ஆகியன கட்டுப்படுத்தும்.

இவ்வழக்கை ஆராய்ந்த மாவட்ட நீதிபதி துணைநீதி மன்றத்தின் உத்தரவை ரத்துச் செய்து சேசு சபையினர் மேற்கொண்ட செயல்களை உறுதிப்படுத்தித் தீர்ப்பளித்தார். (பி.இ. 13)

சென்னை உயர்நீதிமன்றத்தில்

மாவட்ட முன்சீப்பின் இத்தீர்ப்பை எதிர்த்து முதலில் இவ்வழக்கைத் தொடுத்தவர்களில் ஒருவரான திரவிய முதலியார் நீங்கலாக ஏனைய நால்வரும் 1914ஆம் ஆண்டில் உயர்நீதி மன்றத்தில் மனுச் செய்தனர். நேப்பியர் என்ற ஆங்கிலேயரும் சதாசிவ அய்யர் என்ற இந்தியரும் இவ்வழக்கை ஆராய்ந்து 25.1.1916இல் தீர்ப்பை வழங்கினர். (பி. இ. 14)

மனுதாரர்களின் (வெள்ளாளர்களின்) வேண்டுகோளை நீதிபதி நேப்பியர் இவ்வாறு வகைப்படுத்தி தமது தீர்ப்பின் தொடக்கத்தில் குறிப்பிட்டார்:

குறிப்பிட்ட இரண்டு ஆலயங்கள் என்று அழைக்கப் படும் திருக்குடும்ப ஆலயத்தின் குறுக்கே இருந்து 1910 நவம்பரில் இடிக்கப்பட்ட சுவர்களைத் திரும்பவும் கட்டுவதற்குக் கட்டளை பிறப்பித்தல்,

குறிப்பிட்ட தெற்கு ஆலயத்தின் உரிமை உயர்ந்த சாதிக் கிறிஸ்தவர்கள் என்று கூறப்படும் வாதிகளின் வகையறாவிற்கு மட்டுமே உடைமையானது என அறிவித்தல்.

வாதிகளின் வகையறாக்கள் மட்டுமே அதனுள் நுழையலாம் என்ற உரிமையினை அறிவித்தல். தாழ்த்த சாதி மக்கள் என்றழைக்கப்படும் மூன்றிலிருந்து பதினாலு வரை குறிப்பிடப்பட்டுள்ள பிரதிவாதிகள் நுழைவதைத் தடைசெய்து உத்தரவு இடல்.

பலிபீடத்திலும், மற்ற பீடங்களிலும் நாடார்கள் நுழைவதைக் கட்டுப்படுத்தவும், ஆயரும், பங்குக்குருவும் நாடார்கள் நுழைவதை அனுமதிப்பதைக் கட்டுப்படுத்தவும் உத்தரவு அளித்தல். பலிபீடத்தில் ஊழியம் செய்வது, சில நாட்களைத்தவிர மற்றநாட்களில் கூட்டு வழிபாட்டில் கலந்து கொள்வது, உயர்சாதி கிறிஸ்தவர்கள் என்றழைக்கப்படும் பிள்ளைமார், முதலிமார் ஆகியோரின் தனி உரிமை என்று அறிவித்தல். சில சமய ஊர்வலங்களை நடத்துவதையும், புனித உருவங்களையும், ஆலயத்தின் திறவுகோல்களையும் அவர்களுடைய பொறுப்பில் வைத்துக்கொள்வதையும், மணி அடிப்பதையும் அவர்களுடைய தனி உரிமை என்று அறிவித்தல்.

மூன்றிலிருந்து பதினாலு வரையுள்ள பிரதிவாதிகளின் வகையறாக்கள், வாதிகள் வசிக்கும் தெருக்களின் வழியாகத் திருமணத்தின்போது பல்லக்கில் ஊர்வலம் செல்வதற்கு உரிமையில்லை என்று அறிவித்தல்.

இவ்வேண்டுகோள்களில் கடைசி வேண்டுகோளானது நீதிபதிகளின் முன்னால் வாதிக்கப்படவில்லை என்றும், மற்றவை ஒப்பந்தம் மற்றும் பழக்கம் என்பனவற்றின் அடிப்படையில் வாதிகளின் வழக்கறிஞரான ரெங்காச்சாரியாரால் வலியுறுத்தப் பட்டன என்றும் குறிப்பிட்டுவிட்டு, நீதிபதி நேப்பியர் தமது தீர்ப்பை வழங்கினார். அவரது தீர்ப்பில் சில முக்கிய பகுதிகள் வருமாறு:

'அவர்களைத் (நாடார்களை) தாழ்வு நிலையிலேயே வைத்துக் கொள்வதற்கு வெள்ளாளர்கள் எடுத்துக் கொண்ட முயற்சியே கடந்த 40 வருடங்களாக நடக்கும் இந்தச் சச்சரவை தோற்றுவித்தது. கிறிஸ்தவ மதமாற்றம் அவர்களுடைய போலிப் பகட்டுகளை ஒரு சிறிதுகூட மாற்றவில்லை. கிறிஸ்தவம் மற்றும் எல்லா மதங்களிலுள்ள முக்கியமான பண்பான சமத்துவ உணர்வையும் புகட்டவில்லை. தீட்டு என்ற அவர்கள் வழக்கத்தையும் அதன் காரணமாகத் தாழ்ந்த சாதியினரிடமிருந்த தொடர்பை அறுத்துக்கொள்வது அவர்கள் உரிமை என்பதையும் வலியுறுத்துவது, வழிபாட்டுச் சடங்குகளின்போது மதக்குருவிற்கு யார் உதவி செய்ய வேண்டும், யார் உதவி செய்யக் கூடாது என்று சமயக் குருமார்களுக்கு ஆணை

பிறப்பிப்பது, திருவிழாக்கள், ஊர்வலங்கள், ஆலயப் பொருள்களை வைத்திருப்பது போன்றவற்றைக் கட்டுப்படுத்துவது போன்ற கோரிக்கைகளைக் கிறிஸ்தவக் கட்டமைப்புக்குள் அறிமுகப்படுத்த விரும்புகிறார்கள்.

முதல் கோரிக்கையைப் பொறுத்தவரையில், இது கிறிஸ்தவ மதத்தின் அடிப்படைக் கொள்கைக்கு முரண்படுகிறது; கிறிஸ்தவ ஆலயங்களில் எல்லாத் தரத்தவரும் தினமும் வழிபாட்டுக்காகக் கூடும் பழக்கத்திற்கு மாறுபட்டிருக்கிறது. 17ஆம் நூற்றாண்டின் முந்திய பகுதியில் சமயப்பணி செய்த பெரிய ரோமன் கத்தோலிக்க பாதிரியார் டி. நொபிலி கடைபிடித்த பழக்கத்தையே வாதிகள் நம்பி இருக்கிறார்கள். பிராமண உடை, பாவனை முதலியவற்றை அவர் பின்பற்றினார். பிராமணர்கள் மதமாற்றம் செய்வதையும் ஆதரித்தார். பிராமணர்களுக்கு மட்டுமே டி. நொபிலி சமயப்பணி செய்தார் என்பதை மனதில் கொள்ள வேண்டும்... ஆலயத்தின் வாசலைக் காப்பது, மணி அடிப்பது போன்ற பல செயல்களைப் பற்றிய கோரிக்கைகளை நோக்கும்போது, சக்கிரிஸ்தன் என்ற ஓர் அதிகாரி இவ்விஷயங்களைக் கவனித்து வந்தார் என்பதற்குச் சான்றுள்ளது. அப்படி யொருவர் இல்லாவிட்டால் இப்படிப்பட்ட செயல்கள் செய்ய, ஆயருடைய அதிகாரத்திற்குட்பட்ட மதக்குரு முழு உரிமையும் பெற்றிருக்க வேண்டும்."

இறுதியில் நேப்பியரின் தீர்ப்பு இவ்வாறு அமைந்தது:

"உடன்பாடு அல்லது வழக்கத்தின் அடிப்படையிலான இம் முழு உரிமைக் கோரிக்கையானது, உண்மைகள் அடிப்படையிலும், சட்ட அடிப்படையிலும் தோல்வியுறுகிறதென்பது என்னுடைய கருத்தாகும். வாதிகளின் கோரிக்கைக்கு எதிரான முடிவு பல விபரீத விளைவுகளை ஏற்படுத்தலாமென்று திரு. ரங்காச்சாரியார் கூறினார். எடுத்துக்காட்டாக 'இந்த மக்கள் ரோமன் கத்தோலிக்க ஆலயத்தை விட்டு வெளியேறி விடுவார்கள்.' இதனை நாம் நம் கவனத்திற்கு எடுத்துக்கொள்ள முடியாது. பிரிவுக் கவுன்சில் விதித்த சட்டப்படியே இந்த விஷயங்களில் யாருக்கு அதிகாரம் இருக்கிறது என்பதையும் எந்த விதிகள் இவற்றைக் கட்டுப்படுத்தும் என்பதையும்

நாம் உறுதிப்படுத்த வேண்டும். இந்தச் சோதனையைச் (பொருத்திப் பார்த்தால்) செய்து பார்த்தால், வாதிகளின் வழக்குத் தோல்வியுற வேண்டும், இந்த மேல்முறையீடு தள்ளுபடி செய்யப்பட்டு செலவுத் தொகையும் கொடுக்க வேண்டுமென்பது தெளிவாகிறது."

மற்றொரு நீதிபதியான சதாசிவ ஐயர் சற்று விரிவாக இப்பிரச்சனையைத் தமது தீர்ப்பில் ஆராய்ந்தார். அவரது தீர்ப்பின் முக்கிய பகுதிகளின் சாரம் வருமாறு:

"சில பிராமண இந்துக்கள் ரோமன் கத்தோலிக்கர்களாக மதம்மாறி இந்தக் கிராமத்தில் குடியேறினால் அவர்கள் தெற்குப் பகுதியை உபயோகிப்பதைப் பிள்ளைமார்களும், முதலியார்களும் தடுக்க முடியுமா? அல்லது நாடார்களும் அவர்களோடு உட்காரும் மற்ற மதம் மாறியவர்களும் (பறையர் போன்றோர்) அவர்கள் வடக்குப் பகுதியை ஆக்கிரமிப்பதைத் தடுக்க முடியுமா? இந்த தேவாலயத்திற்கு நியமிக்கப்பட்ட ஆயரோ, பங்குக் குருவோ நாடாராகவோ, பஞ்சமராகவோ இருந்தால் அவரைத் தெற்கு பகுதிக்குப் போகவிடாமல் அந்தப் பகுதியை மாசுபடுத்தி விடுவார் என்ற பயத்தால் தடுக்க முடியுமா? ஒரு சாணாரின் வீட்டில் சாப்பிட்டதிற்காக ஒரு பிள்ளைக் கிறிஸ்தவரைச் சாதி ஓட்டெடுப்பின் மூலமாக சாதி விலக்குச் செய்ததை நீதிமன்றத்தால் அங்கீகரிக்க முடியுமா அல்லது அந்த மாதிரி கிறிஸ்தவரை தெற்குப் பகுதியை உபயோகிக்காமல் தடுக்க முடியுமா? ஏனென்றால் சாதி விலக்குச் செய்தவர்கள் அவருடைய தொடர்பால் மாசுபடும் என்று பயந்துள்ளார்கள். ஒரு கிறிஸ்தவ நாடார் ஒரு வெள்ளாளப் பெண்ணை மணந்தால் அவர்களுக்குப் பிறந்த குழந்தைகள் இந்த ரோமன் கத்தோலிக்க ஆலயத்தில் திருமுழுக்கு செய்யப்பட்டால், அல்லது மதவிலக்கு செய்யப்பட்ட பிராமணப் பெண்ணிற்கு, முறைகேடான குழந்தைகள் பிறந்து ரோமன் கத்தோலிக்கர்களாக மதம் மாறி இந்த வட்டாரத்தில் குடியேறி னால் அவர்கள் எந்தச் சாதியைச் சேர்ந்தோர்? ஆலயத்தின் எந்தப் பகுதியில் அவர்கள் உட்காருவது? கிறிஸ்தவ சமூகத்திற்குள் இந்துக்களிடம் இருப்பதைப் போல் சாதிகளை அங்கீகரிப்பதை ஏற்றுக்கொள்ள நான் தயாராக

இல்லை. ஐரோப்பியக் குருக்களிடமிருந்தும், ஆயர்களிட மிருந்தும் தீர்த்தமும், திரு அப்பமும், திருமுழுக்கோடு அவர்கள் வாங்குவதால் ஓர் ஐரோப்பியனைத் தொட்டால் தீட்டு என்ற இந்து மரபுக் கருத்தை வாதிகள் உண்மையிலேயே கைவிட்டுவிட்டார்கள். ஆனால் இந்திய தேசிய இனத்தைச் சேர்ந்த சக கிறிஸ்தவர்களைப் பொறுத்தவரையில் இன்னும் அந்தச் சாதி மரபைப் பேணுகிறார்கள். பிறப்பை மட்டுமே காரணமாகக் கொண்டு தீண்டுபவர்கள், தீண்டத்தகாதவர்கள் என்று மனிதர்களை வேறுபடுத்துவதை, அதுவும் கடவுளின் வீட்டில் அதனை நிலைநிறுத்துவதற்காக ஏற்றுக்கொள்ளப் பட்ட புரோகித மூலபாடங்களின் அனுமதியை (இந்துக்களைப்போல்) வாதிகள் வேண்ட முடியாது. இத்துறையில் தேர்ச்சி பெற்றவர்களின் கருத்துப்படி இந்துக்களின் மத்தியில்கூட சாதிய வேறுபாடுகளும், அவற்றிற் கான மத அனுமதியின் பலமும் குறைந்து கொண்டு வருகிறது. இச்சந்தர்ப்பத்தில் சாதிக் கிறிஸ்தவர்கள் என்று கூறப்படுவோர் இம்மரபு களுக்குச் சட்ட அனுமதி வாங்க எடுக்கும் முயற்சி களுக்கு யாரும் செவி சாய்ப்பது கடினம். இம்முயற்சிகள் எதிர்த் திசையில் செல்ல எத்தனிக்கின்றன. இதன் விளைவாக இந்த மேல்முறையீடு செலவுத் தொகையோடு தள்ளுபடி செய்யப்பட வேண்டுமென்று தீர்ப்பளித்த எனது கற்றறிந்த சகோதரனோடு முழுவதும் உடன்படுகிறேன்."[14]

○

இவ்வாறு பிரிவினைச் சுவரை இடித்தது சரியே என்று உயர்நீதி மன்றம் தீர்ப்பு வழங்கியது. நீண்டகாலமாக திருக்குடும்ப ஆலயத்தில் நிலவிவந்த சாதிய மேலாண்மைக்கும் 1872இலிருந்து இடம் பெற்றிருந்த பிரிவினைச் சுவருக்கும் இத்தீர்ப்பின் வாயிலாக முடிவு கட்டப்பட்டது.

❦

ஒரு சமூக வரலாற்றாய்வு

> மதம் என்பது வெறும் நம்பிக்கைகளின் தொகுதியன்று. அது சமூக உறவுகளுடனும், உற்பத்தி உறவுகளுடனும் நெருங்கிய சம்பந்தம் கொண்டது.
>
> கா. சிவத்தம்பி

இதுவரை வடக்கன்குளம் திருக்குடும்ப ஆலயத்தில் இடம் பெற்ற சாதிய மேலாண்மையும் அதன் விளைவாக ஏற்பட்ட குழப்பங்கள், வழக்குகள் குறித்தும் சுருக்கமாக அறிந்துகொண்டோம். ஐரோப்பாவிலிருந்து வந்த சமயக் குருக்களும்கூட இத்தகைய சாதிய ஆதிக்கத்தினையும், வேறுபாட்டினையும் நீண்ட காலம் அரவணைத்தது ஏன் என்ற வினா நம் உள்ளத்தில் தோன்றலாம். இது தொடர்பான செய்திகள் சற்று விரிவான ஆய்வுக்குரியனவென்றாலும் ஓரளவுக்கு இப்பிரச்சினையுடன் தொடர்புடைய சில செய்திகளை மட்டும் இங்கு ஆராயலாம்.

கத்தோலிக்கச் சமயம் தமிழகத்தில் அறிமுகமான பதினாறாம் நூற்றாண்டில் பிராமணர், முதலியார், பிள்ளை, கவுண்டர், உடையார் போன்ற சாதியினர் தமிழகச் சமூக அமைப்பில் சமூக மேலாதிக்கம் செலுத்தும் சாதியினராக விளங்கினர். ஆங்காங்கே யுள்ள வளம் படைத்த சைவ வைணவக் கோவில்கள் இவர்களின் ஆதிக்கத்திற்குள்ளேயே இருந்தன. எண்ணிக்கையில் அதிகமான, உடலுழைப்பை அடிப்படையாகக் கொண்ட பல்வேறு சாதியினர் இவர்களின் கட்டுப்பாட்டிற்குள் சிக்கியிருந்தனர்.

சாதியும் கத்தோலிக்கமும்

தமிழ்ச் சமூக அமைப்பில் ஆதிக்கச் சக்தியாகத் திகழ்ந்த உயர் சாதியினரைச் சமய மாற்றம் செய்வதன் வாயிலாகக் கத்தோலிக்கச் சமயத்திற்குச் சில சலுகைகள் கிடைக்கும் வாய்ப்பிருந்தது. அத்துடன் இவர்களைச் சமய மாற்றம் செய்வதன் வாயிலாக இவர்களின் பிடிக்குள் இருக்கும் பிற சாதியினரையும் எளிதில் சமய மாற்றம் செய்து விடலாமென்று சேசு சபையினரில் சிலர் எண்ணினர். இத்தகையக் கண்ணோட்டத்தைத் தோற்றுவித்தவர் ராபர்ட்–டி– நொபிலி (Robert de Nobile, 1577-1656) ஆவார். சேசு சபையைச் சேர்ந்த இவர் உயர் சாதியினரை, குறிப்பாகப் பிராமணரைச் சமய மாற்றம் செய்வதில் முக்கிய கவனம் செலுத்தினார். அவரது இச்செயலுக்கு ஒரு சமூக வரலாற்றுப் பின்னணி உண்டு.

டி–நொபிலியின் வருகைக்கு முன்னரே ஐரோப்பியர்கள், பிராங்ஸ் என்ற பெயரால் ஆசியப் பகுதியில் அறிமுகமாகி இருந்தனர். சுதந்திரமானவன் என்ற பொருள் தரும் பிராங் (Feringhee) என்ற போர்த்துக்கீசிய சொல்லின் திரிபே பரங்கி என்ற தமிழ்ச் சொல்லாகும். தமிழகத்தில் காலனி ஆதிக்கத்தை முதன் முதலில் அமைத்த போர்ச்சுகீசியர்களைப் பரங்கி என்றே தமிழர்கள் குறித்தனர். இவர்களையடுத்து வந்த ஆங்கிலேயர்களைக் குறிப்பிடும் இழிவான சொல்லாகவும் பரங்கி என்ற சொல் பயன்படுத்தப்பட்டது. மதுவருந்தி, மாட்டிறைச்சி உண்டு, ஒழுக்கக் கேடான வாழ்க்கை நடத்துபவர்களாக ஐரோப்பியர் கருதப்பட்டனர். எனவே, பரங்கி என்ற சொல் இழிவான அருவருப்பான ஓர் இனத்தவரைக் குறிப்பதாக அமைந்தது. கிரந்தி என்ற ஒரு வகையான பால்வினை நோயைக் கூட 'பரங்கிப் புண்' (சிபிலிஸ்) என்றே தமிழர்கள் குறிப்பிட்டனர். ஜாதி ஒடுக்கு முறைக்கு ஆளாகியிருந்த பள்ளர், பறையர் ஆகியோரைப் போன்றே பரங்கியரையும் தீண்டத்தகாதவர்களாகக் கருதினர்.

இத்தகையச் சூழலில், மதுரையில் பணியாற்றிய கொன்சாலோ பெர்னாந்து என்ற துறவி இவ்வுண்மையைப் புரிந்துகொள்ளவில்லை. போர்ச்சுக்கீசியரைக் குறிக்கும் சொல் என்ற அளவிலேயே பரங்கி என்ற சொல்லை அவர் புரிந்துகொண்டார். கத்தோலிக்க சமயத்தையும் 'பரங்கி மார்க்கம்' என்ற சொல்லால் குறித்தார். "நீ கிறிஸ்தவனாக விரும்புகிறாயா?" என்ற சொற்றொடரைப் "பரங்கிகுலம் புக வேணுமோ" என்று மொழிபெயர்த்தார் (Cronin 1959 : 45). இழிவான பரங்கிச் சாதிக்குச் செல்ல விரும்புகிறாயா? என்று இவ்வினாவைப் புரிந்துகொண்ட மேட்டிமை சாதியினர் கத்தோலிக்கர்களாக

மாறுவதைத் தவிர்த்தனர். கத்தோலிக்கர்களாக மாறியவர்களும், சாதி அமைப்பிற்கு வெளியிலிருந்த சாதி அற்றவர்களாகவே கருதப்பட்டனர்[14].

இதன் விளைவாகக் கத்தோலிக்க சமயத்தை வெற்றிகரமாகப் பரப்ப இயலவில்லை. இத்தகைய நிலையில் 1606இல் மதுரை வந்த டி – நொபிலி தமிழ்நாட்டின் சமூக வாழ்வில் சாதியின் செல்வாக்கை அறிந்துகொண்டார். சாதி வேறுபாடுகளை ஏற்றுக்கொள்வது என்பது ஒரு அநீதியான செயலாக, டி – நொபிலிக்குத் தோன்றவில்லை. 1609ஆம் ஆண்டில் எழுதிய கடிதம் ஒன்றில் சாதி பற்றிய அவரது கருத்தைப் பின்வருமாறு குறிப்பிடுகிறார்:

> "கிறிஸ்தவனாவதில் ஒருவன் தனது சாதி, குடிப்பிறப்பு, பழக்க வழக்கம் முதலானவைகளைத் துறக்க வேண்டுவதில்லை. கிறிஸ்தவ சமயத்தைத் தழுவினால் இவை கெட்டுப் போகும் என்ற போதனையைப் புகட்டியவன் சாத்தான். கிறிஸ்தவ சமயம் பரவுகிறதற்கு இடையூறாக இருப்பது இப்போதனையே. இதனால்தான் பெர்னான்டஸ் குருவின் பணி பயனற்றதாக முடிந்தது" (சிரில் புரூஷ் பெர்த், 1982: 186).

மேலும் பரங்கி என்ற சொல் இழிவான சொல்லாக மக்களிடையே வழங்குவதையும் உணர்ந்துகொண்டார். இத்தாலியரான தம்மை ஒரு பரங்கி என்று மக்கள் கருதிவிடக் கூடாது என்பதில் மிகவும் விழிப்பாக இருந்தார்.

> "நான் ஒரு பரங்கியோ, பரங்கி நாட்டில் பிறந்தவனோ அல்லன். ஒரு போதும் அந்த இனத்துடன் நான் தொடர்புடையவன் அல்லன் . . . இந்த நாட்டிலுள்ள மதிப்புமிக்க அரசர்களுக்கு இணையான குடும்பத்தைச் சேர்ந்தவன்"

என்று அறிக்கை ஒன்றில் அவர் குறிப்பிட்டுள்ளமை இதற்குச் சான்றாகும் (Cronin, 1959: 136-137). கிறிஸ்தவர்களாக மதம் மாறுபவர்கள் சாதியையோ, சாதிய அடையாளங்களையோ, சாதிய பழக்கங்களையோ, சமூக உயர்நிலையையோ விட்டுவிடத் தேவையில்லை என்று ஓர் ஓலைச்சுவடியில் எழுதி, அதை தன் இருப்பிடத்திற்கு எதிரே உள்ள மரத்தில் ஆணி அறைந்து வைத்தார் (Sauliere, 1995:115). மேலும் ராஜரிஷி என்று தம்மை அழைத்துக்கொண்டதுடன் தமிழகத் துறவிகளைப் போன்று தம் ஆடை அலங்காரங்களை அமைத்துக்கொண்டார். சேசுசபைத் துறவிகளுக்குரிய அங்கிக்குப் பதிலாகக் காவி உடையும், முப்புரி

நூலும் தரித்து, கையில் கமண்டலத்தையும் ஏந்திக்கொண்டார். டி – நொபிலியின் பூநூல் ஐந்து பிரிகளைக் கொண்டிருந்தது. இவற்றுள் மூன்று பிரிகள் தங்கத்தால் ஆனவை. இம்மூன்று பிரிகளும் 'பிதா – சுதன் – பரிசுத்த ஆவி' என்ற மூன்றையும் உள்ளடக்கிய திரித்துவத்தின் குறியீடாக அமைந்தன. எஞ்சிய இரண்டு பிரிகளும் யேசுவின் ஆன்மா மற்றும் உடலைக் குறித்து நின்றன (Cronin, 1959 : 80). பிராமணர் ஒருவர் சமைத்த சைவ உணவையே உட்கொண்டார். டி – நொபிலி என்ற பெயரைத் 'தத்துவ போதகர்' என்று மாற்றிக்கொண்டார். வடமொழியிலுள்ள நான்கு வேதங்களை மட்டுமே இங்குள்ள மக்கள் அறிந்துள்ளார்களென்றும், அவர்களறியாத ஐந்தாவது வேதம் ஒன்றைத் தாம் அறிந்துள்ளதாகவும் கூறினார். அவ்வேதத்தின் பெயர் 'ஏசுர வேதம்' என்று கூறி பைபிளின் சில பகுதிகளை வடமொழியில் மொழிபெயர்த்து ஏசுர வேதத்தின் ஒரு பகுதியாக விளக்கிக் கூறத் தொடங்கினார்.

தமிழகத்தின் சமய வாழ்வில் பிராமணர்களின் மேலாதிக்கத்தைப் புரிந்துகொண்டு அவர்களைச் சமயமாற்றம் செய்வதில் தனிக்கவனம் செலுத்தத் தொடங்கினார். அதே நேரத்தில் தாழ்த்தப்பட்ட சாதியினரை மதமாற்றம் செய்யும் பணியினையும் அவர் விட்டுவிட விரும்பவில்லை. இதன் விளைவாக 1640இல் "பிராமண சந்நியாசிகள்", "பண்டாரசாமிகள்" என இருவகையான துறவிகள் சேசு சபைக்குள் உருவாயினர்[15]. வடமொழிப் புலமை உடையவர்களாயும், புலால் உணவைத் துறந்தவர்களாகவும் பிராமண சந்நியாசிகள் காட்சி அளித்தனர். "ரோமன் சந்நியாசிகள்" என்றும் அழைக்கப்பட்ட இவர்கள் உயர்சாதியினரிடம் மட்டுமே மறைபரப்புதலை மேற்கொண்டனர்.

தத்துவப் போதகரின் பிராமண சந்நியாசி முறை 18ஆம் நூற்றாண்டிலும்கூட நடைமுறையிலிருந்தது. அமிர்தநாதர் என்றழைக்கப்பட்ட பிரான்சிஸ்கோ சவேரியோ பவோன் என்ற சேசுசபைத்துறவி 18ஆம் நூற்றாண்டின் நடுப்பகுதியில் பிராமண சந்நியாசிகளுக்குப் பின்வருமாறு அறிவுரை கூறியுள்ளார்:

> "நல்ல சாதியிலிருந்து சமையற்காரரையும், வேலையாட்களையும் தேர்ந்தெடுத்துக் கொள்ளுங்கள். பறையர்களுடன் கலந்துவிடாதீர்கள். ஏனெனில் பிற சாதியாளர்களிடம் நீங்கள் பணிபுரியவோ, அவர்களது வீடுகளுக்குள் எளிதாக வரவேற்கப்படவோ முடியாது...... நீங்கள் உண்பதையோ, பருகுவதையோ பணியாளர்களைத் தவிர பிறர் பார்க்கக்கூடாது. ஏனெனில் இவை உயர்சாதியினர் மேற்கொள்ளக்

ஒளிப்படம் 8

ராஜரிஷி ஆடையில் டி – நொபிலி
நன்றி: சேசுசபை ஆவணக் காப்பகம், செம்பகனூர்

கூடாத ஒழுங்கற்ற செயல்களாகும். பயணத்தின்போது உண்பதையும், பருகுவதையும் திரைக்குப் பின்னால் வைத்துக் கொள்ளுங்கள். பிறர் பார்க்கும்படியோ, மிகுந்த எச்சரிக்கையின்றியோ பசு அல்லது எருமை இறைச்சி, முட்டை, மீன் ஆகியவற்றை உண்ணாதீர்கள். மது அருந்துவதும் இவ்வாறே." (Feroli, 1955: 136)

பண்டாரசாமிகள் என்போர் தாழ்ந்த சாதியினருக்கிடையில் பணிபுரிந்தனர். இவர்கள் பிராமண சந்நியாசிகளைப் போன்று வடமொழிப் புலமை மிக்கவர்களாகவோ, சைவ உணவு உண்பவர்களாகவோ இருக்க வேண்டியதில்லை. ரோமன் சந்நியாசியும், பண்டார சாமியும் சேசுசபையைச் சேர்ந்தவர்களா யிருந்த போதிலும் வெளிப்படையாக தமக்குள் நெருக்கமான உறவைக் காட்டிக்கொள்வதைத் தவிர்த்தனர் (பி.இ. 17, பக்கம் 237).

தத்துவப் போதகருக்கு முன்னரே தமிழகத்தில் கத்தோலிக்க மறையைப் பரப்பிய புனித சேவியர், அன்ட்ரிக் அடிகளார் போன்ற சேசுசபைத் துறவியர், எண்ணிக்கையில் அதிகமான – உயர்சாதியினர் அல்லாதவரைச் சமய மாற்றம் செய்வதில் முன் நின்றனர். என்றாலும் தமிழகத்தில் நிலவிய சாதிவேறுபாடு களை முற்றிலும் மீற சேசு சபையினரால் முடியவில்லை. உயர்சாதியினர், தொடும் சாதியினர்* என்ற எல்லைக்குள் தான் இவர்கள் செயல்பட முடிந்தது. சாதி வட்டத்திற்கு வெளியே நின்ற தீண்டத்தகாதவர்களைப் பிற சாதியினருக்குச் சமமாக தேவாலயத்தில் அனுமதிக்க அவர்கள் முன்வரவில்லை. 16 ஆம் நூற்றாண்டில் முத்துக்குளித்துறைப் பகுதியில் பரதவர்களுக்கென்றும், கரையர்களுக்கென்றும் தனித்தனி தேவாலயங்கள் அமைக்கப்பட்டன. கரையர்களைத் தங்கள் ஆலயங்களுக்குள் அனுமதிக்கப் பரதவர்கள் தயாராக இல்லாததே இதற்குக் காரணமாகும் (Schurhammer 1977:297). கரையர்களைத் தங்களுடைய தேவாலயங்களில் பரதவர்கள் அனுமதிக்காததால் எய்ரஸ்-டி-சா (Fr. Aires de Sa) என்ற போர்ச்சுக்கீசியக் குரு கரையர்களுக்கென தனித் தேவாலயங்களைக் கட்ட வேண்டியதாயிற்று (Venantius 1977: 170 - 171).

1560இல் வடுகர்களின் படையெடுப்புக்கு அஞ்சி, மன்னார் தீவுக்கு முத்துக்குளித்துறைப் பகுதி பரதவர்கள் சென்றபோது அவர்களுக்கென்றும், கரையர்களுக்கென்றும், பறையர்களுக் கென்றும் தனித்தனி தேவாலயங்கள் உருவாக்கப்பட்டன. (மேலது: 171)

---

* தீட்டு என்ற விலக்குக்கு ஆளாகாத சாதியினர்.

வரைபடம் 6

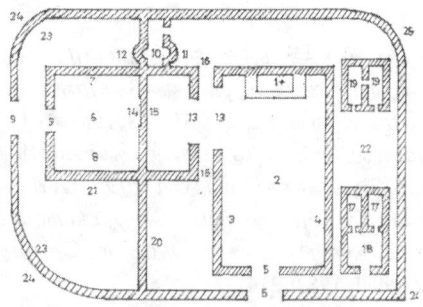

டி – நொபிலி உருவாக்கிய சாதி வேறுபாட்டுடன் கூடிய
தேவாலயம் (17ஆம் நூற்றாண்டு)

1. பலிபீடம்
2. உயர் சாதியினருக்கான தேவாலயம்
3. உயர் சாதிப்பெண்கள் அமரும் இடம்
4. உயர் சாதி ஆண்கள் அமரும்
5. உயர் சாதியினருக்கான நுழைவு வாயில்
6. பறையர்களின் தேவாலயம்
7. பறையர் பெண்களுக்கான இடம்
8. பறையர் ஆண்களுக்கான இடம்
9. பறையர்களுக்கான நுழைவாயில்
10. பாவ மன்னிப்புக் கேட்கும் அறை
11. உயர்சாதியினர் பாவமன்னிப்புக் கேட்கும் இடம்
12. பறையர்கள் பாவமன்னிப்புக் கேட்கும் இடம்
13. திருப்பலிப் பூசையை பறையர்கள் பார்ப்பதற்கான திறப்பு
14. கிராதி
15. பறையர்களுக்கு சமய போதனை செய்யும்போது, உயர்சாதியினரும் குருக்களும் அமரும் இடம்
16. இரு தேவாலயங்களுக்கும் இடையிலான இடைவெளி
17. பங்குக் குருவின் இல்லம்
18. உயர்சாதியினரை வரவேற்கும் அறை
19. பங்குக் குருவின் சமையலறை
20. உயர்சாதியினருக்கான சமையலறை
21. பறையர்களுக்கான சமையலறை
22. திருச்சபை ஊழியர்களுக்கும் உயர்சாதியினருக்குமான முற்றம்
23. பறையர்களுக்கான முற்றம்
24. சுற்றுச்சுவர்

நன்றி: Ferroli (1951), The Jesuits Malabat (Vol.2)

கேரளத்தில் புலையர் சாதியினர் தேவாலயத்தில் நுழைய முக்குவர்கள் அனுமதிக்கவில்லை. இவ்விரு சாதியினரையும் தாமஸ் கிறிஸ்தவர்கள் தங்கள் தேவாலயங்களில் அனுமதிக்கவில்லை.[16]

இத்தகைய சிக்கல்களுக்கு இராபர்ட் - டி - நொபிலி பதினேழாம் நூற்றாண்டில் ஒரு வகையான தீர்வு கண்டார். அனைத்துச் சாதியினரையும் ஒரே தேவாலயத்தில் நுழையச் செய்தார். ஆனால் தீண்டத்தகாத சாதியினர் சிறு தூண்களை உடைய கைப்பிடிச் சுவரினால் பிரிக்கப்பட்டிருந்தார்கள். அத்துடன் அவர்கள் அமரும் இடம் சற்றுப் பள்ளமாக இருந்தது. திரு.அருட்சாதனங்கள்+ மேல் சாதியினருக்கே முதலில் வழங்கப்பட்டன (Theckadeth 1982: 214).

மதுரை மறைத் தளத்தின் நிறுவகர்கள் தீண்டத்தகாத சாதியினரைத் தேவாலயத்தின் முற்றப்பகுதியில் வேலியிடப்பட்ட பகுதிக்குள் அமரச் செய்தனர் என்று லைனஸ் என்பவர் கூறுகிறார். இவ் வேலியைக் குறிக்க கிளாஸ்ட்ரா (claustra) என்ற இலத்தீன் சொல்லைப் பயன்படுத்தினர். விலங்குகளை அடைக்கும் கூண்டைக் குறிக்கும் சொல்லாக இலத்தீன்மொழியில் இச்சொல் பயன்படுத்தப்பட்டது. கூண்டு போன்ற இப்பகுதியிலிருந்தே அவர்கள் வழிபடவும், மறை உரைகளைக் கேட்கவும் வேண்டும் (Nevette 1980:96).

பிரெஞ்சு ஆதிக்கத்திலிருந்த புதுச்சேரியிலும் இத்தகைய சாதிவேறுபாடுகள் தேவாலயத்தினுள் நிலவின.

தமிழகக் கத்தோலிக்கர்களிடம் மட்டுமின்றி யாழ்ப்பாணத் தமிழ்க் கத்தோலிக்கர்களிடமும் சாதிவேறுபாடுகள் நடைமுறையிலிருந்தன. அருமைநாயகம் (1986: 10-11) என்பவர் எழுதியுள்ள கட்டுரையொன்றில் இது தொடர்பாகக் காணப்படும் செய்திகள் வருமாறு:

"சுவாமி ஞானப்பிரகாசரால் முப்பத்தேழு கத்தோலிக்கத் தேவாலயங்கள் ஸ்தாபிக்கப்பட்டன எனக் கூறப்படுகின்றது. இவைகளுள் ஒன்றைத் தவிர ஏனையவை வேளாளர் தவிர்ந்த சாதியினருக்காக ஸ்தாபிக்கப்பட்டவை ஆகும். அவைகளில் பன்னிரண்டு நளவருக்கும்*, பத்து பள்ளருக்கும், நான்கு துரும்பருக்கும்**,இரண்டு பறையருக்குமாக விளங்கின."
"சமயமாற்றம் சாதிப்பிரச்சனைகளுக்கு எக்காலமும்

---

* நளவர் – மரம் ஏறுவோர்.
** துரும்பர் – தாழ்ந்த சாதியினருக்குத் துணி வெளுப்பவர்.

முற்றுப் புள்ளியிடவில்லை. 1932இல் நாவாந்துறையில் கத்தோலிக்க முக்குவருக்கும்* திமிலருக்கும்** கிராம வீதிகளில் இசையுடன் ஊர்வலங்கள் நடத்துவது சம்பந்தமாக எழுந்த சச்சரவை வடமாகாண அதிபராலும், கத்தோலிக்க ஆயராலும் தீர்த்து வைக்க முடியாதென்ற காரணத்தால் சட்டசபையே அதற்குரிய நடவடிக்கைகளை எடுத்தது. அத்துடன் கத்தோலிக்கத் திருச்சபைக் கல்வி விடயங்களில் சாதி வித்தியாசம் பாராட்டியதைக் கத்தோலிக்கச் சமயத்தைச் சார்ந்த தாழ்ந்த சாதியினரே கண்டித்தனர். "ஆங்கிலக் கல்விக்கு ஆதிதிராவிடர் அருகராவாரா?" என்ற தரப்பில் ஆதிதிராவிடரின் நீதிக்காக வாதாடிய "யாழ்ப்பாணவாதி" பின்வரும் கேள்வியை எழுப்பினார். நாமெல்லோரும் ஒரே பிதாவின் பிள்ளைகள் என்று சொல்லிச் சொல்லி மனதிலொன்று, கிரியையிலொன்று, வாக்கிலொன்றாய் நடந்து மெய்யானதும், வளர்ச்சி அடைவதுமான மெய்க் கிறிஸ்து மதத்தைத் தம் ஆசார நடவடிக்கையால் கெடுத்துச் சாதிபேதத்தையே கிறிஸ்து மத வேத புத்தகத்தின் ஒரு பகுதியாக்கவும் ஆண்டவரை மேல்சாதியாருடன் இணைத்து எளிய சாதியினருக்கே நரகத்தை வாசஸ்தலமாகக் கொடுக்கவும் ஐயையோ, குருமாரும், சபைகளுமான சுதேசிகள் செய்யும் மாரீச அலங்கோலத்தையும் கிறிஸ்தவ சபைகளையும், கிறிஸ்தவ கலாசாலைகளை யும் கெடுக்கும் விதத்தையும் என்னென்று சொல்வது? கிறிஸ்து மார்க்கத்திற்கு எட்டுணையும் பொருந்தாத சாதிபேதம் கலாசாலைகளிலும், ஆலயங்களிலும் செய்யப்படும் புரளியை ஆதிதிராவிடா! நீ இன்னோர் முறை பேசத் தவறாய்."

இச்செய்திகளையெல்லாம் மனதில் கொண்டால் வடக்கன் குளத்தில் முதலில் கட்டப்பட்டிருந்த சிலுவை வடிவக் கோவிலில் (வரைபடம் 3) கம்பியளி போடப்பட்டிருந்ததற்கும், பின்பகுதித் தளம் பள்ளமாக இருந்ததற்கும் காரணம் புலனாகும். இவ்வேறுபாடுகள் அடிப்படையில்தான் விசித்திரமான காற்சட்டை வடிவில் திருக்குடும்ப ஆலயமும் பிரிவினைச் சுவரும் உருவாயின.

சாதியைப் பொறுத்தமட்டில் இத்தகைய சமரசப் போக்கினை மேற்கொள்ளுவதைத் தவிர சேசு சபையினருக்கு

---

* முக்குவர் – மீன் பிடித்து வாழும் சாதியினர்.

**திமிலர் – 'திமில்' என்ற படகில் சென்று மீன் பிடித்து வாழ்பவர்கள்.

வேறு வழியில்லை. ஏனெனில் தீண்டாமைக் கொள்கை மிகக் கடுமையாகத் தமிழகத்தில் இருந்தது. கத்தோலிக்கத் துறவிகள் தீண்டத்தகாத சாதியினருடன் பழகுவதையும், அவர்களுக்கு மறை போதிப்பதையும் கத்தோலிக்கரல்லாத உயர்சாதியினருங்கூட ஏற்றுக்கொள்ளத் தயாரில்லை. சான்றாக,

'பண்டாரசாமி பிரிவைச் சேர்ந்த மானுவல் ஆல்வாரிஸ் என்பவர் திருச்சிராப்பள்ளியைச் சேர்ந்த பறையர் ஒருவருக்கு, திருவருட் சாதனங்களை வழங்கியதற்காக நாயக்க மன்னரின் கவர்னரால் சிறையிலிடப்பட்டார். அத்துடன் கழுதை ஒன்றின்மீது, அவரது முகம் அதன் வாலைப் பார்க்கும் முறையில், அமரச் செய்து நகரினுள் ஊர்வலமாய் அழைத்துச் சென்றனர்.' (Ferroli 1951: 422-23)

1792இலிருந்து 1823 ஜனவரி முடிய தென்னிந்தியாவில் வாழ்ந்த அபி துபாய் (Abbe Dubois, 1995:28) என்ற பிரெஞ்சுக் கத்தோலிக்கத் துறவி 1815இல் எழுதிய கடிதம் ஒன்றில் காணப்படும் செய்தியினையும் இவ்விடத்தில் குறிப்பிடுவது பொருத்தமாக இருக்கும்.

கிறிஸ்து ஒரு தச்சனின் மகன் என்பதுகூட கிறிஸ்தவத்துக்கு எதிரான பாதிப்புக்களை ஏற்படுத்தும். மேலும் மனிதவடிவில் வந்த மூன்று வானவர்களுக்கு ஆபிரகாம் கன்றுக்குட்டியை அடித்து விருந்து வைத்ததை விவிலியத்தில் படிக்கும் ஓர் இந்து, ஆபிரகாமும் அவனைக் காணவந்த வானுலகத்து விருந்தினர்களும் பறையர்கள் என்று முடிவு செய்துவிடுவான். பின்னர் புனிதத் தன்மையற்றநூல் என்று விவிலியத்தைத் தூக்கி எறிந்துவிடுவான்.

'ஊதாரி மைந்தன்' கதையை சொற்பொழிவு ஒன்றில் கூறிமுடித்த பின்னர் சில கிறித்தவர்கள் அவரிடம் கூறியதை யும் இதே கடிதத்தில் குறிப்பிட்டுள்ளார். அவரது உரையில் 'கொழுத்த கன்று' என்று கூறியது பொருத்தமற்றது என்று கூறியதுடன் இந்துக்கள் இச்சொற்பொழிவைக் கேட்க நேர்ந்தால் கிறித்தவ சமயத்தைப் பறையர் சமயமாகக் கருதிவிடுவர் என்றனர். இனி இக்கதையைக் கூறும்போது கொழுத்த கன்று என்பதற்கு பதில் ஆட்டுக்குட்டி என்று குறிப்பிடும்படி அறிவுரையும் கூறினர் (மேலது 33:34). இதனால்தானோ என்னவோ 1877இல் வெளிவந்த சத்தியவேத சரித்திர சங்ஷேபம், 1925இல் வெளியான சத்திய வேதாகம சங்ஷேபம் என்ற இரு நூல்களிலும் ஊதாரி மைந்தன் கதையைக் கூறும்பொழுது கொழுத்த கடா என்றே குறிப்பிட்டுள்ளனர் (சிவசுப்பிரமணியன், 2000).

சாதியம் மேலோங்கியிருந்த இத்தகைய சமூகச் சூழலில் "சாணார்" என்ற பெயரில் நாடார்கள் தீண்டத்தகாதவர்களாகக்

கருதப்பட்டனர். சூத்திரர்களைவிடக் கீழானவர்களாகவும், தாழ்த்தப்பட்டவர்களைவிட மேலானவர்களாகவும் அன்றைய தமிழ்ச் சமூகம் இச்சாதியைக் கருதியது. ஹாமிக் என்ற ஆங்கில ஐ.சி.எஸ். அதிகாரி தமது அறிக்கை ஒன்றில் (T.N.A. 1899:4) 30 ஆண்டுகளுக்கு முன்புவரை ஐரோப்பிய வியாபாரிகளுக்கு பருத்தி கொண்டுவரும் நாடார் வணிகர்கள் சுற்றுச்சுவர் கதவைத் தாண்டி வந்ததில்லை என்று குறிப்பிட்டுள்ளார். அத்துடன் டக்கர் என்பவர் 1848இல் வெளியிட்ட "South Indian Sketches" என்ற நூலிலிருந்து பின்வரும் செய்தியை மேற்கோளாக காட்டியுள்ளார். தாசில்தார் முன்னால் வர நேர்ந்தால் தாழ்வாரத் திற்கு வெளியே நிற்பார்கள். ஜன்னல் வழியாகவே அவர்களிடமிருந்து சாட்சியத்தை தாசில்தார் பெறுவார் அல்லது அவர்கள் தடையின்றி வரக்கூடிய சாவடிக்கு நேரில் சென்று பெற்றுக்கொள்வார் (மேலது).

தமிழகத்தின் முக்கிய சைவ, வைணவக் கோயில்களில் தீண்டாமை ஆதிக்கம் செலுத்தியதுடன் சட்டப் பூர்வ அங்கீகாரமும் பெற்றிருந்தது. எனவே இக்கோயில்களில் நுழைய நாடார்களுக்கு அனுமதி மறுக்கப்பட்டது. இந்த இழிநிலையை மாற்றி இவ்வாலயங்களில் நுழையும் உரிமைக்காக நாடார்கள் போராடத் தொடங்கினர். 19ஆம் நூற்றாண்டின் இறுதியில் இத்தகைய போராட்டங்களை நாடார்கள் தொடர்ச்சியாக மேற்கொண்டனர். இத்தகைய போராட்டங்கள் சிலவற்றை இனி ஆராய்வோம்.

நாடார்களின் கோவில் நுழைவுப் போராட்டங்கள்

1874ஆம் ஆண்டு மதுரை நாடார்கள் ஆலய நுழைவிற்கான தங்களது உரிமைகளை உறுதி செய்யும் முகமாக மீனாட்சி அம்மன் ஆலய ஊழியர்கள்மீது கிரிமினல் வழக்கொன்று தொடர்ந்தனர். அவ்வழக்கில் மூக்கன் நாடார் என்பவர் தம்மை ஆலயத்திலிருந்து வெளியே தள்ளுவதற்குப் 'பலாத்காரம்' பயன்படுத்தப்பட்டதாகக் கூறியுள்ளார். மூக்கன் நாடார் மீதுள்ள குற்றச்சாட்டுப்படி, குற்றவாளி ஆலயத்திற்குள் நுழைந்து மீனாட்சி அம்மனை வணங்கினார் என்ப தாகும். குற்றவாளியை நாடார் என்று புரிந்துகொண்ட ஆலய ஊழியர்கள் அவரிடம் கேள்விகள் கேட்க ஆரம்பித்தனர். இறைவனைத் தரிசிக்க தாம் வந்ததாக மூக்கன் நாடார் பதிலளித்தார். அவர் ஆலயத்திற்குள் நுழையக்கூடாது என்று கூறிய ஆலய ஊழியர்கள் கழுத்தைப் பிடித்து ஆலயத்திற்கு வெளியேயுள்ள துணிக்கடைகள் நிறைந்த தெருவை நோக்கி தள்ளிச் சென்றனர். வழக்கை விசாரித்த நீதிபதி, ஆலயப் பிரவேசத்திற்கான சட்டப்பூர்வமான அங்கீகாரம் பெறவே இவ்வழக்கு தொடரப்பட்டது என்று உணர்ந்து

ஆலயப் பிரவேசத்திற்கான கட்டளையிட மறுத்தார். இதே மாதிரியான வழக்கொன்று 1876ஆம் ஆண்டு ஸ்ரீவில்லிபுத்தூர் தாலுகா, திருத்தங்கல் என்ற இடத்தில் நடந்தது. அவ்வழக்கும் வெற்றிபெறவில்லை.

1878ஆம் ஆண்டு ஸ்ரீவில்லிபுத்தூர் மாவட்ட முன்சிப், திருத்தங்கலிலுள்ள நாடார்கள் ஆலயங்களில் நுழைவதையும், தெய்வங்களுக்குத் தேங்காய் உடைப்பதையும் தடை செய்து சட்டமொன்று நிறைவேற்றினார் (ஹார்டுகிரேவ், 1982:163).

திருநெல்வேலி மாவட்டத்திலுள்ள கழுகுமலை முருகன் கோவில் எல்லைக்குள் இருந்த கிணற்றில் தண்ணீர் எடுக்கும் உரிமைகூட நாடார்களுக்கு மறுக்கப்பட்டிருந்தது. தேர் ஓடும் இரத வீதிகளில் நாடார்கள் நன்மை தீமைகளுக்கு ஊர்வலங்கள் செல்வதும் தடை செய்யப்பட்டது. இத்தகைய அவமதிப்பைப் பொறுக்க முடியாத நிலையில் இங்குள்ள நாடார்களில் மிகப்பெரும்பாலோர் கத்தோலிக்கர்களாக மாறினர்.

இதன் பின்னர் சாதியப் பகைமையின் விளைவாக, மிகப் பெருங் கலவரம் 1895ஆம் ஆண்டில் நிகழ்ந்தது. நாடார் குடியிருப்பு சூறையாடப்பட்டது (சிவசுப்பிரமணியன், 1988).

அன்றைய இராமநாதபுர மாவட்டத்தில் அடங்கிய கமுதி கிராமத்தில் மீனாட்சி சுந்தரேஸ்வரர் ஆலயம் ஒன்றுண்டு. இராமநாதபுரம் அரசரான பாஸ்கர சேதுபதி இதன் பரம்பரை அறங்காவலராக விளங்கினார். 1855 நவம்பரில் இவ்வாலயத் தினுள் நுழைந்து வழிபடும் உரிமையினை வேண்டி மனு ஒன்றினை பாஸ்கரசேதுபதியிடம் நாடார்கள் அளித்தனர். இம்மனுவுக்குச் சாதகமான பதில் கிட்டவில்லை. வழிபாட்டுப் பொருள்களையும் பெற உயர்சாதியினர் வாயிலாகக் கொடுக்கும்படி தேவஸ்தான கண்காணிப்பாளரான சிவராமையா என்பவர் கூறினார். நாடார்கள் இதனை ஏற்றுக்கொள்ள மறுத்தனர். கோவிலில் நுழைந்து வழிபடும் உரிமையினைப் பெறுவதில் உறுதியாக நின்றனர்.

14 மே 1897இல் தீவட்டிகள் ஏந்தி மேளதாளத்துடன் நாடார்கள் சிலர் கோவிலினுள் நுழைந்தனர். உற்சாகமிகுதியால் கருவறைக்குள்ளும் சென்று தேங்காய் உடைத்து வழிபட்டனர். இந்நிகழ்ச்சியை அடுத்து பதினைந்து நாடார்கள் மீது முதுகுளத்தூர் சப் மாஜிஸ்ட்ரேட் நீதிமன்றத்தில் குற்றவியல் வழக்கொன்று தொடரப்பட்டது. வழக்கை விசாரித்த நீதிபதி, கோவிலுக்குள் நாடார்கள் நுழையக் கூடாது என்ற மரபும், கருவறைக்குள் தெய்வச்சிலையின் அருகில் நுழைந்தனர் என்பதும்

நிரூபிக்கப்படவில்லை என்று கூறி குற்றஞ்சாட்டப்பட்ட நாடார்களை விடுதலை செய்தார்.

மதுரை சிவில் நீதிமன்றத்தில் நாடார்கள்மீது சிவில் வழக்கு ஒன்றினைப் பாஸ்கரசேதுபதி தொடுத்தார். கமுதி ஆலயத்தினுள் நாடார்கள் நுழைவதைத் தடுக்கும் முகமாக நிரந்தரத் தடை உத்தரவு வாங்குவது இவ்வழக்கின் முக்கிய நோக்கமாகும். தாழ்ந்த சாதியினரான நாடார்களின் நுழைவால் புனிதத் தன்மையை இழந்து தீட்டுப் பட்டுவிட்டது என்றும், சமயச் சடங்குகள் மூலம் அதனைத் தூய்மைப்படுத்த ரூபாய் 2,500 நாடார்கள் வழங்க வேண்டும் என்றும் அவர் வேண்டினார்.

1899, ஜூலை 20ஆம் நாளன்று கமுதி ஆலயத்துள் நாடார்கள் நுழைவதைத் தடைசெய்து நீதிமன்றம் தடை உத்தரவினைப் பிறப்பித்தது. அத்துடன் கோவிலைத் தூய்மைப் படுத்தும் சடங்குகளை நிகழ்த்த 500 ரூபாய் நாடார்கள் வழங்க வேண்டும் என்றும் தீர்ப்பளித்தது.

இத்தீர்ப்பை எதிர்த்துச் சென்னை உயர்நீதிமன்றத்தில் நாடார்கள் மனுச் செய்தனர். இவ்வழக்கு விசாரணைக்கு வருமுன் தஞ்சையைச் சேர்ந்த இரத்தினசாமி நாடார் என்ற மதுபானக் குத்தகைதாரர் பாஸ்கரசேதுபதியிடம் சமரசம் செய்துகொள்ள முயன்றார். இதனை அடுத்து நாடார்கள் தரப்பில் 7000 ரூபாய் வரை நிதி திரட்டப்பட்டது. நாடார்களை ஆலயத்திற்குள் அனுமதிப்பதற்காகச் சில ஆயிரங்கள் கொடுக்க நாடார்கள் முன்வந்தனர். 5000 ரூபாயை இலங்கை சென்றிருந்த பாஸ்கரசேதுபதியிடம் கொடுத்து, சமரசப் பத்திரத்தில் கையெழுத்து வாங்கினர். சமரசம் நடைமுறைக்கு வந்ததும், இருபது அல்லது முப்பதாயிரம் ரூபாயை வழங்குவதாகவும் நாடார்கள் ஒத்துக்கொண்டனர்.

இச்சமரசத்தை மதுரை மற்றும் திருநெல்வேலியைச் சேர்ந்த ஆங்கில உயர் அதிகாரிகள் விரும்பவில்லை. கமுதி ஆலயத்தில் நுழையும் உரிமையைப் பெற்ற பின்னர், திருநெல்வேலி மற்றும் மதுரை மாவட்டங்களிலுள்ள சிவாலயங்களில் நுழையும் உரிமையினைப் பெற ஆங்காங்கு உள்ள நாடார்கள் முயலுவர் என்றஞ்சினர்.

மதுரை மாவட்ட ஆட்சித் தலைவர் இது தொடர்பாக இலங்கையிலிருந்த பாஸ்கரசேதுபதிக்கு இரண்டு கடிதங்கள் எழுதினார். நாடார், மறவர் மோதல்கள் நிகழும் வாய்ப்பு இச்சமரசத்தால் அதிகரிக்கும் என்றும், சட்ட ஒழுங்கு சிக்கல் ஏற்படும் என்றும் கடிதங்களில் குறிப்பிட்டிருந்தார். கமுதி வழக்கில் நாடார்கள் தோற்றுப்போனால் சிறிய அளவிலேயே குழப்பங்கள்

நேருமென்றும் குறிப்பிட்டார். அத்துடன் தங்களுக்கென்று தனியாக ஆலயங்களைக் கட்டிக்கொள்வார்கள் அல்லது கிறிஸ்தவத்தைத் தழுவிக்கொள்வார்கள் என்றும் கடிதங்களில் குறிப்பிட்டிருந்தார்.

ஆங்கில அதிகாரிகளின் தூண்டுதலின் விளைவாக நாடார்களுடன் செய்துகொண்ட சமரச ஒப்பந்தத்தைப் பாஸ்கர சேதுபதி ரத்துச் செய்தார். வழக்கை விசாரித்த உயர்நீதிமன்றம் மதுரை நீதிமன்றத்தின் தீர்ப்பை ஏற்றுக்கொண்டது.

உயர்நீதிமன்றத்தின் தீர்ப்பை எதிர்த்து லண்டனில் உள்ள பிரிவிக் கவுன்சிலில் மேல்முறையீடு செய்ய நாடார்கள் முடிவு செய்தனர். இதற்காக 42,000 ரூபாய் நிதி திரட்டினர். 1908இல் பிரிவிக் கவுன்சில் கீழ்நீதிமன்றங்களின் தீர்ப்புக்களை உறுதி செய்தது.

சிவகாசி காசிவிசுவநாதர் ஆலயத்தில் நுழையும் முயற்சியில் 1899ஆம் ஆண்டில் ஈடுபட்ட சிவகாசி நாடார்கள் மிகப்பயங்கரமான கலகத்தால் பாதிக்கப்பட்டனர். சிவகாசிக் கொள்ளை என்றே இன்றும் இப்பகுதி மக்கள் இந்நிகழ்ச்சியைக் குறிப்பிடுகிறார்கள் (சிவசுப்பிரமணியன், 1985).

கத்தோலிக்கத்தின் சமரசம்

இத்தகைய சமூகச் சூழலில் வாழ்ந்த நாடார்களை, வழிபாட்டுத் தலமான தேவாலயத்தினுள் அனுமதித்த செயல் அன்றைய நிலையில் மிகப்பெரிய சாதனை ஆகும். மண்ணின் மைந்தர்களை, அந்த மண்ணில் தோன்றிய சமயம் தன்னுடைய சமூகநிறுவனமான கோவிலினுள் அனுமதிக்க மறுத்த நிலையில் ஐரோப்பாவில் இருந்து வந்த சமயமானது இந்த எல்லைக்கு மேல் செயல்படும் என்று எதிர்பார்க்க முடியாதுதான்!

லெய்னஸ் என்பவரின் கூற்றினை இந்த இடத்தில் குறிப்பிடுவது பொருத்தமாயிருக்கும் (Nevett, 1980: 99).

"இந்தியாவின் கொடிய சட்டங்களினால் நாம் நிர்ப்பந்திக்கப் பட்டோம். அச்சட்டங்களை மாற்றும் வலிமை சாதிவட்டத்திற்கு வெளியிலுள்ள சாதியினருக்கோ நமக்கோ இல்லை. நம்முடைய சமயத்தையும் தீண்டாதாரையும் இந்துக்கள் முற்றிலும் அழித்துவிடுவார்களோ என்ற பயத்தினால் அச்சட்டங்களைப் பின்பற்றுமாறு நிர்ப்பந்திக்கப் பட்டோம்."

லெய்னஸ் குறிப்பிடும் கொடிய சட்டம் என்பது இந்தியாவில் நிலவிய நிலவுடைமைச் சமுதாயத்தின் இறுக்கமான சாதிய உறவு முறைகளே என்பதில் ஐயமில்லை. சாதிய வேறுபாடுகள் இந்திய நிலவுடைமையின் பிரிக்க முடியாத அம்சமாகும். எனவேதான் "சாதியை அடிப்படையாகக் கொண்ட நிலவுடைமை" என்று ஸ்ரீகுமாரன் நாயர் (1981: 49) குறிப்பிடுவார். சாதியம் நிலவுடைமையினையும்; நிலவுடைமை சாதியத்தையும் ஒன்றுக்கொன்று பேணிப் பாதுகாத்தன. சாதியம், நிலவுடைமை என்ற இரண்டு தீமைகளையும் பாதுகாப்பதில் சமயத்தின் பணி குறிப்பிடத் தகுந்ததாயிருந்தது. இன்னும் சொல்லப்போனால் நிலவுடைமைச் சமூகத்தின் நலனும், சமயத்தின் நலனும் ஒருங்கிணைந்தே காணப்பட்டன.

ஐரோப்பாவிலிருந்து வந்த கத்தோலிக்கம், சமுதாயத்தின் அடித்தளத்தில் இருந்தோர்க்கு உதவிபுரிந்தாலும், மேல்நிலை வர்க்கங்களுடன் முரண்படுவது சமய நிறுவனமான அதன் இயல்புக்கு மாறான செயலாக அமையும்.

ஆளுவோருக்கும், அவர்களைச் சார்ந்தோருக்கும் அனுசரணையான முறையில் விவிலியத்தைப் பயன்படுத்தவும், கத்தோலிக்கத் திருச்சபை என்றுமே தயங்கியதில்லை. இது தொடர்பாக பாக்சர் என்ற வரலாற்றறிஞர் கூறும் பின்வரும் செய்தி இங்கு குறிப்பிடத்தக்கது.

> "அடிமை முறையினையும், அடிமை வாணிபத்தையும், கருப்பர்களுக்கு எதிரான நிற வேற்றுமையை நியாயப்படுத்தவும், விவிலியம், குறிப்பாக பழைய ஏற்பாடு, ஒரு படைக்கலனாகப் பயன்படுத்தப்பட்டது. தேவனால் சபிக்கப்பட்ட காயின்* நோவாவினால் சபிக்கப்பட்ட காம்** ஆகியோரின் பரம்பரையினராக அடிமைகளும் கருப்பர்களும் குறிப்பிடப்பட்டார்கள்".

தமிழக நிலவுடைமையாளர்கள் மேல்சாதியினராகவோ அவர்களை அடுத்திருந்த தொடும்சாதியினராகவோ இருந்தனர். நிலவுடைமைச் சமூக அமைப்பைக் கொண்டிருந்த தமிழகத்தில் நிலவுடைமை ஆதரவுப்போக்கு என்பது நடைமுறையில் உயர்சாதியினருடன் ஒத்துப்போவதாகவே வந்தமையும்.

ஐரோப்பாவிலிருந்து வந்த சேசு சபையினரில் ஒரு சிலர் தனிப்பட்ட முறையில் சாதிய உணர்வுகளுக்கு எதிரானவர்களாக

---

* காயின் – ஆதாமின் மூத்த மகன் தன் சகோதரன் ஆபெல்லைக் கொன்றதால் சபிக்கப்பட்டவன் (ஆதியாகமம் 4: 1–12)

** காம் – பார்க்க: ஆதியாகமம் 9: 18–27

இருந்தாலும், சமய நிறுவனம் என்ற அடிப்படையில் அவர்கள் இயங்கத் தொடங்கும்போது சாதிய நலனுடன், அதாவது நிலவுடைமை நலனுடன் முரண்படாது நின்றனர். தங்கள் சமய வளர்ச்சி என்ற குறிக்கோளுக்காக சாதிய மேலாண்மையை அவர்கள் தற்காலிகமாகவேனும் ஏற்றுக்கொள்ள வேண்டிய நிலை இருந்தது.

உரோமிலிருந்த மறைப்பணி வாரியம் கத்தோலிக்கத் திருச்சபையில் நிலவும் சாதி வேறுபாடுகளைக் குறித்து 1779ஆம் ஆண்டிலும், 1783ஆம் ஆண்டிலும் இவ்வாறு எழுதியது (ஜான் லப்ரெனே, 1976: 28):

> "கோயில்களிலும், கோயில் வாயில்களிலும் கல்லறைகளிலும் காணப்படும் வேற்றுமைகளை இன்னும் அதிக தீமைகள் விளைவதைத் தவிர்க்கும் பொருட்டு தற்போதைக்குப் பொறுத்துக் கொள்ளலாம்." (கி.பி. 1779)

> "கொடிய தீமைகள் மேன்மேலும் ஏற்படுவதைத் தவிர்க்கும் பொருட்டு இவ்வேற்றுமைக்குத் தற்போதைக்கு இசைவு தெரிவிக்கப்படுகிறது. எனினும் இவ்வேற்றுமையைத் திருச்சபை மனப் பூர்வமாய் ஏற்றுக்கொள்வதில்லை. மலபார் மக்களிடையே கிறிஸ்துவ மறை, நாள்தோறும் வளரவேண்டும். வேதனைக்குரிய இப்பரிதாப நிலை வேரோடு ஒழிய வேண்டும் என்று விரும்புகிறது (கி.பி. 1783)

மேலும் கத்தோலிக்க திருச்சபையில் ஏற்றுக்கொள்ளப் பட்ட ஒன்றாக இன வேறுபாடு அமைந்தது. சான்றாக "தமிழச்சுத் தந்தை" எனப் போற்றப்படும் அண்டிரிக் அடிகளார் (1520–1600) என்ற சேசுசபைத் துறவியின் வாழ்வில் நிகழ்ந்த ஒரு நிகழ்ச்சியைக் கூறலாம். போர்ச்சுக்கல் நாட்டவரான அண்டிரிக் அடிகளார் தொடக்கத்தில் பிரான்சிஸ்கன் துறவற சபையில் உறுப்பினரானார். ஆறுவருடம் ஏழுமாதங்கள் கழிந்த பின்னர் அவர் யூத கலப்பினத்தவர் என்று தெரிய வந்ததும் அவரை அச்சபையிலிருந்து நீக்கிவிட்டனர். யூத மற்றும் மூர்களின் வழித்தோன்றல்களை பிரான்சிஸ்கன் சபையின் உறுப்பினராகச் சேர்க்க அச்சபையின் விதிமுறைகள் இடங் கொடுக்காமையே இதற்குக் காரணம் (Cronin, 1959: 80). ஐரோப்பாவிலுள்ள வர்க்க வேறுபாடு போன்று சாதி அமைப்பினை ஐரோப்பிய கிறிஸ்தவக் குருக்கள் கருதினர். எனவே, சாதி வேறுபாடுகள் பல சந்தர்ப்பங்களில் பொறுத்துக்கொள்ளப்பட்டதுடன், கத்தோலிக்கத் திருச்சபையில் அது செழித்தும் வளர்ந்தது (Oddie, 1981: 52).

பிராமணர்களைக் கத்தோலிக்கர்களாக மாற்றம் செய்வதில் டி. நோபிலி 17ஆம் நூற்றாண்டில் காட்டிய தனி ஆர்வம் 19ஆம் நூற்றாண்டின் இறுதியிலும்கூடத் தொடர்ந்தது. 1895ஆம் ஆண்டுவாக்கில் கத்தோலிக்கர்களாக மாறிய பிராமணர்களுக்கென திருச்சி நகரில் 'செயிண்ட் மேரிஸ் தோப்பு' என்ற தனிக்குடியிருப்பு பிரான்சிஸ் பிலார்டு என்ற சேசு சபைத்துறவியால் உருவாக்கப்பட்டது (Money & Sama, 1977: 62-63). கத்தோலிக்கர்களாக மாறியதன் காரணமாக தங்கள் சாதியிலிருந்து விலக்கப்பட்ட பிராமணர்களின் பொருளாதார நலனுக்காகப் பல்வேறு சுயவேலை வாய்ப்புகள் உருவாக்கிக் கொடுக்கப்பட்டன (மேலது 182 183). இதன் பின்னர் சென்னை நகரில் இலயோலாக் கல்லூரியின் தென் கிழக்கில் புஷ்பக நகர் என்ற பெயரில் கத்தோலிக்கப் பிராமணர்களுக்கென ஒரு குடியிருப்பை பெர்டாம் என்ற சேசு சபைத் துறவி உருவாக்கினார் (மேலது: 183).

சாதிய வேறுபாடு என்பது கத்தோலிக்கத் திருச்சபைக்குப் பழகிப் போன ஒன்றாகிவிட்டது. தற்காலிக ஏற்பாடு என்பதையே பலர் மறந்துவிட்டனர் எனலாம். புனித அருளானந்தர் (ஜான் – டி – பிரிட்டோ) மன்றாட்டு மாலையில் இன்று வரை "புகழ்பெற்ற தடியத் தேவரையும், இன்னும் பல உயர்குலத்தினரையும் திருச்சபையில் சேர்த்தவரான புனித அருளானந்தரே" என்ற வரி இடம் பெற்றுள்ளது. யாழ்ப்பாணத் தமிழர்களிடையே பிரபலமானவரும் தமிழறிஞருமான சுவாமி ஞானப்பிரகாசர், 'சமயமாற்றம் நிச்சயமாக இனமாற்றமாகவோ அல்லது சமுதாயத்தினால் ஏற்றுக் கொள்ளப்பட்ட பழக்கவழக்கங் களைக் கைவிடுதலோ அல்ல, இதற்கு சாதியும் விதிவிலக்கல்ல' எனக் கூறியுள்ளார்.

வடக்கன்குளம் பிள்ளைமார்கள் திருநெல்வேலித் துணை நீதி மன்றத்தில் தொடுத்த வழக்கில் தாக்கல் செய்த தடயங்களில் ஒன்று 'ஞான உபதேச பர்வதம்' என்ற தமிழ் நூலாகும். புதுச்சேரி பேராயரின் அங்கீகாரத்துடன் 1900இல் அச்சிடப்பட்ட இந்நூலின் 344ஆம் பக்கத்தில் சாதி வேறுபாடு குறித்துப் பின்வரும் விளக்கம் இடம் பெற்றுள்ளது:

> "இந்தியாவில் வழங்குஞ் சாதி ஆசாரம் உலகத்துக் குரியதொழிய, அது விஷயத்தில் வேதத்திற்குப் பாத்தியமில்லை. ஆதலால் கத்தோலிக்கத் திருச்சபை அதை அநுசரித்து வருகின்றது. சத்திய வேதத்தைப் போதித்து, மனிதர்களை எல்லாம் கரையில் ஏற்ற அது அக்கறை கொள்ளுகிறதேயல்லாமல் சாதி சனங்களுக்குரிய ஆசாரங்களை மாற்றவும்,

அழிக்கவும் அதற்கு நோக்கமில்லை. இந்தியாவில் வழங்கும் மாமுல்களில் ஏதோ தேவ கற்பனைக்கு விரோதமாயிருக்கிறது என்று மகா தெளிவாகக் காணும் பட்சத்தில் அதற்கு உத்தரவு கொடுக்கக் கூடியது தான், மற்றதெல்லாம் இருக்கட்டும், அதை மாற்றவும், அழிக்கவும் உங்களுக்குப் பாத்தியமில்லை என்று வேதத்தைப் போதிக்குங் குருக்களுக்கு அர்ச் பாப்பானவர் கட்டளையிடுகிறார்."

இக்கருத்து பிள்ளைமார்கள் தொடுத்த வழக்கிற்கு அனுசரணையாக அமைந்துள்ளமை வெளிப்படை.

சில சந்தர்ப்பங்களில் தங்கள் சமயப் பணிக்கு உதவும் என்ற நிலையில் தீண்டாதவராகப் பிற சாதியினரை மாற்றுவதற்கும் கத்தோலிக்கத் திருச்சபை தயங்கியதில்லை. பதினைந்தாம் நூற்றாண்டிலிருந்து 17ஆம் நூற்றாண்டு வரையிலான காலத்தில் கோவா பகுதியில் நிகழ்ந்த சமய மாற்றத்தைப் பற்றிப் பாக்ஸர் கூறும் செய்தியினை சூசா (T. R. De Souza 1988 : 19) தமது கட்டுரை ஒன்றில் இவ்வாறு குறிப்பிடுகின்றார்.

"சில மறைப் பணியாளர்கள் ஏமாற்றுதல் மற்றும் வற்புறுத்தல் முறைகளை வெறுத்தனர். ஆனால் இம்முறைகளை விரும்பியோரும் இருந்தனர். சேசு சபையினர் தொடங்கி வைத்த இம்முறையினைப் பின்னர் பிரான்ஸிஸ்கன் சபையினர் பின்பற்றினர். இதன்படி ஜனவரி 25 புனித பால் திருமுழுக்குப் பெற்ற திருவிழாவுக்குச் சில நாட்களுக்கு முன்னர் சேசு சபையினர் அவர்களது நீக்ரோ அடிமைகள் பின்தொடர இந்துக்களின் தெருவில் நடந்து செல்வர். எதிர்ப்படும் இந்துவின் உதட்டில் நீக்ரோ அடிமை களைக் கொண்டு மாட்டுகறித் துண்டைத் தேய்த்து, அவனது மக்களுக்கிடையில் அவனைத் தீண்டத்தகாதவனாக மாற்றுவர். இதன் பின்னர் கிறிஸ்தவனாக மாறுவதைத் தவிர வேறு வழி அவனுக்குக் கிடையாது."

சாதி இனம் குறித்தத் தெளிவான முற்போக்குச் சிந்தனை எதுவும் இல்லாத நிலையிலும், தம் சமயத்தை எப்படியும் பரவச் செய்ய வேண்டுமென்ற மட்டு மீறிய ஆர்வத்தின் காரணமாகவும் இடத்திற்கேற்றபடிக் கத்தோலிக்கத் திருச்சபை செயல்பட்டமையை மேற்கூறிய செய்திகள் உணர்த்துகின்றன.

சாதி வேறுபாடுகள் குறித்த ஒருமித்த சிந்தனை கத்தோலிக்கத் திருச்சபையில் ஏற்படாத நிலையில் சாதியம் என்ற தளையினை

மீறவும் முடியாமல், ஏற்றுக்கொள்ளவும் முடியாமல் கத்தோலிக்கத் திருச்சபை திணறியது. சிற்சில சலுகைகளை நிலைமைகளுக்கேற்ப சில சாதியினருக்கு வழங்கிப் பெரும்பூசல் ஏற்படாது பார்த்துக் கொண்டது.

தூத்துக்குடி மாவட்டத்திலுள்ள காமநாயக்கன்பட்டி என்ற கிராமம் தமிழ்நாட்டிலுள்ள பழமையான கத்தோலிக்கக் குடியிருப்புகளில் ஒன்றாகும். இங்குள்ள பழமையான பரலோக மாதா தேவாலயத்திலும் சாதி வேறுபாடு நடைமுறையில் இருந்துள்ளது. காமநாயக்கன்பட்டி பிள்ளைமார் வசமிருந்த ஓலைச்சுவடியிலிருந்து பெயர்த்தெழுதிய கையெழுத்துப் பிரதி ஒன்று எனக்குக் கிட்டியது. பரலோக மாதா ஆலயத்தில் நிலவிய சாதி வேற்றுமை இக்கையெழுத்துப் பிரதியில் இவ்வாறு குறிப்பிடப்பட்டுள்ளது:

> "கர்த்தர் பிறந்த திருநாள் ராத்தியில் குழந்தை சேசுவின் சுரூபமும் தபசுக் காலத்தில்" பெரியவெள்ளிக் கிழமையாகிய+ அன்று மத்தியானம் பாடுபட்ட சுரூபமும்+, அளிக்கு மேல்புறம் வைத்து* உபதேசியார் முதல் பிள்ளைமார்கள் அனைவரும் அகிலாண்டபுர, ரெட்டிமார்களும், மறவர், இடையர் முதலான பேர்களும் பக்தி உருக்கமுடன் வணங்கித் தங்கள் காணிக்கையைச் செலுத்துவது வழக்கம். அதன்பின் சுரூபத்தை மேற்சொன்ன அளிக்குக் கீழ்புறம் வைக்கவே நாடார்கள் காணிக்கை போடுவார்கள். மூணாவதாக சுரூபத்தைக் கோயில் பிரதான வாசலாகிய பெரிய வாசற்படியில் வைக்கவே பறையர், பள்ளர் முதலான பேர்கள் காணிக்கை போடுவார்களாம். இதுதான் அக்காலத்தில் நடந்தேறி வந்த முறை."

பொருளாதார நிலையில் நாடார்கள் வலுப்பெறத் தொடங்கியதும், வெள்ளாளர்களின் மேலாண்மையை அவர்கள் எதிர்க்கத் தொடங்கினர். தேவாலயத்தின் குறுக்கே தெற்கிலிருந்து வடக்காக வைக்கப்பட்டிருந்த மர அளியினை, நீளவாட்டத்தில் (கிழக்கிலிருந்து மேற்காக) வைக்கலாமென்று இரு தரப்பினருக்கும் சமயத் தலைவர்கள் ஆலோசனை கூறினர். இதன்படி இரு தரப்பினரும் முன்பகுதியில் அமர்வர். ஆனால் இச்சமரச யோசனையை இருதரப்பினரும் ஏற்றுக்கொள்ளவில்லை. இறுதியில் 1863 டிசம்பர் முதல் நாளன்று நாடார்களுக்கும் வெள்ளாளர்களுக்குமிடையே பாளையங்கோட்டையிலிருந்த ஞானப் பிரகாசியர் சுவாமி என்ற சேசு சபைத் துறவியின் முன்னிலையில் உடன்படிக்கையொன்று ஏற்பட்டது.

---

* பலீபிடத்திற்கும் மரஅளிக்கும் இடையிலுள்ள பகுதி

மொளி(ழி) மாறா உடன்படிக்கை

மொளி(ழி) மாறா உடன்படிக்கை என்றழைக்கப்பட்ட இவ்வுடன்படிக்கையில் இவ்விரு தரப்பிலும் உள்ள முக்கியமானவர்கள் கையெழுத்திட்டனர். இவ்வுடன்படிக்கை யின்படி நாடார்கள், பிள்ளைமார்களுக்கு 1633 ரூபாய் கொடுத்து விட வேண்டும். இதனைப் பெற்றுக்கொள்ளும் பிள்ளைமார்கள் காமநாயக்கன்பட்டியிலுள்ள பரலோக மாதா ஆலயத்தின்மீது தங்களுக்குள்ள உரிமையினை விட்டுக்கொடுப்பதுடன் அருகிலுள்ள குருவிநத்தம் கிராமத்தில் தங்களுக்கெனத் தனி தேவாலயம் ஒன்றைக் கட்டிக்கொள்ளவேண்டும்.

1863 டிசம்பர் முதல் நாளன்று பத்திரத்தில் எழுதப்பட்ட இவ்வுடன்படிக்கையின் முழுவடிவமும் 1864 மார்ச் 8ஆம் நாளன்று கல்வெட்டாக வெட்டப்பட்டுள்ளது. இக்கல்வெட்டைப் பரலோகமாதா ஆலயத்தின் முன் நுழைவுவாயிலில் வலதுபுறம் (வட பகுதி) இன்றும் காணலாம். (பின்னிணைப்பு 19)

இவ்வாறு சமரசம் செய்யமுடியாத இடங்களில் அவ்வப்போது சில சலுகைகளைப் பாதிக்கப்பட்ட சாதியினருக்கு வழங்கித் தற்காலிகமானத் தீர்வினைக் கண்டனர். வடக்கன்குளம் நாடார்களுக்கு அவ்வப்போது இந்நோக்கத்தில்தான் சலுகைகள் வழங்கப்பட்டன. ஆனால் இச்சிறு சலுகைகளினால் நிறைவடையும் நிலையினை நாடார்கள் கடந்துவிட்டனர். இதற்கான காரணத்தை இனி ஆராய்வோம்.

நாடார்களின் எழுச்சிக்கான புறச்சூழல்கள்

19ஆம் நூற்றாண்டின் நடுப்பகுதியிலிருந்து தென் மாவட்டங்களில் வாழ்ந்த நாடார்களின் பொருளாதார வாழ்வில் முன்னேற்றமான மாறுதல்கள் நிகழத்தொடங்கின. திருநெல்வேலி மாவட்டத்தின் மேற்குத் தொடர்ச்சி மலைப் பகுதிகளில் கி.பி. 1844ஆம் ஆண்டிலிருந்து காப்பி பயிரிடத் தொடங்கினர். இக்காப்பித் தோட்டங்களில் பணிபுரிய நான்குநேரியைச் சுற்றிலும் உள்ள பகுதிகளிலிருந்து ஏராளமானவர்கள் சென்றனர் (Pate 1917: 5). இதுபோன்றே திருவாங்கூர், இலங்கை, மலேயா பகுதிகளில் தோன்றிய தேயிலை இரப்பர்த் தோட்டங்களில் பணிபுரிய இப்பகுதிலிருந்து ஆண்டு தோறும் ஆயிரக்கணக்கானோர் சென்றனர். கொழும்பு நகருக்கு ஏற்றுமதி செய்ய ஆடுகளும் கோழிகளும் வளர்ப்பதில் நாடார்களில் பலர் ஈடுபட்டனர். கடை வைத்தல், தோட்ட வேளாண்மை ஆகியவனவற்றிலும் நாடார்கள் ஈடுபடத் தொடங்கினர். இவையாவும் நாட்டார்களின் பொருளாதார

மேன்மைக்கு வழிகோலின. அதே நேரத்தில் இவ்வளர்ச்சியானது பனைமரக் காடுகள் எனப்படும் நான்குநேரி, திருச்செந்தூர்ப் பகுதிகளில் பனைத்தொழிலைப் பாதித்தது. மாவட்டத்தில் பல பகுதிகளிலும் பதநீர் இறக்குவது நின்று போயிற்று. இதனால் திருவிதாங்கூர் சமத்தானத்திலிருந்த நாஞ்சில் நாட்டில் பதநீர் இறக்கும் பருவம் முடிந்தவுடன் அங்குள்ள நாடார்கள் இங்கு வந்தனர். நான்குநேரி, திருச்செந்தூர் தாலுகாக்களிலும், ஸ்ரீவைகுண்டம் தாலுகாவின் சில பகுதிகளிலும் பல்லாயிரக்கணக்கான சிறந்த பனைமரங்கள் பதநீர் இறக்காமல் வீணாக விடப்பட்டன (Pate, 1917:71), பேட் குறிப்பிடும் நான்குநேரிப் பகுதியில்தான் வடக்கன்குளம் உள்ளது. எனவே, வடக்கன்குளம் நாடார்களிடமும் இப்புதிய பொருளாதார வளர்ச்சியின் பாதிப்புகள் தோன்றின.

வடக்கன்குளம் நாடார்களிடம் பொருளாதார வளர்ச்சி தோன்றியமை குறித்த சான்றுகள் சேசுசபையினரின் குறிப்பு களிலும் காணப்படுகின்றன. தேவாலயத்தில் நாடார்களைப் பாட அனுமதிப்பது தொடர்பாக சேசுசபைத் தலைவராக (Superior) இருந்த வெற்டியர் (Verdier) என்பவர் பங்குக் குருவான பாஸ்சுல்லே (Fascuille) என்பவ ருக்கு 21.11.1894இல் கடிதமொன்று எழுதியுள்ளார். எண்ணிக்கையிலும் செல்வத்திலும் நாடார்கள் மிகவும் வளர்ந்து வருவதால், அவர்கள் வெள்ளாளர்களைக் காட்டிலும் உயர்நிலையில் இருப்பதாக அக் கடிதத்தில் குறிப்பிட்டுள்ளார்.*

1910 செப்டம்பரில் கொழும்பிலிருந்த வடக்கன்குளம் நாடார்கள் தமக்குப் பணம் அனுப்பி சிறப்புத் திருப்பலி ஒன்றினை நடத்தும்படி வேண்டியதாகக் கௌசானல் குறிப்பொன்றில் எழுதியுள்ளார் (M.J.P.A). வடக்கன்குளம் நாடார்கள் கொழும்பு சென்று பொருளீட்டியதைக் கௌசானலின் இக்குறிப்பு வெளிப்படுத்துகிறது. கள ஆய்விலும் இவ்வுண்மை புலப்பட்டது.[17]

அனுமான்நதியின் நீரைப்பெறும் பாசனக்குளம் ஒன்று வடக்கன்குளத்தில் உள்ளதை முதல் இயலில் குறிப்பிட்டோம். இக் குளத்துப் பாசனத்தால் பயன்பெறும் நிலங்களின் பரப்பளவு 1911ஆம் ஆண்டுவாக்கில் 43 ஏக்கர் 17 சென்ட் ஆக இருந்தது. ஏக்கர் ஒன்றுக்கு ஆறு ரூபாய் பன்னிரெண்டணா (ரூ. 6.75) ஆண்டுத் தீர்வை விதிக்கப்பட்ட இந்நிலங்கள் ஒருபோகம்

---

* However since the Nadars are growing more numerous and rich under the respect superior to the Vellars it seems to me quite reasonable to give them satisfaction when it is responsible to do so.

நன்செய் நிலமாகவும் மற்றொரு போகம் புன்செய் நிலமாகவும் விளங்கின. 1911ஆம் ஆண்டில் வெளியான "ரீ சர்வே, ரீ செட்டில்மெண்டு பைசலாதி ரிஜிஸ்தர்" (Resettlement and Resurvey Register) என்ற பதிவேட்டில் இந்நிலவுரிமையாளர்களின் பெயர்கள் இடம் பெற்றுள்ளன (T.C.R.). மிகப்பெரும்பாலும் ஆடவர்களின் பெயர்கள் சாதிப்பெயருடன் இப்பதிவேட்டில் குறிப்பிடப்பட்டுள்ளன. பெண்கள் சிலரின் பெயர்களும் சாதிப்பெயர்களுடன் குறிப்பிடப்பட்டுள்ளன. அன்றியும் இன்னாரது மகள் அல்லது மனைவி என்று பெண்களின் பெயர் குறிப்பிடப்பட்டுள்ளதால் நிலவுரிமை உள்ள பெண்களின் சாதியையும் அறிந்துகொள்ள முடிகிறது. இதனடிப்படையில் பார்த்தால் குளத்துப்பாசனம் பெறும் நிலப்பகுதியில் சிறு நிலவுடைமையாளர்களாக நாடார்கள் இருந்தமையும், மொத்த நிலத்தில் பாதிக்கும் மேலாக நாடார் வசமிருந்தமையும் புலனாகிறது.

மேலும் திருநெல்வேலி மாவட்டத்தின் ரீ செட்டில்மெண்டு சிறப்பதிகாரியாகப் பணியாற்றியவரும், இப்பதிவேட்டைத் தயாரித்தவருமான பேட் என்ற ஆங்கில ஐ.சி.எஸ். அதிகாரி, இம்மாவட்டத்தின் ஒவ்வொரு பகுதியிலும் நாடார் நிலவுடையாளர்களின் எண்ணிக்கையதிகரித்திருப்பது ரீசெட்டில்மெண்டில் காணப்படும் குறிப்பிடத்தக்க அம்சம் என்று எழுதியுள்ளார்.* வெள்ளக்கால் சுப்பிரமணிய முதலியாரும் *(1908: 31)* ". . . இச்சாதியாருள் சில காலமாகக் கல்வியும் செல்வமும் பெருகி வருகின்றன. . . திராவிட சாதி வகுப்பாருள் சில வகுப்பார் கல்வி அறிவு ஒழுக்கங்களில் உயர்ந்து மற்றைய தம்மொடெத்த வகுப்பாரினும் உயர்உற்றது போலவே இவர்களும் காலக்கிரமத்தில் உயர்வடைவார்களென்பது நிச்சயமானதேயன்றித் தடுக்கமுடியாது" என்று எழுதியுள்ளார்.

பொருளாதார வளர்ச்சியினைப் பெற்ற நிலையில் சமூக உயர் மதிப்பை நாடுவதென்பது தவிர்க்க இயலாதது. தனிச் சொத்துரிமையினைப் பெற்ற பிறகே கோவில் நுழைவுப் போராட்டங்களில் நாடார்கள் ஈடுபட்டதாக டேவிட் லுடன் *(1985 : 191)* குறிப்பிடுவார். அமெரிக்க உள்நாட்டு யுத்தத்தை ஒட்டி, பருத்தி விற்பனையும் ஏற்றுமதியும் அதிகரித்ததன் விளைவாகக் கரிசல் நிலப்பகுதியில் வாழ்ந்த நாடார்களின் பொருளாதார நிலையில் ஏற்பட்ட வளர்ச்சியினையும் அவர்

* One of the most noticeable features of the resettlement recently conducted was the enormous increase of Shannan pattas (both in wet and in dry lands) in almost every quarter of the district. (Pate, 1917: 128)

1862ஆம் ஆண்டு வடக்கன்குளம் மக்கள்தொகை கணக்கெடுப்பு

சாதி	குடும்ப எண்ணிக்கை	துணை இழந்த ஆண்கள்	துணை இழந்த பெண்கள்	திருமணம் ஆகோதோர்
வெள்ளாளர்	99	7	40	169
முதலியார்	16	2	16	52
கம்மாளர்	8	1	5	31
பரதவர்	8	–	3	13
மறவர்	1	–	–	–
நாடர்	150	5	94	398
நாவிதர்	3	–	–	5
கணியான்	9	–	2	7

(மேலது: 193–195) குறிப்பிடுகிறார். அவரது கூற்றை நினைவில் கொண்டு நோக்கினால் அமெரிக்க உள்நாட்டுப் போருக்குப் பின்னரே கழுகுமலை, சிவகாசிக் கலகங்களும், திருத்தங்கல், கமுதி, மதுரை ஆகிய இடங்களில் நாடார்கள் மேற்கொண்ட ஆலய நுழைவு முயற்சிகளும் நிகழ்ந்துள்ளமை புலனாகும். அமெரிக்க உள்நாட்டுப் போரின் விளைவாகப் பஞ்சு உற்பத்தியிலும் வியாபாரத்திலும் அடைந்த பெருத்த ஆதாயமே இந்நிகழ்ச்சிகளுக்கு உந்து சக்தியாக அமைந்தது. இது போன்றே வடக்கன்குளம் நாடார்களிடம் தோன்றிய பொருளாதார வளர்ச்சி, திருக்குடும்ப ஆலயத்தில் சமத்துவ நிலை பெற வேண்டும் என்ற உணர்வுக்கு வித்திட்டது. இதனை உயர்நீதிமன்ற நீதிபதி நேப்பியரும் சரியாக அவதானித்துள்ளார்.* மொத்தத்தில்,

வாணிப ஆதாயம்

உள்நாட்டிலும் வெளிநாட்டிலும் மலைத்தோட்டத் தொழிலாளியாகிப் பெறும் ஊதியம்

வேளாண்மையினால் வரும் ஆதாயம்

ஆகியன வடக்கன்குளம் நாடார்களின் பொருளாதார நிலையை மேம்படுத்தின.

இப்பொருளாதார வளர்ச்சியானது முழுமையான நிலையில் நிகழாததாலும், சாதியத்துடன் இணைந்த நிலவுடைமை யமைப்பு முற்றிலும் தகர்ந்து போகாமையாலும் பழைய சமூகத் தகவுகளும் (social values), சமூக உறவுகளும் வடக்கன்குளத்தில் தொடர்ந்தன.

> ‘மனிதர்களின் இருப்பை அவர்களுடைய உணர்வு தீர்மானிப்பதில்லை. ஆனால் அவர்களுடைய சமூக இருப்பு, உணர்வைத் தீர்மானிக்கிறது … பொருளாதார அடிப்படையில் ஏற்படும் மாறுதல்கள் விரைவாகவோ அல்லது தாமதமாகவோ, பிரும்மாண்டமான மேல்கட்டுமானம் முழுவதையும் மாற்றுகிறது’

என்ற மார்க்சின் கூற்றிற்கு ஏற்ப (காரின், 1987 : 274), நாடார்களிடம் நிகழ்ந்த பொருளாதார மாறுதல் வடக்கன்குளத்தில் நிலவிய பழைய சமூக உறவுகளை மெதுவாகப் பாதிக்கத் தொடங்கியது. பொருளாதார மாறுதலுடன், கிறிஸ்தவ சபையினரின் வாயிலாகப் பெற்ற நவீனக் கல்வியும் இணைந்துகொண்டது.

---

* The Shanars spring from a humble origin outside caste, but having raised their social position by their industry, naturally seek the recognition due to their changed condition.

இவை இரண்டின் பாதிப்பின் விளைவாக சமூக உயர்மதிப்பைப் பெற அவர்கள் முன்னின்றனர். இம்முயற்சியில் அவர்களின் எண்ணிக்கையும் முக்கிய பங்கு வகித்தது.

வடக்கன்குளம் பங்கினைச் சேர்ந்த கத்தோலிக்கர்களில் எண்ணிக்கையளவில் நாடார்களே மிகுதியாக இருந்தனர்*. எடுத்துக்காட்டாக 1910ஆம் ஆண்டில் கத்தோலிக்கர்களின் எண்ணிக்கை சாதி அடிப்படையில் வடக்கன்குளத்தில் இவ்வாறு அமைந்திருந்தது.

தொடும் சாதியினர்	வெள்ளாளர்	623
(தென்பகுதியில் அமர்பவர்)	முதலியார்	92
	கம்மாளர்	159
	பரதவர்	372
	மொத்தம்	1246
தீண்டத்தகாத சாதியினர்	நாடார்கள்	5464
(வட பகுதியில் அமர்பவர்)	ஆதிதிராவிடர்கள்	270
	மொத்தம்	5734

இவர்களில் பரதவர்களும், கம்மாளர்களும் நாடார்களின் உரிமைகளை எதிர்ப்பதில் தீவிரமான பங்கெதுவும் வகிக்கவில்லை. எனவே, 5,464 நாடார்களுக்கு எதிராக 715 வெள்ளாளர்கள் நின்றனர். இதனை வேறு வகையில் சொன்னால் நாடார்களின் எண்ணிக்கை அதிகரிப்பு என்ற அளவு மாறுபாடு வெள்ளாளர் மேலாதிக்க எதிர்ப்பு என்ற குணமாறுபாடாகப் பரிணமித்தது.

அதே நேரத்தில் மற்றொரு உண்மையினையும் குறிப்பிடுவது அவசியமாகும். பொருளாதார வளர்ச்சியில் நாடார்களைப் போல் முன்னேறாத ஆதி திராவிடர்கள், நாடார்களுடன் இணைந்தோ தனியாகவோ போராடவில்லை. அவர்களைத் தங்களுடன் இணைத்துக்கொண்டு போராட நாடார்களும் முன் வரவில்லை. இன்னும் சொல்லப் போனால் அவர்களுடன் இணைந்து வழிபடுவதை நாடார்கள் விரும்பவில்லை.

> "1871 ஏப்ரல் 10ஆம் நாள் பெரிய திங்கட் கிழமையில் நாடார்களுடைய உபதேசியாகிய இயேசுவடியான் தன் ஜாதியின் பெயரால் ஒரு விண்ணப்பத்தைக் கொடுத்து அவரை அதன் மேல் நன்றாய் ஆலோசித்துப்

---

* தேவாலயத்தில் மட்டுமின்றி வடக்கன்குளம் கிராமத்திலும் நாடார்களே எண்ணிக்கையில் மிகுந்திருந்தனர் (பி.சி.)

பதில் கொடுக்கும்படியாகக் கேட்டுக்கொண்டார். விண்ணப்பமானது ஐந்து கேள்விகளைக் கொண்டிருந்தது. முதல் கேள்வி கோயிலில் பறையருடைய இடத்தைப் பற்றி – வெள்ளாளர்களுக்கு மட்டும் கோயிலில் விசேஷ இடம் கொடுக்கப்பட்டால் பறையர்களுக்கும் ஒன்று கொடுக்க வேண்டியது. மேலும் அவர்கள் நாடார்களோடு கலந்திருக்கக் கூடாது. நாடார்களுக்கும் பிள்ளைமார்களுக்கும் எப்படி வித்தியாசம் இருக்குமோ அப்படியே நாடார்களுக்கும் பறையர்களுக்குமிருக்க வேண்டியது." (வ.பூ. ச.)

1874இலும் இதே கோரிக்கையை நாடார்கள் வலியுறுத்த, இக் கோரிக்கையைப் பின்வரும் நிபந்தனைகளுடன் பாளையங் கோட்டையிலிருந்த வெர்டியர் ஏற்றுக்கொண்டுள்ளார். (வ. பூ. ச.)

கிராதி இருக்கக் கூடாது.

தேவ திரவிய அனுமானங்களுக்காக நற்கருணை மேஜைக்குப் போகத் தடங்கல் இருக்கக் கூடாது.

'கட்டாயமின்றி நடக்க வேண்டியது.

நாடார்களுடைய வழிபாட்டுப் பகுதியில், "கீழ் ஜாதிகளுக்குப் பிரத்தியேகமான இடம்" என்ற அவர்களது கோரிக்கையில் ஓரளவு வெற்றி அடைந்ததை வெற்டியரின் இவ்வனுமதி உணர்த்துகின்றது. பறையர்களுக்கெனத் தனியாகக் கட்டப்பட்ட புதிய தேவாலயத்திற்குச் செல்லாமல் தம்முடன் அவர்கள் கலந்திருப்பதாகவும் நாடார்கள் குறைபட்டுள்ளனர். (நாடார்கள் குறிப்பிடும் புதிய தேவாலயம் என்பது உண்மையில் சிறு வழிபாட்டுக் கூடமேயாகும்.) 1898 மே 10ஆம் நாள் பாளையங்கோட்டையில் இருந்த சேசு சபை இல்லத் தலைவருக்கு அவர்கள் எழுதிய மனு ஒன்றில் இக்குறைபாடு இடம்பெற்றுள்ளது (V.P.R. 1898). இட நெருக்கடி ஒரு காரணமாக அம்மனுவில் குறிப்பிடப்பட்டாலும், நாடார்களின் தீண்டாமைக் கோட்பாடே இதற்கு முக்கிய காரணமாகும்."

"தங்களுக்கு மேல் ஒரு சாதி இருக்கக் கூடாது என்று கருதுகின்றனரே அன்றி, சாதி அமைப்பில் தங்களுடைய ஸ்தானத்தை விட்டிறங்கி, சாதியால் உயர்வு, தாழ்வு இல்லையென்று ஒப்புக்கொள்ளத் தயாராயில்லை"

என்று பேராசிரியர் வானமாமலை *(1980: 52)* பிராமண மேலாண்மையை எதிர்க்கும் சாதியினரைக் குறித்து வேறொரு

சந்தர்ப்பத்தில் கூறியுள்ளார். பேராசிரியரின் இக்கூற்று, வடக்கன்குளம் நாடார்களின் மனப்பான்மைக்கும் பொருத்த மாக அமைகின்றது. மொத்தத்தில், உடைத்தவுடன் பொங்கும் சோடாவைப் போன்று நாடார்களின் எதிர்ப்புணர்வு திடீரென்று வெளிப்படவில்லை. வெள்ளாளர்களுக்கிருந்த சலுகைகளையும், தேவாலயத்தில் குறுக்கே இருந்த பிரிவினைச் சுவரையும் நாடார்கள் மனதார ஏற்றுக்கொள்ள வில்லையென்றாலும், இதனை நீண்ட காலமாகச் சகித்துக் கொண்டார்கள். அவ்வப்போது மனுக்கள் அளித்தல், சிறு பூசல்கள் என்ற அளவில் அவர்களின் எதிர்ப்புணர்வு தொடக்கத்தில் வெளிப்பட்டது. படிப்படியாக இந்த எதிர்ப்புணர்வு வலுவடையத் தொடங்கியது.

கத்தோலிக்கத் திருச்சபை வழங்கிய சலுகைகளை, மாற்ற முடியாத நிரந்தர உரிமைகளாகக் கருதி சமூகத்தின் வளர்ச்சி விதிகளைப் புரிந்துகொள்ளாத வெள்ளாளர் சிலரின் செயல்பாடுகள் வடக்கன்குளம் கிராமத்தில் அமைதியைக் குலைத்தன. இந்நிலையில் கத்தோலிக்கத் திருச்சபை தனது சமரசப்போக்கினைக் கைவிட்டு தெளிவான முடிவினை எடுக்க வேண்டிய வரலாற்று நிர்ப்பந்தம் உருவாகியது. நாடார்களின் பொருளாதார வளர்ச்சி, எண்ணிக்கை மிகுதி, சமூக உயர் மதிப்பைப் பெறுவதில் அவர்களுக்கு இருந்த ஆர்வம் ஆகியன அவ்வரலாற்று நிர்ப்பந்தத்தை உருவாக்குவதில் முன் நின்றன.

முடிவுரை

அழுத்தமான கொள்கைப் பற்றுள்ள ஒரு கிறித்தவனால்கூட நம்காலச் சூழ்நிலைகளிலிருந்து தன்னை முழுமையாக விடுவித்துக் கொள்ள முடியாது. இச்சூழ்நிலைகள் கிறித்தவத்தில் மாறுதல்களை அறிமுகப் படுத்தும்படிக் கட்டாயப் படுத்துகின்றன.

எங்கல்ஸ்

இவ்வாறு சமூகத்தின் புறச்சூழல்களின் தாக்கம் மேலோங்கியிருந்த காலத்தில், சாதியக் கொடுமைகளை வெறுத்த – துன்பப்படுபவர்களுக்கு உதவும் நாட்டமுடைய கௌசானல் பங்குக்குருவாக வந்தபோது, நாடார்களின் உரிமைக்குரலுக்கு அனுதாபத்துடன் கூடிய ஆதரவு திருச்சபைக்குள்ளேயே கிடைத்தது. மனுக்களின் மூலமாகத் தீராத நீண்டகாலச் சிக்கலை, மனமார்ந்த ஈடுபாட்டுடன் சுவரை இடித்ததன் வாயிலாகக் கௌசானல் ஒரு முடிவுக்குக் கொண்டு வந்து விட்டார். அன்றைய சமூகச் சூழலில் இது ஒரு துணிச்சலான நடவடிக்கையாகும்.

சாதிய ஆதிக்கத்தைத் திருக்குடும்ப ஆலயத்தில் தொடர்ச்சியாக நிலைநிறுத்தி வரவேண்டும் என்ற கருத்துடைய வெள்ளாளர்களை அவர் கடுமையாக வெறுத்தார். இதனை 24.10.1910இல் ஜாயின்ட் மாஜிஸ்ட்ரேட் தம்புவுக்கு எழுதிய கடிதத்தின் வாயிலாக உணரலாம் (V.P.R. 1911).

"கத்தோலிக்கத் திருச்சபை என்ற கடலில் ஒரு துளி போன்ற வடக்கன்குளம் தேவாலயத்திற்கென விதிமுறைகளை வகுப்பது சாத்தியமற்றது. யூதர்களின்

ஆ. சிவசுப்பிரமணியன்

மாமூல்களை மாற்றியமைத்தமைக்காக யூதர்கள் கிறிஸ்துநாதரைச் சிலுவையில் அறைந்தனர். அவர் திரும்பவும் இங்கு வந்து 'வெள்ளாளர்களின் மாமுல்களை மாற்றியமைக்க நேர்ந்தால் இரண்டாவது தடவையாக அவரைச் சிலுவையில் அறைய வேண்டுமென்று கூக்குரலிடத் தவற மாட்டார்கள்.

"திருச்சபையானது வெள்ளாளர்களால் மட்டுமே அணுகப்படக் கூடியதாகவும், பணிபுரியக் கூடிய தாகவும் வெள்ளாளர்களுக்காக மட்டுமே இருக்க வேண்டுமென்றும், வெள்ளாளர்கள் விரும்புகிறார்கள். சாணார்களோ மற்ற மக்களோ குருவின் இருப்பிடத் திற்குள் தாராளமாகப் பிரவேசிப்பது கண்டு மிகவும் வருத்தம் அடைகிறார்கள்.

கர்வமிக்க சில வெள்ளாளர்களைத் திருப்தி செய்வதற்காக நான் என்னுடைய புனிதமான கடமை களைக் கைவிடத் தயாராக இல்லை. இந்துக்கள், முகமதியர்கள், கிறிஸ்தவர்கள் என்ற பலதரத்தாரும் எந்தச் சாதியினரும் இரவிலோ பகலிலோ எந்த நேரத்திலும் என்னை அணுகலாம். அவர்கள் அனைவருக்கும் என்னால் இயன்ற அளவு உதவி புரிவேன். கைவிடப்பட்ட அனைவரையும் நான் பாதுகாக்க வேண்டும்.

மறைப்பணியாளனாக விளங்க விரும்பும் ஒரு மறைப்பணியாளன் மனிதகுலத்தைச் சார்ந்த ஒவ்வொரு உறுப்பினர் மீதும் இரக்கம் கொள்ள வேண்டும். மனிதகுலத்தைச் சார்ந்த ஒவ்வொருவ ராலும், குறிப்பாகத் துயரப்படுகிறவர்களால் எளிதில் அணுகப்படக்கூடியவனாக இருக்க வேண்டும். நான் இந்தியாவில் இருப்பது கிறிஸ்தவர்களுக்காக மட்டுமோ அல்லது முக்கியமாக வெள்ளாளர்களுக்காக மட்டுமோ அன்று. என்னுடைய உதவியோ ஆறுதலோ எந்த வகையிலும் தேவைப்படுகிற இந்த நாட்டிலுள்ள எல்லா குடிமக்களுக்கும் சேவை செய்கிற மறைப்பணியாளன் நான்."

இத்தகைய கருத்தோட்டமுடைய கௌசானல் பிரிவினைச் சுவரை இடிப்பதில் முன்னின்றதில் வியப்பில்லை. சமூகக் கொடுமையின் சின்னமாக உயர்குலக் கத்தோலிக்கர்களால் உருவாக்கப்பட்ட பிரிவினைச் சுவரானது இடிக்கப்படுவதற்கு, முன்னர் கூறிய பொருளாதாரக் காரணிகள் தூண்டுகோலாக

அமைந்தன. இக்காலகட்டத்தில் ஒரு முற்போக்கான வரலாற்றுக் கருவியாக, கௌசானல் செயல்பட வேண்டிய வரலாற்று நிர்பந்தம் இருந்தது.

பொருளாதார மேம்பாடு என்ற புறச் சூழல் நாடார்களின் சுயமரியாதை உணர்வை வளர்த்தது என்றால் திருச்சபைக்குள் தோன்றிய அகச்சிக்கல் வெள்ளாளர்களுக்கெதிராகத் திருச்சபை செயல்படுவதற்குக் காரணமாக அமைந்தது. புராட்டஸ்டண்ட் கிறித்தவச் சபையினர் வடக்கன்குளத்தின் சுற்றுப்பகுதிகளில் செல்வாக்குப் பெற்றிருந்தனர். குறிப்பிடத்தக்க அளவில் நெல்லை மாவட்ட நாடார்கள் இப்பிரிவை மேற்கொண்டிருந்தனர். 19ஆம் நூற்றாண்டின் இறுதியிலேயே வடக்கன்குளம் கத்தோலிக்க வெள்ளாளர்களில் சிலர் புராட்டஸ்டண்ட் பிரிவுக்கு மாறியிருந்தனர். இத்தகைய சூழலில் பழைய சாதிய மரபுகளையும், சலுகைகளையும் கத்தோலிக்கத் திருச்சபையானது பின்பற்றினால் நாடார்கள் புராட்டஸ்டண்ட் பிரிவுக்கு மாறுவர்.” மரபுகளையும் சலுகைகளையும் கைவிட்டால் வெள்ளாளர்கள் புராட்டஸ்டண்ட் பிரிவுக்கு மாறுவர். எந்த வகையிலும் கத்தோலிக்கத் திருச்சபை தன் மந்தையிலிருந்து ஆடுகளை இழக்க வேண்டிய இக்கட்டான நிலை நிலவியது. இதுவே கத்தோலிக்க திருச்சபைக்குள் தோன்றிய அகச்சிக்கலாகும்.

முன்பே குறிப்பிட்டது போல் வடக்கன்குளம் கத்தோலிக்கர்களில் நாடார்களே அதிக எண்ணிக்கையில் இருந்தனர். (திருநெல்வேலி மாவட்டத்தின் மொத்த கத்தோலிக்கர்களிலும் நாடார்கள் *50%* ஆக விளங்கினர் – Pate, *1917 : 90*), எண்ணிக்கையில் அதிகமான நாடார்களை இழக்க இயலாத நிலையில் நீண்டகாலச் சிக்கலுக்கு நல்ல தீர்வொன்றினை அவர்கள் விரைந்து செயல்படுத்தினர்.

அதே நேரத்தில் சித்தாந்த நிலையில் ஒரு தெளிவான முற்போக்குக் கண்ணோட்டத்துடன் கத்தோலிக்கத் திருச்சபையினர் பிரிவினைச் சுவரை இடித்தனர் என்று கூற முடியாது. ஏனெனில் வடக்கன்குளம் பிரிவினைச் சுவர் இடிப்பு நிகழ்ச்சிக்குப் பின்னரும் திருச்சி பெரிய கோவிலிலும், புதுச்சேரியிலும், சென்னையிலும் பிரிவினைச் சுவர் தொடர்ந்து இருந்தது. மேலும் கத்தோலிக்கத் திருச்சபையில் நிலவும் சாதி வேறுபாடுக்கு எதிராகக் கூறப்படும் விமர்சனங்களை திறந்த மனத்துடன் எதிர்கொள்ளும் சகிப்புத்தன்மை கத்தோலிக்க சமயத் தலைவர்களிடம் காணப்படவில்லை. புதுச்சேரியில் இருந்து வெளிவந்த “புதுவை முரசு”, புதுச்சேரி கத்தோலிக்கத் திருச்சபையில் நிலவிய சாதி வேறுபாடுகளை வெளிப்படுத்தும் கட்டுரைகளையும், தலையங்கங்களையும் தொடர்ந்து

எழுதிவந்தது. இதனால் ஆத்திரமுற்ற கத்தோலிக்கத் திருச்சபை 1930ஆம் ஆண்டு டிசம்பர் 8ஆம் நாள் புதுவை முரசில் வெளியான தலையங்கத்திற்காக மானநட்ட வழக்குத் தொடர்ந்தது. இவ்வழக்கில் புதுச்சேரி கீழ்நீதிமன்றம், புதுவை முரசுக்கு அபராதம் விதித்தது. புதுச்சேரி உயர்நீதிமன்றமும் இத்தீர்ப்பை உறுதிசெய்தது. இறுதியாக பாரீசிலுள்ள உச்சநீதிமன்றம் இத்தீர்ப்பைத் தள்ளுபடி செய்தது. கத்தோலிக்கத் திருச்சபையின் குற்றச்சாட்டிற்கு ஆளானவர்களுள் கவிஞர் பாரதிதாசனும் ஒருவர் (Emmanual Divien 1979:401, Ramasamy. A, 1987). புதுச்சேரி இந்தியாவுடன் இணைந்த பின்னர் தீண்டாமைக்கு எதிரான இந்தியச் சட்டங்கள் புதுச்சேரியிலும் நடைமுறைக்கு வந்தன. இதன் பின்னரே கத்தோலிக்கத் திருச்சபைத் தன் தீண்டாமைக் கோட்பாட்டை விலக்கிக்கொண்டது.

என்றாலும் பிரிவினைச் சுவரை சேசு சபையினர் இடித்த செயலைக் குறைத்து மதிப்பிடுவதற்கில்லை. ஏனெனில் தலித்துகளை, கோவில் உள்ள பகுதிக்குள்ளேயே இந்து சமயம் அனுமதிக்கவில்லை. வடக்கன்குளம் பிரிவினைச்சுவர் இடிக்கப்பட்டு ஆறு ஆண்டுகள் கழித்து, 1916இல் கரூர் நகரிலுள்ள பசுபதீஸ்வர சுவாமி கோவிலுக்கு உரிமையான காலிமனை நீண்ட காலக் குத்தகைக்கு விடப்பட்டது. சுந்தரேச ஐயர் என்பவர் இக்குத்தகையை எடுத்துள்ளார். கோவில் சார்பில் அதன் அறங்காவலர் ராமசாமி பிள்ளை 1916 செப்டம்பர் 13ஆம் நாள் எழுதிக் கொடுத்த குத்தகைப் பத்திரத்தில் இடம் பெற்றுள்ள ஒரு முக்கிய நிபந்தனை வருமாறு:

> ஷை இடமானது பசுபதீஸ்வர சுவாமி கோவில் மடவளாகத்திற்கு சேர்ந்ததாகவும் ஆலய புண்ணிய பூமியின் நான்கெல்லைக்குள்ளிருப்பதாலும், அதில் குடியிருந்து அனுபவிப்பவர்கள் **இந்து* மதஸ்தர்களில் உயர்குலத்தோர்களாயிருக்க வேண்டுமென்கிற விதியையும் நிபந்தனையையும் அனுசரித்து**, நீங்களும் உங்கள் வாரிசுகளும் உங்கள் பாத்தியதையை அடைகிறவர்களும் **ஷை** இடத்தை அன்னிய மதஸ்தர்களுக்காவது **இந்துக்களில்* தாழ்ந்த வகுப்பார்களுக்காவது எவ்வித பராதீனமும் செய்யக்கூடாது**. அப்படிப்பட்டவர்கள் யாராவது **ஷை** சொத்துக்கு சொந்தக்காரர்களாக ஏற்படும் பட்சத்தில் அதில் கட்டியிருக்கும் கட்டிடத்துடன் யாதொரு தொகையும் கொடாமல் தேவஸ்தானத்தார் சுவாதீனம் செய்துகொள்ளலாம் என்கிற ஷரத்துடன்

* அழுத்தம் இந்நூலாசிரியருடையது.

நாளது தேதி முதல் தொண்ணூற்றி ஒன்பது வருடத்திற்கு குத்தகைக்கு கொடுக்கப்பட்டிருக்கிறது (குப்புசாமி, 1996: 115–117).

தாழ்த்தப்பட்ட சாதியினரையும் பிறமதத்தினரையும் ஒன்றாகவே இந்துமதம் கருதியுள்ளதை மேற்கூறிய ஆவணம் உணர்த்துகிறது.

1910இல் பிரிவினைச் சுவரிடிப்பு நிகழ்ந்து 14 ஆண்டுகள் கழித்தே 1924இல் வைக்கம் ஆலயம் இருந்த வீதிக்குள் நுழைவதற்கிருந்த தடையை மீறி வரலாற்றுச் சிறப்பு மிக்க வைக்கம் சத்தியாகிரகம் நடந்தது[20]. அன்றைய சென்னை மாநிலத்தில் கோவில் நுழைவுச் சட்டம் 1939ஆம் ஆண்டில்தான் அறிமுகப்படுத்தப்பட்டது[21]. இச் செய்திகளின் அடிப்படையில் நோக்கும்போது 1910இலிருந்து 1916 முடிய பிரிவினைச் சுவரை அகற்றுவது தொடர்பாக நிகழ்ந்த நிகழ்ச்சிகளில் சேசு சபையினரின் பங்கு உண்மையிலேயே குறிப்பிடத்தகுந்த ஒன்றாக அமைகின்றது.

பிரிவினைச்சுவரிடிப்பு தொடர்பாக நீதிமன்றத்தில் வழக்கு நடந்துகொண்டிருந்தபோது வெள்ளாளர்கள் "அர்ச் சூசையப்பர் ஆலயம்" என்ற பெயரில் ஆலயம் ஒன்றை அமைத்தனர். குருக்களின் துணையின்றி கத்தோலிக்க முறையில் இங்கு வழிபாடு நடந்துவந்தது. ஒரு சிலர் புராடஸ்டண்ட் கிறித்தவர்களாக மதம் மாறினர். நீதிமன்ற வழக்கில் வெள்ளாளருக்கு எதிராகத் தீர்ப்பு வழங்கப்பட்டதும் அர்ச் சூசையப்பர் ஆலயத்தில் வழிபாடு நடத்திவந்த வெள்ளாளர்கள் படிப்படியாக மீண்டும் திருக்குடும்ப ஆலயத்திற்கு வரத் தொடங்கினர். இதன் விளைவாக அர்ச் சூசையப்பர் ஆலயம் இடிக்கப்பட்டது.[22] பின்னர் பிரிவினைச் சுவரின்றியே சாதிவேறுபாடு திருக்குடும்ப ஆலயத்தில் தொடர்ந்தது. நாடார்களும் வெள்ளாளர்களும் தனித்தனியே அமர்ந்து வழிபட்டனர்.

1923இல் தூத்துக்குடி மறைமாவட்டம் உருவானது. அதன் பின்னர் திருக்குடும்ப ஆலயத்தில் பங்குக் குருக்களாகப் பொறுப்பேற்ற சிலர் வெள்ளாளரின் சாதிய மேலாண்மையை ஆதரிக்கத் தொடங்கினர். இது அடுத்தக்கட்ட போராட்டத்துக்கு நாடார்களை இட்டுச் சென்றது. திருக்குடும்ப ஆலயத்தின் தென்பகுதியில் ஆண்களும் வடபகுதியில் பெண்களும் இருந்துத் தொழவேண்டும் என்ற கோரிக்கையை நாடார்கள் வலியுறுத்தினர். ஆனால் இதனைச் செயல்படுத்துவதில் தூத்துக்குடி மறைமாவட்டத் தலைமை ஆர்வம் காட்டவில்லை. இதனால் ஏற்பட்ட மனத்தாங்கல்கள் படிப்படியாக

அதிகரித்தன. 8.6.1948இலிருந்து தேவாலயத்திற்குச் செல்வதை நாடார்கள் நிறுத்திக்கொண்டனர்.

தேவாலயத்தில் முழுமையான சமத்துவம் வேண்டி சொ.ச. மணி என்ற காங்கிரஸ் ஊழியர் 6.8.1948இலிருந்து சாகும்வரை உண்ணாவிரதமிருப்பதாகத் துண்டுப்பிரசுரம் வெளியிட்டார்.

இதன் விளைவாக அரசு அதிகாரிகள் இப்பிரச்சினையில் தலையிட்டனர். அவர்களின் கோரிக்கையை ஏற்று உண்ணா விரதம் தள்ளிவைக்கப்பட்டது. இதன்பின்னர் அரசு அதிகாரிகள் – சமயக் குருக்கள் ஆகியோர் கலந்துகொண்ட அமைதிக்குழுக்கூட்டம் நிகழ்ந்தது. சாதிவேறுபாடின்றி பெண்கள் தென்பகுதியிலும் ஆண்கள் வடபகுதியிலும் நிரந்தரமாக வழிபாடு செய்வதென்று முடிவெடுக்கப்பட்டது. 11.8.1948 மாலை வழிபாட்டில் இது நடைமுறைக்கு வந்தது. தேவாலயத்தைப் புறக்கணித்திருந்த நாடார்கள் இவ்வழி பாட்டிற்குத் திரண்டு வந்தனர். ஆனால் வெள்ளாளர்களில் பெரும்பகுதியினர் வழிபாட்டிற்குச் செல்லவில்லை. வெள்ளாளர் தலைவர்களில் சிலர் வழிபாட்டிற்குச் சென்ற வெள்ளாளர்களைத் திருப்பியனுப்பினர். அத்துடன் நிதி வசூலித்துத் தமக்கெனத் தனிக் கோயிலொன்றும் கட்டத் துவங்கினர்.

ஆண்டுதோறும் ஆகஸ்டு 15இல் நடைபெறும் திருவிழாவை யொட்டி ஆகஸ்டு 6இல் கொடியேற்றத் திருவிழா நடைபெறும். 1949, 50 ஆவது ஆண்டுகளில் இதனையொட்டி மோதல்கள் உருவாயின. இம்மோதல்களின் உச்சக்கட்டமாக 1951 ஆகஸ்டு 6இல் நடைபெறவிருந்த கொடியேற்றத் திருநாள் அமைந்தது. கொடிமரத்தைச் சுற்றி நாடார் சாதி ஆண்களும் பெண்களும் ஆயிரக்கணக்கில் கூடியிருந்தனர். இத்திருநாளில் வெள்ளாளர் களுக்கு வழங்கப்பட்டிருந்த சலுகைகளை நீக்கவேண்டு மென்பது கூடியிருந்தவர்களின் குறிக்கோளாயிருந்தது. பங்குக்குருவின் ஏவுதலின்பேரில் அவர்களின் மீது தடியடியும் கண்ணீர்ப்புகைக் குண்டு வீச்சும் காவல் துறையினரால் கண்மூடித்தனமாக நடத்தப்பட்டது. தேவாலயத்தில் சமத்துவம் கேட்பதில் முன்னணியில் நின்றவர்களைக் கைது செய்து கடுமையாகத் தாக்கினார் பல்வேறு வழக்குகளும் இவர்கள்மீது சாட்டப்பட்டன.

இதன் எதிரொலியாகக் கத்தோலிக்க நாடார்களில் ஒருசிலர் 1951 செப்டம்பரில் இந்துக்களாக மதம் மாறினர். மதம் மாறியவர்களால் பிள்ளையார் கோயிலொன்றும் கட்டப் பட்டது.

பின்னுரை

திருச்சபை இன்று அப்புறப்படுத்த வேண்டியது மோசே காலத்துப் பாவங்களை அல்ல. எகிப்து நாட்டில் நிலவிய பாவங்களையல்ல; பிலாத்து, ஏரோது, ஊரோமை மன்னர்களால் ஏற்பட்ட பாவங்களையுமல்ல. மாறாக, இன்றைய உலகில் நாம் காணும் அநீதி, ஆக்கிரமம், அநியாயம் ஆகிய பாவங்களை அகற்றுவதே திருச்சபையின் பணி.

ஆயர் ரொமரோ
(எல்சால்வேடோர்)

வடக்கன்குளம் பிரிவினைச்சுவர் இடிப்புடன் தமிழகத்தில் உள்ள கத்தோலிக்கத் திருச்சபையி லிருந்து சாதி வேற்றுமை நீங்கிவிடவில்லை. முடிவடையாத ஒன்றாக இன்றும் அது தொடர்கின்றது.

திருச்சி பாலக்கரைப் பகுதியின் குட்ஸ்ரோடில் கத்தோலிக்கர்களின் கல்லறைத் தோட்டம் ஒன்றுள்ளது. இதன் நடுவில் 800 அடி நீளமுள்ள குறுக்குச் சுவர் உயர் சாதியினரையும், தாழ்த்தப் பட்டவர்களையும் பிரிக்கும் முறையில் உள்ளது. இச்சுவரை இடிக்கும்படி காங்கிரஸ் அரசிடம் தாழ்த்தப்பட்டவர்கள் முறையிட்டனர். ஆனால் அம்முறையீடு கவனிக்கப்படவில்லை. பின்னர் திரு மு. கருணாநிதி முதல்வராக இருந்தபொழுது அவரிடம் நேரில் முறையிட்டனர். அதிலும் பயன்கிட்டவில்லை. 1976 ஏப்ரல் மாதத்தில் ஜான்பீட்டர், சைமன் என்ற இரு கத்தோலிக்க துறவிகள் கையில் கடப்பாறையுடன் சென்று பிரிவினைச் சுவரினை இடித்தனர்.

'மேற்குலக் கத்தோலிக்கர் கல்லறைப் பாதுகாப்புச் சங்கம்' என்ற அமைப்பு, காவல் நிலையத்தில் புகார் செய்ததன் அடிப்படையில் துறவியரிருவரும் கைது செய்யப்பட்டனர். அத்துமீறிப் பிரவேசித்து சொத்துக்குச் சேதம் விளைவித்த குற்றத்திற்காக (!) நீதிமன்றம் இருவருக்கும் அபராதம் விதித்துத் தீர்ப்பளித்தது. திருச்சி மறை மாவட்டத்தின் ஆயர் இடியுண்ட சாதிப் பிரிவினைச் சுவரை மீண்டும் கட்டிக் கொடுக்க ஒப்புக் கொண்டார். (இதே திருச்சி நகரிலிருந்த ஆயர் பர்தே வடக்கன்குளம் பிரிவினைச் சுவரை இடிக்கும்படி 1910இல் உத்திரவிட்டார்.) திண்டுக்கல் நகரிலும் புனித வளன் தேவாலயத்தைச் சார்ந்த கல்லறைத் தோட்டத்தில் சாதி வேற்றுமை இடம்பெற்றுள்ளது.

பாட்னா நகரில் வாழ்பவரும், சேசுசபைத் துறவியும் ஆன அகுஸ்தீன் என்பவர், தமிழ் நாட்டில் சுற்றுப் பயணம் செய்து, தமிழகக் கத்தோலிக்கத் திருச்சபையில் நிலவும் சாதி வேற்றுமை குறித்து இரண்டு கட்டுரைகள் எழுதியுள்ளார் (1982, 1982a). அக் கட்டுரையில் காணப்படும் செய்திகளில் சாரம் வருமாறு:

> தமிழ்நாட்டில் பல்வேறு பகுதிகளில் மேல்சாதியினருக்கும் தாழ்த்தப்பட்ட சாதியினருக்கும் எனத் தனித்தனிக் கல்லறைத் தோட்டங்களோ, தனித்தனியான பகுதிகளைக் கொண்ட கல்லறைத் தோட்டங்களோ உள்ளன.
>
> மேல் சாதி, தாழ்ந்த சாதி என்ற இரு பிரிவு மட்டுமின்றி ஒவ்வொரு சாதியும், மற்ற சாதியிடமிருந்து தன்னை வேறுபடுத்திக் கொண்டுள்ளது. வெள்ளாள கத்தோலிக்கர், உடையார் வன்னியர் கத்தோலிக்கர்களைவிடத் தங்களை உயர்வாகக் கருதுகின்றனர். இவ்விரு சாதியினரும் நாடார்களைத் தாழ்ந்தவர்களாகவும், நாடார்கள் பறையர்களைத் தாழ்ந்தவர்களாகவும் கருதுகின்றனர்.
>
> துறவிகளும்கூடச் சாதியிலிருந்து தப்பவில்லை. பங்குக் குரு நியமனத்திலும், இடம் மாற்றம் செய்வதிலும், ஆயரைத் தேர்ந்தெடுப்பதிலும் கூடச் சாதி முக்கிய பங்கு வகிக்கிறது. சாதிகளுக்கென்று தனித்தனி ஆலயங்கள் இன்றும் உள்ளன. சில குறிப்பிட்ட சாதியினர்கென்று தனித்தனி வழிபாட்டுக் கூடங்கள் திருச்சி நகரில் உள்ளன.
>
> பாளையங்கோட்டை மறை மாவட்டத்திலுள்ள கயத்தாறு பங்கில் நாடார்களுக்கென்றும், வெள்ளாளர்

களுக்கென்றும் தனித்தனித் தேவாலயங்கள் உள்ளன. இதே மறை மாவட்டத்தில் உள்ள சிதம்பராபுரம் பங்கின் துணைப் பங்கான சங்கரன் கோயில் என்ற ஊரில் குறிப்பிட்ட சாதிகளுக்கென்று தனித் தனியாக வழிபாடுகள் நிகழ்த்தப்படுகின்றன.

மதுரை மறை மாவட்டத்தில் உள்ள தங்கச்சிமடத்தில் இரு வேறுபட்ட சாதியினருக்கென்று தனித்தனித் தேவாலயங்கள் உள்ளன. திருச்சிராப்பள்ளி மறை மாவட்டத்தைச் சார்ந்த பஞ்சம்பட்டி என்னும் கிராமத்தைச் சார்ந்த தேவாலயத்தில் உயர்சாதி யினருக்கென்றும், தாழ்ந்த சாதியினருக்கென்றும் தனித்தனி இடங்கள் ஒதுக்கப்பட்டுள்ளன.

கும்பகோணத்தில் வாழும் கத்தோலிக்க அரிசன இளைஞர்கள் அங்குள்ள இறையியல் பள்ளியில் குருத்துவ மாணவர்களை அனுமதிக்கும் முறையினை எதிர்த்து ஊர்வலம் ஒன்றை நடத்தினர். ஏனெனில் அரிசன வகுப்பைச் சார்ந்தவர்கள் அங்கு அனுமதிக்கப் படுவதில்லை.

பெண் துறவியர் சபையினர் சிலர், தாழ்ந்த சாதியைச் சார்ந்த பெண்களைத் தங்கள் சபையினில் அனுமதிப்பதில்லை. அப்படித் தாழ்ந்த சாதிப் பெண்கள் யாரும் அங்கு அனுமதி நாடிச் சென்றால் அவர்களிடம் "உங்களுடைய சபையில் ஏன் சேரக்கூடாது?" என்ற வினா எழுப்பப்படும். இவ்வினாவில் எழுப்பப்படும் 'உங்களுடைய சபை' என்பது 'புனித ஞானப் பிரகாசியார் சபை' ஆகும். 18ஆம் நூற்றாண்டில் புதுச்சேரியில் நிறுவப்பட்ட இச்சபையானது அரிசன சபை என்று அறிமுகமாகி யுள்ளது. தொடக்கத்தில் இச்சபை தாழ்ந்த சாதிப் பெண்களையே கொண்டிருந்தது (27). இச்சபை தமிழ்நாட்டின் பல்வேறு மறை மாவட்டங்களில் தனது கிளைகளைத் தொடங்கிய பின்னர் உயர் சாதிப் பெண்களை அனுமதித்தது. ஆனால் இன்றும்கூடப் புதுச்சேரியைச் சார்ந்த உயர்சாதியினர் இதில் சேருவது கிடையாது. 1844இல் 'மாதா இருதய சபை' என்ற அமைப்பு உயர்சாதியினருக்கென்றே புதுச்சேரியில் தொடங்கப்பட்டது. அண்மையில் தான் தாழ்ந்த சாதியைச் சேர்ந்த பெண்கள் இச்சபையில் அனுமதிக்கப்படுகின்றனர். ஒரு சராசரி கத்தோலிக்கனின் முதல் விசுவாசமானது அவனது

சாதியின் மீதுதான் நிலைபெற்றுள்ளது. கத்தோலிக்கன் என்பது இரண்டாவது பட்சம்தான்.

இச்செய்திகள் எல்லாம் பல்வேறு வடிவங்களில் சாதிய வேறுபாடு கத்தோலிக்கத் திருச்சபையில் தொடர்வதை உணர்த்துகின்றன. இவ்வேறுபாடுகளை எதிர்த்து அங்கொன்றும் இங்கொன்றுமாக பீட்டர், சைமன் போன்ற துறவிகள் குரல் எழுப்புகின்றனர்.

திருச்சி மாவட்டம் பெரம்பலூருக்கு அருகே உள்ள கிராமம் தொண்டமான்துறை. இக் கிராமத்தில் சக்கிலியர் சாதியைச் சார்ந்த பலர் கத்தோலிக்கர்களாக உள்ளனர். சாதியின் காரணமாக கத்தோலிக்கத் திருச்சபையில் அவர்களுக்கு இழைக்கப்படும் அநீதிகளைத் தமிழ் வார இதழான *ஜூனியர் விகடன் (மே 1989; 8–11)* வெளியீட்டுள்ளது. அக்கட்டுரையில் கத்தோலிக்கச் சக்கிலியர்களின் கூற்றாகப் பின்வரும் செய்திகள் இடம் பெற்றுள்ளன:

"சாமி, நாங்க மூணு தலைமுறைக்கு முந்தியே எங்க பாட்டன் பூட்டன் காலத்திலிருந்து கிறிஸ்த்தவ விசுவாசத்தில் இருக்குமுங்க. நாங்க தாழ்த்தப்பட்ட சக்கிலிய சாதிங்க. நூறு வருஷத்துக்கு முன்னே இங்கே சர்ச் கட்ட இடத்தை விட்டுக் கொடுத்து, கட்டட வேலையும் பார்த்துக் கொடுத்தோம்னு எங்க பெரியவங்க சொல்லுவாங்க. அன்னிக்கும் சரி, இன்னிக்கும் சரி. . . எங்க மதத்தில் உள்ள மேல்ஜாதி கிறிஸ்தவர்கள் எங்களை மனுசப் பிறவியா நினைக்கலீங்க. ஒரு பங்கில் உள்ள கிறிஸ்தவர்களில் யார் இறந்து போனாலும் அவர்கள் உடலை சர்ச்சுக்கு எடுத்து வந்து ஃபாதர் ஜெபம் பண்ணின பின்னால தான் கல்லறைத் தோட்டத்துக்குத் தூம்பாவில் (சவப்பெட்டி எடுத்துச்செல்லும் வண்டி) வைத்துக் கொண்டு போய் அடக்கம் செய்வது வழக்கம். ஆனா பல தலைமுறையா நாங்க கிறிஸ்தவர்களா இருந்தும் எங்க பொணத்தைச் சர்ச்சுக்குக் கொண்டு வர விட மாட்டாங்க. தூம்பாவையும் நாங்க தொடக்கூடாது. எங்க பங்குக்கு வரும் ஒவ்வொரு ஃபாதரிடமும் பல வருஷங்களா கேட்கிறோம். சில ஃபாதர்கள் மனமிரங்கி 'கிறிஸ்தவர்கள் எல்லோரும் ஒண்ணுதான். உங்க சவத்தைக் கொண்டு வாங்க. தூம்பாவைப் பயன்படுத்துங்க'ன்னு சொன்னாலும் 'சக்கிலிய கிறிஸ்தவன் பொணம் சர்ச்சுக்கு வரக்கூடாது.

தூம்பாவைத் தொட்டால் அதே இடத்தில் பல பொணங்க விழும்னு' மிரட்டறாங்க சாமி. நாங்கதான் ஜாதியில கீழா பொறந்துட்டோம் சரி. . . எங்க ஆடு மாடுகள் என்ன பாவம் செஞ்சது? வருசா வருசம் பொங்கல் அன்னிக்குக் கிறிஸ்தவர்களோட மாடுகளைச் சர்ச்சுக்கு ஓட்டிட்டுப் போய் ஃபாதரிடம் மந்திரிப்போம். எங்க ஆளுக மாடு மொத்தமே இருவது இருவத்தஞ்சு தான் இருக்கும். நாங்க எவ்வளவு முந்திப் போய் நின்னாலும் எங்களுக்குப் பின்னால் வந்த 'மேல் ஜாதி கிறிஸ்தவர்கள்' மாடுகளை மந்திரிச்சு அனுப்பிட்டு கடைசியாத்தான் எங்க மாடுகளை ஃபாதர் மந்திரிக்கணும். அதுவரைக்கும் நாங்க ஓரமா ஒதுங்கி நிக்கணும். இல்லாட்டி பெரிய கலவரமே வந்திடும்.

வருஷா வருஷம் நடக்கும் ஊர்த்திருவிழாவில் சர்ச்சுலே உள்ள சப்பரத்தை (தேர்) இழுத்து வருவாங்க. அதை நாங்களும் சேர்ந்து இழுக்கக்கூடாது. அந்தச் சப்பரம் இந்துக்கள் இருக்கும் தெருக்கள் வழியாகக்கூடப் போகும். ஆனால் கிறிஸ்தவர்களான எங்க தெரு வழியா வரவிடமாட்டாங்க. நாங்க தொலையா ஒதுங்கி நின்று வேடிக்கை பார்த்திட்டுப் போயிடணும். நாங்க வரி குடுத்தாலும் அதை வாங்க மாட்டாங்க. பங்குப் பேரவை எல்லா கிறிஸ்தவர்களும் பொதுவானது. இதன் கூட்டம் நடந்தால் அதில் எங்களை உட்கார விடமாட்டங்க. நாங்களும் ஏசு சாமியோட புள்ளைகள்தானே சாமி. வெயி லுக்குப் பயந்து வந்த எலி வெள்ளாவிப் பானையில் விழுந்து வெந்த கதையாய் இருக்கு.

சர்ச்சுலே எங்களுக்குனு ஒரு ஓரமா இடம் ஒதுக்கி வெச்சிருந்தாங்க. அதைத்தாண்டி நாங்க உட்காரவோ, நடமாடவோ கூடாது. பூசை நடக்கும்போது வெயில் அடிக்குதேன்னு கொஞ்சம் தள்ளி உட்கார்ந்தால் 'சக்கிலிச்சிகள் தள்ளி உட்காருங்கடீ. உங்களை உள்ளார விட்டதே தப்புடீ'னு சத்தம் போட்டுத் திட்டுவாங்க. அப்படியே ஒடுங்கிப் போய்ப் பல தடவை பூசை முடியும் வரைக்கும் வெயில்லேயே உட்கார்ந்துட்டு வந்திருக்கேன்."

இப்பிரச்சனையில் கும்பகோணம் மறைமாவட்டத்தில் விகார் ஜெனரல் மேல் சாதியினருக்கு ஆதரவாகவே செயல்பட்டார் என்றும் இக்கட்டுரை குறிப்பிடுகிறது. 'பூரணம் டிமல்' என்ற சேசு சபைத் துறவி நிகழ்த்திய ஆய்வு ஒன்றில்

கிடைத்த செய்திகள் சிலவும் இதே கட்டுரையில் இவ்வாறு இடம் பெற்றுள்ளன:

> கத்தோலிக்கத் திருச்சபையின் உள்ள மொத்த கிறிஸ்தவர்கள் எழுபது சதவீதம் பேர் தாழ்த்தப்பட்ட வகுப்பிலிருந்து வந்தவர்கள்தான். ஆனால் சமீப காலம் வரை மொத்தம் உள்ள பதினான்கு திருச்சபை பிஷப்புகளின் ஒருவர்கூடத் தாழ்த்தப்பட்ட வகுப்பிலிருந்து வரமுடியவில்லை. தொடர்ந்து தலித் கிறிஸ்தவர்கள் சபைக்குள் போராடி ஒப்பந்தம் போட்டு ஒரே ஒரு பிஷப் நியமனம் பெற்றுள்ளார்.* பிஷப்புகளை அடுத்துள்ள ஐந்து முக்கிய பதவிகளில் எந்தத் திருச்சபையிலும் தாழ்த்தப்பட்ட வகுப்பிலிருந்து வந்த கிறிஸ்தவர் ஒருவர்கூட இல்லை. மொத்தத்தில் எழுபது சதவீதம் பேர் உள்ள ஒரு சமூகத்திலிருந்து துறவிகளாகவும், கன்னியாஸ்திரிகளாகவும் இடம்பெற 3.8 சதவீதம் பேருக்குத்தான் வாய்ப்புக் கிடைத்துள்ளது. பெரிய பொறுப்புகளைச் சில குறிப்பிட்ட இனத்தைச் சார்ந்தவர்கள் மட்டும் குத்தகைக்கு எடுத்துக்கொண்டது போல் ஆக்கிரமித்துக் கொண்டதால் இவர்களைப் போன்ற பாவப்பட்ட பிரிவிலிருந்து பொறுப்புகளுக்கு வர வாய்ப்பில்லாமல் போகிறது.
>
> தமிழகத்தின் வடமாவட்டங்களில், குறிப்பாக செங்கல்பட்டு மாவட்டத்தின் தேவாலயங்களில், தீண்டாமை நிலைபெற்றுள்ளது. இதை எதிர்த்து தலித்களும் அவர்களுக்கு ஆதரவாகசில குருக்களும் களத்தில் இறங்கி தொடர்ந்து போராடி வருகின்றனர். வடக்கன்குளம் பிரிவினைச்சுவர் இடிக்கப்பட்டு தொண்ணூறு ஆண்டுகள் கழிந்த பின்னரும் வழிபாட்டுத் தலத்தில் சாதிய வேறுபாடுகள் ஒழியவில்லை. என்றாலும் ஒடுக்கப்பட்ட தலித்துகளுக்கு ஆதரவான குரல் திருச்சபைக்கு உள்ளேயே ஒலிக்கத் தொடங்கிவிட்டது ஆறுதலான செய்தி. வடக்கன்குளம் பிரிவினைச்சுவர் இடியுண்ட நூற்றாண்டுவிழா வருவதற்குள் இவ்வேறுபாடுகள் மறையவேண்டும்.

---

* தற்போது மூன்று தலித்துகள் பிஷப்புகளாக உள்ளனர்.

குறிப்புகள்

1. இராவணனின் வீரர்களால் வாலில் தீப்பந்தம் கட்டிவிடப்பட்ட அனுமான், நடந்து சென்று பணகுடி மருத்துவா மலையை அடைந்தபொழுது அம்மலையில் வாழ்ந்த முனிவர் ஒருவர் தம் கமண்டலத்திலிருந்து நீரைக் கவிழ்த்து அனுமானின் தீப்புண்களை ஆற்றினாராம். அக்கமண்டலத்திலிருந்து வழிந்தோடிய நீர், அனுமான் வந்தவழியே ஓடியதாம். இதுவே 'அனுமாநதி' எனப் பெயர்பெற்றது. (ஜோசப் லடிஸ்லாஸ், 1988: 4–5) இந்த ஆற்றைக் குரங்காறு என்றும் குறிப்பிடுவர். ஆண்டு முழுவதும் இதில் தண்ணீர் ஓடுவதில்லை. மழைக்காலங்களில் மட்டுமே நீரோடும். இந்த ஆற்றுநீர் வேகமாகச் செல்லுவதால் முட்டளவு நீர்கூட ஆட்களை இழுத்துத் தள்ளிவிடும். இச்செயலைக் குரங்குச் சேட்டை என்று குறிப்பிட்டு இத்தன்மையினால் குரங்காறு என்று பெயர்பெற்றது என்பர். (தகவல் தோழர் எஸ்.எம்.ஜார்ஜ் இளங்கோ, திரு.இரத்தனசாமி நாடார்)

2. இந்த ஆற்றின் பெயராலேயே நாகர்கோவில் நகரின் ஒரு பகுதி கோட்டாறு என்று பெயர் பெற்றது.

3. இந்த ஆறு வளைந்து செல்லும் பகுதியில் அமைந்த காரணத்தால் திருவாட்டாறு என்று பெயர் பெற்றதாகவும் குறிப்பிடுவர்.

4. இதனை நாட்டார் சொற்பிறப்பியலுக்குச் (Folk etimology) சான்றாகக் கூறலாம்.

5. நெல்லை மாவட்டம், இராதாபுரம் வட்டத்திலுள்ள கரைச்சுற்றுப் புதூர் என்ற கிராமத்தில் அடங்கிய சிற்றூர் தோப்புவிளை. நம்பியாற்றின் வடகரையிலுள்ள இவ்வூருக்கும் வடக்கன்குளத்திற்கும் இடையிலான தூரம் 25 அல்லது 30 கி.மீ. ஆகும்.

6. கிறித்தவ மதத்தின் பரவல் இவ்வாறு பல ஊர்களைப் பிரபலமடையச் செய்துள்ளது. சான்றாக தூத்துக்குடி மாவட்டத்திலுள்ள நாசரேத் என்ற ஊரைக் குறிப்பிடலாம். கால்டுவெல் தமது திருநெல்வேலி மிஷன் வரலாற்றில் வாழையடி என்னும் கிராமத்தின் அருகிலுள்ள ஊராக நாசரேத்தைக் குறிப்பிட்டுள்ளார். தற்போது நாசரேத் ஊரின் ஒரு பகுதியாக வாழையடி உள்ளது.

7. சின்ன உரோமபுரி என்று வடக்கன்குளத்தைக் குறிப்பிடு வதற்குக் காரணம், இச்சிறிய ஊரில் இடம்பெற்றுள்ள கத்தோலிக்கத் தேவாலயங்களும், பிற கத்தோலிக்க நிறுவனங்களும்தான். திருக்குடும்ப ஆலயம் தவிர 1. இளைப்பாற்றி மாதா கோவில், 2. அற்புத மாதா பஜனை மட சிற்றாலயம், 3. துறவிகள் ஆலயம், 4. புனித மிக்கேல் சம்மனசு கோயில், 5. புனித அந்தோணியர் கோயில் 6. அன்னை வேளாங்கண்ணி ஆலயம், 7. புனித செபஸ்தியார் ஆலயம் ஆகிய கோயில்கள் உள்ளன. இவை தவிர கத்தோலிக்க சமய சபைகள் மூன்றும் கல்வி நிறுவனங்கள் நான்கும், மருத்துவமனை ஒன்றும் இடம் பெற்றுள்ளன.

8. இவரது பெயர் கிளமெண்ட் தோமாசினி (Clement Thomassini). இவரைப் பற்றிய சில செய்திகளை இந்நூலின் பின்னிணைப்பு எண் 17இல் காணலாம். இவர் 1775ஆம் ஆண்டு கணக்கன் குடியிருப்பு எனும் மணல்மாதா கோவிலில் மரணமடைந்தார். பெரியதாழை என்ற கடற்கரை ஊரிலுள்ள தேவாலயத்தில் அடக்கம் செய்யப்பட்டார். இவரை மக்கள் ஒரு புனிதராகவேக் கருதி வந்தனர். இவரின் ஆற்றலை இந்து மக்களும் வியந்து பாராட்டினர். மழையில்லாத வறட்சிக் காலத்தில் அவரை மழையின் தெய்வம் எனக் கருதி வேண்டுதல் செய்தனர் (வெனான்சியுஸ், 1978: 30). வடக்கன்குளத்தில் பங்குக்குருவாயிருந்த அருள்திரு ஏ. மரியஞானம் *Caritas* இதழில் எழுதிய (1968:100) தமது கட்டுரையொன்றில் வடக்கன்குளத்தில் தோமாசினி காலமானதாகக் குறிப்பிட் டுள்ளார். இச்செய்தி பிழையானது.

9. தற்போது இவ்வாலயம் திருக்குடும்ப ஆலயத்தின் வடபகுதி யில் தெற்கு நோக்கி உள்ளது. பெண்துறவிகளால் தையற்பயிற்சி நிலையமாகப் பயன்படுத்தப்பட்டு வருகிறது.

10. சமய வழிபாட்டையோ சமயச் சடங்குகளையோ பொதுவான வழிபாட்டுத் தலத்தில் நிகழ்த்திக்கொண்டிருக்கும் போது வேண்டுமென்றே இடையூறு செய்பவர்களுக்கு ஒரு வருடத்திற்கு மிகாமல் சிறைத்தண்டனையோ அபராதமோ அல்லது இரண்டுமோ விதிக்க வகை செய்யும் குற்றவியல் சட்டப்பிரிவே இ.பி.கோ. 296 ஆகும் (Ratnalal, 1959: 224–225).

11. வழக்கின் வாதிகள் மற்றும் பிரதிவாதிகளின் பட்டியலைப் பின்னிணைப்பு 6இல் காண்க.

12. சென்னை மாநிலத்தின் அட்வகேட் ஜெனரலாக இருந்த சிவசாமி ஐயர் 13.6.1911இல் உதகமண்டலத்திலிருந்து ஆயர் பர்தேக்கு எழுதிய கடிதத்தில் இவ்வழக்கில் பின்பற்ற வேண்டிய விதிமுறைகள் குறித்து ஆலோசனை வழங்கியுள்ளார். அதன் படியே அனுபவபாத்தியதை என்ற வெள்ளாளர் தரப்பு வாதத்திற்கு எதிராகத் திருச்சபைச் சட்டத்தின்படி ஆயருக்கு உரிய உரிமையை வலியுறுத்தும் வகையில் இவ்வாதங்கள் முன்வைக்கப்பட்டன.

13. சதாசிவ ஐயர் 1912இலிருந்து 1921வரை சென்னை உயர் நீதிமன்ற நீதிபதியாகப் பணியாற்றியவர். சமூக சீர்த்திருத்தத்தில் ஆர்வம் கொண்டவர். *The Hindu Reformer* என்ற பத்திரிகையின் ஆசிரியராகவும் இருந்துள்ளார். குழந்தைத் திருமண எதிர்ப்பையும், விதவை மறுமண ஆதரவையும் குறிக்கோளாகக் கொண்ட "ஆரிய மதசபா" என்ற சபையின் செயலாளராகவும் பணியாற்றியுள்ளார். இவரது சீர்த்திருத்த உணர்வு இத்தீர்ப்பிலும் எதிரொலிப்பதைக் காணலாம்.

14. 19ஆம் நூற்றாண்டில்கூட இத்தகைய மனநிலையே நீடித்தது. வேளாளர் சாதியைச் சார்ந்த கிருஷ்ணபிள்ளை 1858இல் சீர்திருத்த கிறித்தவத்தை தழுவியபோது அவரது குடும்பத்தாரின் மனநிலையை சவுரிராய பிள்ளை தமது நாட்குறிப்பில் இவ்வாறு குறிப்பிடுகிறார்: "தாயும் மனைவியும் பிள்ளையும் அவரைப் பறையராய்ப் போனீரென்று மிகவும் துக்கித்து இருக்க..." (யோவான் தேவசகாயம், 1898: 301)

15. பண்டாரசாமிகள் குறித்த விரிவான செய்திகளுக்கு A. Francis *(1988: 318–331)* கட்டுரையைக் காண்க.

16. புலையர்களையும், பறையர்களையும் கிறித்துவர்களாக்கு வதில் அதிகக் கவனம் செலுத்தத் தொடங்கியபோது அதை நாடார் கிறித்தவர்கள் வரவேற்கவில்லை என்று மேட்டீர் (Meteer) என்ற புராடஸ்டண்ட் சமயக்குரு 20.8.1867இல் எழுதிய கடிதத்தில் குறிப்பிட்டுள்ளார். (Gladstone 1984:101)

17. சவுரிராய பிள்ளையின் நாட்குறிப்பில் (1849 மே 30) இடம் பெற்றுள்ள பின்வரும் செய்தியும் வடக்கன்குளம் நாடார்கள் கொழும்பு சென்று பொருள் ஈட்டியதை உணர்த்துகிறது. "வடக்கன்குளம் சூசையா ஆசாரி மகன் அந்தோணிமுத்தும் சில சாணாரும் கொழும்புக்கு புறப்பட்டவர்கள் வந்தார்கள்." (யோவான் தேவசகாயம் 1898: 77)

18. தீண்டாமைக் கொடுமைக்கு ஆளாகியிருந்த நாடார் சாதியினர் 19ஆம் நூற்றாண்டிலேயே அதற்கெதிரான போராட்டத்தைத் தொடங்கி பின்னர் அதில் வெற்றியும் பெற்றது தமிழக வரலாற்றில் குறிப்பிடத்தக்க நிகழ்வாகும். ஆயினும் தீண்டாமைக் கொடுமையிலிருந்து தங்கள் சாதியை விடுவித்துக் கொண்டவர்கள், தலித்துகளை தீண்டாமை உணர்வுடன் நடத்தியுள்ளது வேதனையான ஒன்று. 19ஆம் நூற்றாண்டில் தூத்துக்குடி மாவட்டம் ஆலந்தலையில் தொடங்கப்பட்ட அனாதை விடுதியில் சேர்க்கப்பட்ட தலித் குழந்தை ஒன்றை அங்கு பணியாற்றிய நாடார் சாதிப்பெண் தொட மறுத்துவிட்டாள் (Stephen Coube S.J. *Au pays des castes* 1889, Paris). இன்றும்கூட அடைக்கலாபுரத்தில் உள்ள கத்தோலிக்கத் தேவாலயத்தில் கோவில் திருவிழாவிற்கான வரியை பறையர் சாதிக் கத்தோலிக்கக் குடும்பங்களிடமிருந்து வாங்குவது கிடையாது. சில கத்தோலிக்க குருக்கள் எடுத்துச் சொல்லியும்கூட, கத்தோலிக்க நாடார்கள் இதில் உறுதியாக உள்ளனர்.

19. 19ஆம் நூற்றாண்டின் இறுதியில், திருநெல்வேலி மாவட்ட புராடஸ்டண்ட் கிறித்தவர்களில் 95 சதவீதத்தினர் நாடார்கள், உரிமை பெற்ற 92 உள்நாட்டுப் பாதிரிகளுள் 75 பேர் நாடார்கள். இதன் காரணமாக மக்கள் "நாடார்களின் ஆலயம்" எனப் பேச ஆரம்பித்துள்ளனர் என ஆதர் மர்கோசிஸ் என்ற புராடஸ்டண்ட் சமயக்குரு குறிப்பிட்டுள்ளார். (ஹார்டு கிரேவ், 1982 : 70)

20. இன்றையக் கேரள மாநிலத்திலுள்ள ஒரு சிறு நகர் வைக்கம். இங்குள்ள சிவன் கோவிலிலும் அதைச் சுற்றியுள்ள பகுதிகளிலும் தீண்டாமை கடுமையாகக் கடைபிடிக்கப்பட்டது (Balambal 1980). தீண்டத்தகாதவர்களாகக் கருதப்பட்ட ஈழவர்களும் புலையர்களும் கோவில் தெருவைப் பயன்படுத்தத் தடை யிருந்தது. அதே நேரத்தில் கிறிஸ்தவர்களும் இஸ்லாமியர்களும் கோவில் தெருவைப் பயன்படுத்த அனுமதிக்கப்பட்டார்கள்.

"இந்த எல்லையைத் தாண்டிச் செல்ல தீண்டத்தகாத வர்களுக்கு அனுமதி கிடையாது" என்ற வாசகம் அடங்கிய அறிவிப்புப் பலகைகள் தெருவில் வைக்கப்பட்டிருந்தன. இக்கொடுமையை எதிர்த்து 1924 மார்ச் 30ஆம் நாள் வைக்கம்

சத்தியாகிரகம் தொடங்கியது. சிவன் கோவில் தெருவுக்குள் நுழைய முயன்ற ஈழவர்களும் புலையர்களும் கைது செய்யப் பட்டார்கள். இப்போராட்டத்தின் தலைவர்களுள் பெரியார் ஈ.வே.ராவும் ஒருவர். இப்போராட்டம் குறித்த காந்தியின் நிலைபாடு கடுமையான விமர்சனத்திற்குரியது.

21. "Temple Entry Authorisation and Indemnity Act (Madras Act XXII of 1939)" என்ற அன்றைய சென்னை மாநிலச் சட்டம் மதுரை, தஞ்சாவூர், பழநி, போன்ற இடங்களில் அட்டவணை சாதியினர் நுழைவதற்கு உரிமை வழங்கியது. The Madras Act, V of 1947 என்ற சட்டம் மாநிலத்திலுள்ள அனைத்துக் கோவில்களிலும் நுழையும் அனுமதியை வழங்கியது. The Madras Act, XIII of 1949 என்ற சட்டம் அட்டவணை சாதியினர் ஆலையங்களில் நுழைந்து வழிபடும் உரிமையை உறுதி செய்தது (Ramaswami 1972: 810-811). வடக்கன்குளம் ஆலயத்தில் தீண்டாமை ஒழிக்கப் பட்ட காலத்தையும் இச் சட்டங்கள் உருவான காலத்தையும் ஒப்பிட்டுப் பார்க்கவேண்டும்.

22. இவ்வாலயத்தின் இடிபாடுகளை லூத்ரன் மிஷன் நடத்தும் M.E.L.I.M தொடக்கப்பள்ளி வளாகத்தில் காணலாம்.

கலைச் சொல் விளக்கம்

அசனம் கொடுத்தல்

பக்தர்கள், காணிக்கையாகத் தேவாலயத்தில் கொடுக்கும் உணவு அல்லது உயிர்ப் பலி. பலி கொடுத்த விலங்கின் இறைச்சியைத் தேவாலய வளாகத்திலேயே சமைத்து உண்பதுடன், மற்றவர்களுக்குத் தானமாகவும் வழங்குவர். உயிர்ப்பலி கத்தோலிக்க சமயத்தில் தடைசெய்யப்பட்ட ஒன்று என்பதால் தேவாலயத்திற்கு சற்று தள்ளியே இது நிகழும். இறந்தவர் நினைவாக எளியவர்களை அழைத்து வீடுகளில் உணவருந்தச் செய்வதையும் அசனம் கொடுத்தல் என்பர். இவ்வுணவு சைவ உணவாகவும் இருக்கலாம்.

அப்போஸ்தலிக்க விக்கர் (Apostolic vicar)

அப்போஸ்தலிக்க விக்கரியட்டின் நிர்வாகத் தலைவர். இவருக்கு ஆயர் என்ற பட்டமும் உண்டு. இப்பதவி ஆயர் பதவிக்கு சமமான தாகும்.

அப்போஸ்தலிக்க விக்கரியட் (Apostolic vicariat)

ஒரு மறைமாவட்டமாக உருவாக்கப்படாத நிலையில் இயங்கும் கத்தோலிக்க நிர்வாக அமைப்பு.

அவஸ்தைக்காரன்

மரணப்படுக்கையில் இருப்பவன்.

பார்க்க: நோயில் பூசுதல்.

ஆ. சிவசுப்பிரமணியன்

ஆண்டகை

பார்க்க: ஆயர்

ஆயர் (Bishop)

மேற்றிராணியார், ஆண்டகை என்றும் குறிப்பிடுவார். பாப்புவின் ஆணைக்கு உட்பட்டு அவரது பெயரால் ஒரு மறைமாவட்டத்தை நடத்திச் செல்பவர். இருப்பினும் அன்றாட நிர்வாகம் தொடர்பான நடைமுறைகளில் சுயேச்சையான முடிவெடுக்கும் உரிமையுடையவர்.

ஆல்டர்

பார்க்க: பலி பீடம்.

இலத்தீன் சிலுவை

சிலுவையானது இலத்தீன் சிலுவை, ரோமன் சிலுவை என இரண்டு வகைப்படும். ரோமன் சிலுவை என்பது கூட்டல் குறிபோல் அமைந்திருக்கும். இலத்தீன் சிலுவையில் குறுக்கே வரும் இரு கோடுகளும் மையப்பகுதியை விட்டு சற்று உயரே இருக்கும்.

உத்தரிக்கிற ஆத்துமாக்கள் திருநாள் (All Soul's Day)

இறந்த மனிதர்களின் ஆன்மாக்களை நினைவுகூர்தல் இத்திரு நாளின் நோக்கமாகும். 'கல்லறைத் திருநாள்' என்றும் இதனை அழைப்பர். நவம்பர் 2இல் நிகழும் இத்திருநாளில் கல்லறைத் தோட்டங்களுக்குச் சென்று இறந்தோரின் ஆன்ம நலனுக்காக வேண்டுதல் செய்வர். உணவுப் பொருட்களை கல்லறைமுன் படைக்கும் வழக்கமும் உண்டு.

உத்தரிக்கும் நிலை (Purgatory)

சொர்க்கத்திற்கும், நரகத்திற்கும் இடையிலுள்ள இடம். பூமியில் செய்த சாதாரண பாவங்களுக்காக மனிதர்களின் ஆன்மாக்கள் இங்குப் புடமிடப்பட்ட பின்னரே சொர்க்கத்தில் நுழைய முடியும் இறந்த மனிதர்களின் நினைவாக பூவுலகில் நிகழ்த்தும் வழிபாடுகள்', திருப்பலிகள், தானதர்மங்கள் வாயிலாக இங்குள்ள ஆன்மாக்கள் ஈடேறச் செய்யமுடியும் என்பது கத்தோலிக்கர்களின் நம்பிக்கையாகும்.

உபதேசியார்

கணக்கப்பிள்ளை. பங்குக்குருவின் அலுவல்களுக்குத் துணைபுரிபவர்.

உயிர்த்தெழுந்த திருநாள் (ஈஸ்டர் – Easter)

சிலுவையில் அறையுண்ட இயேசு உயிர்த்தெழுந்த திருநாள். ஏப்ரல் மாதம் முழு நிலவு நாளுக்கு அடுத்து வரும் ஞாயிறு அன்று இத்திருநாள் கொண்டாடப்படும்.

உயிர்ப்புத் திருநாள் (Easter)

பார்க்க: உயிர்த்தெழுந்த திருநாள்

உறுதிபூசுதல் (Confirmation)

புதுநன்மை, நன்மை வாங்கல்.

திருமுழுக்குப் பெற்ற கத்தோலிக்கருக்குத் தூய ஆவியின் வரங்களை வழங்கும் அருளடையாளம். இது ஆயரால் மட்டுமே வழங்கப்படும்.

ஒப்பூசு

இறந்தவர் நினைவாக உறவினர்கள் வேண்டுகோளின்படி தேவாலயத்தில் நிகழ்த்தப்படும் பூசை.

கன்னியாஸ்திரி (சகோதரிகள் – Nuns)

இல்லற வாழ்வைத் துறந்து துறவற வாழ்வை ஏற்றுக்கொண்ட கத்தோலிக்கப் பெண் துறவிகள்.

கிருபைதயாபத்து மந்திரம்

புனித மேரியிடம் வேண்டுதல் செய்யும் தன்மையில் அமைந்த மன்றாட்டு (ஜெபம்). "கிருபைதயாபத்துக்கு மாதாவாயிருக்கிற எங்கள் இராக்கினியே, வாழ்க" என்று தொடங்கி "சர்வேசுரனுடைய பரிசுத்த மாதாவே, எங்களுக்காக வேண்டிக் கொள்ளும்" என்று முடியும் மந்திரம்.

குருசடி

சிலுவையைக் குறிக்கும் குருசு (Cruz) என்ற போர்ச்சுக்கீசிய சொல்லின் அடிப்படையில் உருவானது. கற்களினாலோ செங்கலினாலோ பீடம் போன்று அமைத்து அதன் உச்சியில் உயரமான மர அல்லது கற் சிலுவையினை நட்டு வைப்பர். பீடத்தின் நடுவில் விளக்கு அல்லது மெழுகுதிரி வைப்பதற்கென்று சிறுகுழி (மாடக்குழி) இருக்கும். சில இடங்களில் இக்குழியினைச் சிறு பேழை போன்று உருவாக்கி அதில் புனிதர் ஒருவரின் உருவத்தை வைத்து அவரது பெயரால் அக்குருசடியை அழைப்பர்.

குருத்துவம் (Priesthood)

திருப்பணிக்குத் தங்களை அர்பணித்துக்கொள்ளும் ஆண்களுக்கு வழங்கப்படும் அருளடையாளம்.

குருத்து ஞாயிறு (Palm Sunday)

எருசலேமுக்குள் யேசு ஆடம்பரமாய் நுழைந்ததை (மத்தேயு 21:1–9) நினைவுபடுத்தும் சடங்கு. (வெற்றியின் சின்னமாக கிறித்தவம் தோன்றுவதற்கு முன் கருதப்பட்டது.) தீமை, பாவம், இறப்பு ஆகியவற்றை யேசு வெற்றி கொண்டதன் குறியீடாக இத்திருநாள் அமைகிறது. எனவே குருத் தோலைகளை எடுத்துக் கொண்டு ஊர்வலமாக தேவாலயத்திற்குச் செல்வர். (குருத்து ஞாயிறு தொடங்கி அடுத்து வரும் உயிர்ப்பு வரை உள்ள நாள்கள் புனிதவாரம் எனப்படும்.)

சக்ரிஸ்தன் (Sacristan)

சக்கிரிஸ்தியின் பொறுப்பாளர்.

சக்ரிஸ்தி (Sacristy)

வழிபாட்டுப் பொருட்களை வைக்கும் அறை. பெரும்பாலும் தேவாலயத்தில் பலிபீடப் பகுதிக்கு அருகில் இருக்கும்.

சுற்றுமடல்

பார்க்க : நிருபம்.

சேசு சபை (Society of Jesus)

மார்ட்டின் லூத்தர் தொடங்கிய சமயச் சீர்திருத்தத்திற்கு எதிராகக் கத்தோலிக்கத் திருச்சபையில் மலர்ந்த மாற்றுச் சீர்திருத்த இயக்கம் (Counter reformation movement) *விளைவாகத் தோன்றிய துறவியர் சபை. யேசுவின் வாழ்வையே முன்மாதிரி யாகக் கொண்டு கத்தோலிக்க மறை பரப்பும் பணிக்காகத் தங்கள் வாழ்வை அர்ப்பணித்துக் கொண்டவர்களே இதன் உறுப்பினர்களாவர். இதன் நிறுவகர் இலயோலா இஞ்ஞாசியார் (1471–1556) என்ற ஸ்பானியர். கி.பி. 1540 செப்டம்பர் 27இல் மூன்றாம் பால் என்ற பாப்புவால் இச்சபை முறையாக அங்கீகரிக்கப்பட்டது.*

ஞானஸ்நானம் (Baptism)

பார்க்க: திருமுழுக்கு

தபசுக்காலம் (Lent)

தவக்காலம் என்பதன் திரிபு. உயிர்த்தெழுந்த (Easter) திருநாளுக்கு முந்தைய நாற்பது நாட்கள். இக்காலத்தில் ஆடம்பரங்களை ஒதுக்கி மிகவும் பக்தியுடன் இருப்பார்கள். சிலர் புலால் உணவை இக்காலத்தில் முற்றிலும் தவிர்ப்பதும் உண்டு.

தலைவர் (Superior)

குறிப்பிட்ட பகுதியில் பணிபுரியும் துறவிகளுக்குத் தலைவராக விளங்குபவர்.

திருஇருதய சபை (SHJ)

சேசுசபைத் துறவியான கௌசானால் அடிகளால் 1903ஆம் ஆண்டில் நிறுவப்பட்ட துறவியர் சபை. பள்ளிகள், அச்சகங்கள், மருத்துவமனைகள், வேளாண்பண்ணைகள் ஆகியவற்றின் மூலம் பணிபுரிவதும், உபதேசியார் மற்றும் திருமுழுக்கு அளிப்பவராகப் பணிபுரிவதும் இத்துறவியரின் முக்கிய பணிகளாகும். ஆயினும் திருச்சபையில் திருப்பலி நிகழ்த்தும் அதிகாரம் இவர்களுக்குக் கிடையாது.

திருக்குடும்பம் (Holy family)

புனித மரியாள், புனித யோசேப்பு, யேசு ஆகிய மூவரையும் கொண்ட திருக் குடும்பம்.

திருச்சபை

யேசுவின் மறைவிற்குப் பின் அவரது பணியினைத் தொடர்ந்து நடத்த அவரால் நிறுவப்பட்ட அமைப்பு. இயேசு வின் பெயரால் திருமுழுக்குப் பெற்ற இறைபற்றாளர்களை உறுப்பினராகக் கொண்டுள்ளது. உரோமபுரியைத் தலைநகரமாகக் கொண்டது. கத்தோலிக்கத் திருச்சபையானது உரோமன் கத்தோலிக்கத் திருச்சபை என்றும் வழங்கப்படும். தாம் தோற்றுவித்த திருச்சபையைத் தூய பேதுருவிடம் (இராயப்பர்) இயேசு ஒப்படைத்தார் என்பது கத்தோலிக்கரின் நம்பிக்கை. பேதுருவை அடுத்து இன்றுவரை போப்புகளால் கத்தோலிக்க திருச்சபை நிர்வகிக்கப்படுகிறது. பாப்பு, கர்தினால், பேராயர், ஆயர், பங்குக்குரு, துறவறச் சபையினர் ஆகியோர் கத்தோலிக்கத் திருச்சபையின் குறிப்பிடத்தக்க அதிகாரிகளாவர். திருச்சபை என்ற சொல் பொதுவாக எல்லா உறுப்பினர்களையும் குறிப்பிடும் அதே நேரத்தில் நிர்வாக நிலையில் சமயத் தலைமையை மட்டும் குறிப்பிடுவதாகவும் சில நேரங்களில் பொருள் கொள்ளப்படும். யேசு இச்சபையின் கட்புலனுக்குத் தெரியாத தலைவராகவும்,

போப் கட்புலனுக்குத் தெரியும் தலைவராகவும் கருதப்படு கிறார்கள். பங்கும் மறைமாவட்டமும் திருச்சபை என்ற பேரமைப்புக்குள் அடங்கும்.

திருச்சபைச் சட்டம் (Canon Law)

கத்தோலிக்கத் திருச்சபையின் அதிகாரப்பூர்வமான சட்டதிட்டங்கள்.

திருநாள் (Feast)

யேசுவின் வாழ்வு மற்றும் மரியன்னை, வான தூதர்கள், புனிதர்கள் ஆகியோரை நினைவுகூர்ந்தும் சிறப்பிக்கவும் நிகழ்த்தப்படும் அதிகாரபூர்வமான பொது வழிபாட்டுக் கொண்டாட்டம்.

திருநீற்றுப் புதன் (Ash Wednesday)

முந்திய ஆண்டு குருத்தோலைப் பண்டிகைக்குப் பயன்படுத்திய குருத்தோலைகளை எரித்துச் சாம்பல் எடுப்பர். பின் அச்சாம்பலை மந்தரித்து, அதைக் கொண்டு கத்தோலிக்கரின் நெற்றியில் குரு சிலுவை அடையாளம் இடுவார். இச்சடங்கோடு தவக்காலம் ஆரம்பமாகும்.

திருப்பலி (Mass)

இயேசுவின் இறப்பு - உயிர்ப்பை நினைவுறுத்தி நாள்தோறும் நிறைவேற்றப்படும் சடங்கு. திவ்ய நற்கருணையைக் கொண்டாடுவது திருப்பலியின் முக்கிய அங்கமாகும்.

திருமணம்

இல்லறவாழ்க்கை மேற்கொளல்.

திருமுழுக்கு, திருநீராட்டு

கத்தோலிக்கத் திருச்சபையின் உறுப்பினராகும் தகுதியை வழங்கும் சடங்கு. குழந்தை பிறந்து எட்டு நாள்களுக்குள் திருமுழுக்கு கொடுப்பர். இதனைப் பெறாதவர் வீடு பேற்றினை அடைய முடியாது. இதனைப் பெறாத குழந்தை நோய்வாய்ப்பட்டு இறக்கும் நிலையிலிருந்தால் அவஸ்தை ஞானஸ்தானம் வழங்கப் படும். பெயரிடும் சடங்காகவும் திருமுழுக்கு அமைகின்றது.

திருவிருந்து

திருப்பலி பூசையில் கோதுமை அப்பமும் திராட்சை ரசமும் இயேசுவின் உடலாகவும் இரத்தமாகவும் மாறுகின்றன. திருமுழுக்குப் பெற்றவர்கள் மட்டுமே திருப்பலியின் போது குருவால் வழங்கப்படும் அப்பத்தைப் பெறத் தகுதி

பெற்றவர்கள். திராட்சை சாறு குருக்களும் ஆயர்களும் மட்டுமே பருகுவதற்குரியதாக இருந்தது. தற்போது சில வேளைகளில் மற்ற கத்தோலிக்கர்களுக்கும் வழங்கப்படும்.

தீர்த்த தொட்டி

அர்ச்சிக்கப்பட்ட (மந்திரிக்கப்பட்ட) தண்ணீர் கொண்ட தொட்டி. தேவாலயத்தில் நுழையும்போது இத்தண்ணீரைத் தொட்டு நெற்றி, நெஞ்சு, இரண்டு தோள் பட்டையிலும் கத்தோலிக்கர்கள் ஒத்திக்கொள்வர்.

தேவதிரவிய அனுமானங்கள் (Sacraments – **திருவருட்சாதனங்கள், அருளடையாளங்கள்**).

1. *திருமுழுக்கு (ஞானஸ்ஞானம்)*
2. *ஒப்புரவு (பாவமன்னிப்பு)*
3. *நற்கருணை (திருவிருந்து)*
4. *உறுதிபூசுதல் (புதுநன்மை)*
5. *நோயில் பூசுதல்*
6. *குருத்துவம்*
7. *திருமணம்*

என ஏழு அருள் அடையாளங்கள் உண்டு.

தேவாலயம் (Church)

கடவுளுக்குரியது என்ற பொருளைத் தரும் (Kuriakom) என்ற கிரேக்கச் சொல்லின் திரிபே Church என்ற ஆங்கிலச் சொல்லாகும். வழிபாட்டிடமான ஆலய கட்டடத்தை இது குறிக்கும். கத்தோலிக்கக் கோட்பாட்டின்படி அருளின் மூலம் கடவுள் மனிதரை அணுகுகிறார். வழிபாட்டின் மூலம் மனிதர் கடவுளை அணுகுகின்றனர். எனவே வழிபாடு மிக முக்கியமானதாகும். இதனை நிகழ்த்தும் இடமாக அமைவதால் மனிதரும் கடவுளும் சந்திக்குமிடம் தேவாலயமாகும்.

நற்கருணை (Communion)

பார்க்க: திருவிருந்து.

நிருபம் (Epistle)

தன் ஆளுகையின் கீழ் உள்ள கத்தோலிக்கர்களுக்கு ஆயர் அனுப்பும் கடிதம். ஞாயிறு திருப்பலி முடிந்ததும் பங்குக் குருவால் இது படிக்கப்படும். ஒரு குறிப்பிட்ட தேவாலயத்திற்கோ அல்லது அனைத்து தேவாலயங்களுக்கோ ஆயர் நிருபம் அனுப்பலாம்.

நோயில் பூசுதல் (Anointing of the sick)

நோய்வாய்ப்பட்டவருக்கு வழங்கப்படும் அருளடையாளம். இது குரு ஒருவரால் நிறைவேற்றப்படும். நோயாளி குணமடையலாம் அல்லது அமைதியான மரணத்தைப் பெறலாம் என்ற நம்பிக்கையின் அடிப்படையில் இது அளிக்கப்படுகிறது.

பங்கு (Parish)

மறை மாவட்டத்தின் ஒரு பகுதி. ஒரு தேவாலயத்தை மையமாகக் கொண்டது. மறை மாவட்டத் தலைவரான ஆயரால் நியமிக்கப்படும் பங்குக்குருவின் கட்டுப்பாட்டிற்குள் இப்பகுதி இருக்கும். இப்பங்கினுள் வாழும் கத்தோலிக்கர்கள் பங்கு மக்கள், பங்குவாசிகள் (Parishioners) எனப்படுவார்கள்

பங்குக்குரு, பங்குத்தந்தை (Parish Priest)

ஒரு பங்கினை நிர்வகிப்பவர் பங்குக்குரு ஆவார். பங்கில் வாழும் மக்களின் எண்ணிக்கை மிகுதியாக இருப்பின் அவருக்குத் துணை புரிய உதவிப் பங்குக்குரு நியமிக்கப்படுவார். தமது கண்காணிப்பிலுள்ள கத்தோலிக்கர்களுக்குத் திருமுழுக்கு வழங்குதல் மற்றும் திருமணம், இறப்பு தொடர்பான சமயச் சடங்குகளைச் செய்தல், ஞாயிறுதோறும் திருப்பலிப் பூசையினை நிறைவேற்றுதல் ஆகியன இவரது முக்கிய கடமைகளாகும். இப்பணிகளின் காரணமாகக் கத்தோலிக்கர்களது அன்றாட வாழ்வில் இவரது பங்கு மிகவும் அதிகம். திருமுழுக்கு – திருமணம் – இறப்புப் பதிவேடுகளைப் பராமரிப்பதும், இவை தொடர்பான சான்றிதழ்களை வழங்குவதும், அப்பங்கிற்கு உரிய சொத்துகளைப் பராமரிப்பதும் வருவாயைச் சேகரித்து ஆயருக்கு அனுப்புதலும் இவரது பணிகளில் அடங்கும். பாப்புவின் கட்டளைகளையும் மறைமாவட்டத் தலைமையின் கட்டளைகளையும், நிறைவேற்றுவதும் இவரது கடமையாகும்.

பங்கு வீடு (Parish house)

பங்குக்குரு வாழுமிடம். இது பெரும்பாலும் தேவாலய வளாகத்தினுள் அல்லது அதனை அடுத்து இருக்கும். அவரது அலுவலகமாகவும் இது பயன்படும்.

பங்கு விசாரணை (Pastrol visit)

தம் ஆளுகைக்கு உட்பட்ட கத்தோலிக்கர்களைச் சந்திப்பதற்காக ஆயர் மேற்கொள்ளும் பயணம். அவர்களின் பிரச்சினைகளை அறிந்துகொள்வதும் கத்தோலிக்க மறையின்மீது

அவர்கள் கொண்டுள்ள நம்பிக்கையை உறுதிப்படுத்தலும் இப்பயணத்தின் நோக்கமாகும்.

பரமண்டல மந்திரம்

யேசுநாதரால் தன் சீடர்களுக்குக் கற்றுக் கொடுக்கப் பட்ட மன்றாட்டு (ஜெபம்). ஏழு விண்ணப்பங்களடங்கிய இம் மந்திரத்தில் இறுதி நான்கு மந்திரங்கள் உலகியல் மற்றும் ஆன்மீகத் தேவைகளை வேண்டுவனவாக அமையும் (*மத்தேயு, 6: 9–13*).

பலி பீடம் (Altar)

யேசுவின் இறுதி விருந்து நினைவாகத் திருப்பலி வழிபாட்டில் அப்பம் பிட்டுப் பகிர்தலைப் படைக்கும் மேசை. திருப்பலிபீடமின்றி திருப்பலி நிகழாது. எனவே தேவாலயத் திற்கு வெளியில் திருப்பலி நிகழ்ந்தால், அங்குப் பலிபீடம் அமைக்கப்படும்.

பாடுபட்ட சுரூபம்

சிலுவையில் அறையுண்ட நிலையில் உள்ள இயேசுவின் உருவம்.

பாப்பு, திருத்தந்தை

உலகக் கத்தோலிக்கர்களின் தலைவராக ரோம் நகரில் உள்ள வத்திக்கானில் இருந்து செயல்படுபவர்.

பாவசங்கீர்த்தனம் (Confession)

பார்க்க: பாவமன்னிப்பு

பாவமன்னிப்பு, ஒப்புரவு

தாம் செய்த பாவங்களை நினைத்து மனம் வருந்தி, குருவிடம் சென்று தங்கள் பாவங்களை அறிக்கையிட்டு இறைவனின் மன்னிப்பை வேண்டுதல்.

புனிதர் (Saints)

கடவுளின் அருள்பெற்று அற்புதச் செயல்களை நிகழ்த்தியவர்கள். ஒருவரைப் புனிதராக ஏற்றுக்கொள்ளும் உரிமை கத்தோலிக்கத் திருச்சபையின் தலைமைபீடத்திற்கு உரியது. கத்தோலிக்கக் கோட்பாட்டின்படி புனிதர்கள் வழிபாட்டிற்கு உரியவர்களல்லர். ஆனால் இவர்கள் வாயிலாக இறைவனிடம் வேண்டிக்கொள்ளலாம். இப் புனிதர்களைப் பாதுகாவலராகக் கொண்டு உருவாக்கப்படும் தேவாலயங்கள் இப்புனிதரின்

பெயராலே அழைக்கப்பெறும். மேலும் அப்புனிதரின் நினைவாக அத்தேவாலயத்தில் திருவிழா நடைபெறும்.

பெரிய சனி (Holy Saturday)

இயேசுவின் உடல் கல்லறையில் இருந்ததை நினைவுகூரும் நாள். அன்று இரவு தேவாலயங்களில் சிறப்பு வழிபாடு நடைபெறும்.

பெரிய வியாழன் (Maundy Thursday)

புனித வெள்ளிக்கு முந்திய வியாழன். யேசுவின் கடைசி விருந்தின் நினைவாக இந்நாள் கொண்டாடப்படுகிறது.

பேராயர் (Archbishop)

ஒரு மறைமாநிலம் சில சிறு மண்டலங்களாகப் (Zone) பிரிக்கப்பட்டு ஒரு மண்டலம் சில மறைமாவட்டங்களாகப் பிரிக்கப்படும். ஒவ்வொரு மறைமாவட்டத்தையும் ஓர் ஆயர் நிர்வாகம் செய்வார். ஒரு மண்டலத்திலுள்ள ஆயர்களுக்குத் தலைவராக இருப்பவர் பேராயர் என அழைக்கப்படுவார்.

போப் (Pope)

பார்க்க: பாப்பு

மறைத்தளம்

மறைமாவட்டத்தின் ஒரு பகுதி. மறைமாவட்டத் தலைவரான ஆயரால் நியமிக்கப்படும் பங்குக்குருவின் கட்டுப்பாட்டிற்குள் இப்பகுதி இருக்கும். இப்பங்கினுள் வாழும் கத்தோலிக்கர்கள் பங்கு மக்கள், பங்குவாசிகள் (Parishioners) எனப்படுவர்.

மறைமாநிலம் (Province)

பல மறைமாவட்டங்களை உள்ளடக்கிய கத்தோலிக்கச் சமய நிர்வாகப் பிரிவு.

மறைமாவட்டம் (Diocese)

பார்க்க: மேற்றிராசனம்

மறைவட்டம் (Vicariat)

பங்குகள் சிலவற்றை இணைத்து உருவாக்கப்படும் கத்தோலிக்க நிர்வாக அமைப்பு.

மேற்றிராணியார்

பார்க்க: ஆயர்.

மேற்றிராசனம் (மறைமாவட்டம்)

கத்தோலிக்கத் திருச்சபையின் ஆளுகைக்கு உட்பட்ட பகுதி. இதன் நிர்வாகி ஆயராவார். பல பங்குகளை அடிப்படையாகக் கொண்டு இது அமையும். இவற்றைப் புதிதாக உருவாக்கவும் ஏற்கெனவே உள்ள மறை மாவட்டங்களை இணைக்கவும் பிரிக்கவும் பாப்புவுக்கு அதிகாரம் உண்டு. இதனை நிர்வகிக்கும் ஆயருக்கு ஆலோசனை கூறுவதற்காக மறைமாவட்ட உறுப்பினரைக் கொண்ட மறைமாவட்ட மன்றம் (Synod) ஒன்று உண்டு.

மோட்சவிளக்கு

இறந்தவர்களுடைய பெயர்களை எழுதி வாசித்து அவர்களுக்காக தேவாலயத்தில் செபிப்பது.

விகார் ஜெனரல் (Vicar General)

ஆயரின் நிர்வாகப் பணிகளில் உதவிபுரியும் குரு. ஆயருக்கு அடுத்த நிலை இவருக்கு உண்டு. இவர் குருகுல முதல்வர் என அழைக்கப்படுகிறார்.

விபூதித் திருநாள் (Ash Wednesday)

பார்க்க: திருநீற்றுப் புதன்

வேதசாட்சி (Martyr)

கத்தோலிக்கச் சமயத்துக்காக இன்னல்களை அனுபவித்து உயிர் துறந்தவர்கள். இவர்கள் பெயரால் குருசடிகள் அமைக்கப்படுவதுண்டு. கத்தோலிக்கத் திருச்சபையின் தலைமைப்பீடம் ஒருவரை வேதசாட்சியாக ஏற்றுக்கொள்வது குறித்து முடிவுசெய்யும்.

துணை நூற்பட்டியல்

I. ஆவணங்கள்

M.P.J.A. (*Madurai Province Jesuit Archives*) Shembaganur, Kodaikanal - 624 104

1. Father Moumas English translation of "La mission De Madur" by Rev. Fr. Besse
2. Diary of Vadakkankulam (1883-1923. No. 16)
3. History of Vadakkankulam Christianity
4. Historical Notes on the Tirunelveli Dist. Vol.I
5. *ibid* Vol.II
6. Vadakkankulam Disputes and Litigations
7. A Genealogical study of the Catholic Vellallah families at Vadakkankulam (1915).

V.P.R. (*Vadakkankulam Parish Records*)

Vadakkankulam, Tirunelveli Dist. - 627 116)

1898   Petition from Gnanga Pragasa Nadar & others to Respected Father of Roman Catholic Mission, Palayamcottai.

1910   Letter from Rev.A. Caussanel to Joint Magistrate. 1910a 144 Cr.P.C. Order issued by Joint First Class Magistrate to the Vellars of Vadakkankulam

1910b   Plaint filed by the Vellalas in the Sub Court, Tinneveli

1910c   tInjuction order issued by the Sub Judge of Tinneveli

T.N.A. *(Tamil Nadu State Archives)*
Disturbances in Madura and Tinnevelly (G.O. No.2017, 12th December 1899, Confidential).

T.C.R. (Tirunelveli Collectorate Records)

ரீ சர்வே, ரீ செட்டில்மெண்டு பைசலாதி ரிஜிஸ்தர் – 1911, பெருங்குடி கிராமம்.

II. தனியார் ஆவணங்கள் (Private Papers)

வடக்கன்குளம் பூர்வீக சரித்திரம். *(திரு. இரத்தினசாமி நாடார் வசமுள்ள கையெழுத்துப்படி)*

பழைய காமநாயக்கன்பட்டி கோவில் துவக்கமும் அதிலுள்ள சரித்திரமும் என்ற ஏட்டுச்சுவடியைப் பார்த்து படியெடுத்தது. காமநாயக்கன்பட்டி திரு. ஜேம்ஸ் நிக்கோலஸ் வசம் உள்ளது.
மொழிமாறா உடன்படிக்கை *(மேலது)*

III. நூல்கள், கட்டுரைகள் (தமிழ்)

அன்டிறிக் அடிகள், 1967: **அடியார் வரலாறு**, தமிழிலக்கியக் கழகம், தூத்துக்குடி

காரின், யு. எ.: **இயக்கவியலின் அடிப்படை உண்மைகள்**, *1987*, நியூ செஞ்சுரி புக் ஹவுஸ் பிரைவேட் லிமிட்டெட், சென்னை,

கிறிஸ்தாஸ் ஐயர், தே. அ. 1977: **இந்திய கிறிஸ்தவத் திருச்சபை வரலாறு** *(இரண்டாம் பாகம்)*, The C.S.I. Thealogical Series. Diocese of Tirunelveli.

குப்புசாமி. பூ. ர. 1996 கரூர் ஆனிலையப்பர் கோவில் ஆவணம், **வரலாறு** *பிப்ருவரி ஆகஸ்டு 1996.*

சவரிராயபிள்ளை, ஜே. டி. 1899: **சவரிராயபிள்ளை வம்ச வரலாறு**, *ஸ்ரீவிஜயலஷ்மி விலாசம் பிரஸ், பாளையங்கோட்டை.*

சிரில் புருஷ்பெர்த், 1982: **இந்திய திருச்சபை வரலாறு**, *தமிழ் இறையியல் நூலோர் குழு அரசரடி, மதுரை 10.*

சுவாமி, சி.கே. 1993: **ஓரியூரின் ஒளிவிளக்கு**, *வைகறைப் பதிப்பகம், பெஸ்கி கல்லூரி அஞ்சல், திண்டுக்கல்.*

சுப்பிரமணிய முதலியார், வெ.ப. 1908 : **இராமாயண உள்ளுறை பொருளும்**, *தென்னிந்திய ஜாதி வரலாறும்.* **The Tamilian Antiquary Vol 1, No II**

சிவசுப்பிரமணியன், ஆ. 1983: சிவகாசிக் கலகமும், நாட்டார் பாடல்களும், **ஆராய்ச்சி** *இதழ் 24 ஏப்ரல் 1983.*

1988: கழுகுமலைச் சிக்கலும், கௌசானலும், **நாவாவின் ஆராய்ச்சி** இதழ் *27* ஏப்ரல் *1988,*

2000, கொழுத்தகன்றும், கொழுத்தகடாவும். **கணையாழி**, ஜனவரி.

சௌபா, *1989:* மதம் மாறியும், நிலை மாறவில்லை. தீண்டாமை **ஜூனியர் விகடன்**, *03.05.1989*

பிரான்சிஸ், அ.*1985:* சேசுசபை மடல்களும், தமிழ்ச் சமுதாய வரலாறும், **'தமிழ்க்கலை'**, தஞ்சாவூர்,

சேசையா, சூ. *1972:* வடவை கோயில் அழகு. **வடவை மாதா தேவாலயம் நூற்றாண்டு விழா மலர்**, பங்குத் தந்தை வடக்கன்குளம், நெல்லை மாவட்டம்.

செட்டியார், ஏ.கே. *1968:* **தமிழ்நாடு (பயணக்கட்டுரை)**, ஓரியன்ட் டிராவல்ஸ் (இந்தியா) லிமிடெட், சென்னை.

செபஸ்தியான், சகோ *1967:* **தென்னகத்தின் ஒளி கௌசானல்**, கௌசானல் பதிப்பகம், பாளையங்கோட்டை.

பட்ரிக், ஜே. பி. *1984:* **திருச்சபை**, The C.S.I. Theological Series, Diocese of Tirunelveli.

யோவான் தேவசகாயம் (தொகுப்பாசிரியர்) *1898,* **சவுரிராய பிள்ளையவர்கள் சர்னலும் காகிதங்களும்**, முதல் புத்தகம்.

வெனான்சியஸ். எஸ். *1978:* **தியாக பூமி, பெரியதாழை**

ஜான் லப்ரெனே *1976 :* **புதுவை மிஷன் வரலாறு**, மிஷன் அச்சகம், புதுவை *1.*

ஜெயசீல ஸ்டீபன். எஸ். *2000* **ரங்கப்ப திருவேங்கடம் பிள்ளை நாட்குறிப்பு, இரண்டாம் தொகுதி.**

ஜோசப் லடிஸ்லாஸ் அருட்திரு *1988:* பெருமணல்

ஹார்டுகிரேவ் *1982:* **தமிழக நாடார் வரலாறு**, முருகன் பப்ளிகேஷன்ஸ், சென்னை *20.*

III. நூல்கள், கட்டுரைகள் (ஆங்கிலம்)

AUGUSTINE. P.A. 1982: Facing caste evil in church, *Indian Express*, 04.01.1982.

1982 a: What Tamilnadu's Neo Muslims are saying, *Indian Missiological Review*, Jan. 1982.

BALAMBAL 1980 : E.V.R. and Vaikam Satyagraha, *Journal of Kerala Studies*. The Department of History, University of Kerala, Trivandrum.

CRONIN, VINCENT 1959: *A Pearl to India. The life of Roberto de Nobili*, E.P. Dutton & Company, Inc. New York. .

DUBOIS ABBE J.A. 1995: *Letters on the State of Christianity in India*, Asian Educational Services, New Delhi.

EMMANUAL DIVIEN. 1979: Social and Religious movements in Pondicherry in the Nineteenth and Twentieth Centuries, pp: 390- 396 *Social and Religious Reform movements in the Nineteenth and Twentieth Centuries* Ed: S.P. Sen, Institute of Historical Studies, Calcutta.

FERROLI. D. S.J. 1951: *The Jesuits in Malabar*, Vol.2 Bangalore.

1955: *The Jesuits in Mysore*, Kozhikode.

FRANCIES, A. 1988: Socio Historical study of the Pandarasamy as instituted by the Jusuits, *Jesuit Presence in Indian History*; Ed. Anand Amaladass, Gujarat Sahitya Prakash, Anand, India.

FREDERICK, 1985: *The private Diary of Anda Ranga Pillai*

GNANAM. A.M. Rev. Fr. 1968: *Vadakangulam*, **Caritas**, July 1968.

GRAFE. H. 1967: The Relation between the Tranquebar Lutherans and the Tanjore Catholics in the first Half of the 18th Century. *Indian Church History Review*, Vol. I, No...

GLADSTONE. J.M. 1984: *Protestant Christianity* and People's Movement in Kerala. The Seminary Publications, Kerala United Theo - logical Seminary, Trivandrum - 11.

HOBSBAWM. E.J 1972: From Social History to the History of society. *Historical Studies'* Today, Eds: Felix Gilbert & Stephen R.Graubard. W.W.Norton & Company Inc, Newyork.

HOUPERT, JOSEPH C.S.J. 1937: *A South Indian Mission, The Madura Catholic Mission*, 1535-1936, Trichinopoly.

JEROME AIXALA 1967: The First Jesuit Bishop in the Restored Society, **Caritas**, July 1967.

JOHN M.D. 1985: St.Mary's Tope, **Caritas**, February 1985.

LUDDEN, DAVID 1989 :*Peasant History in South India*, Oxford University Press, Madras.

MARX & ENGELS 1975: *On Religion*, Progress Publishers, Moscow.

MACHEDLOV.M.1987: Religion in the *World Today*, Progress Publishers, Moscow.

MONEY & SAMA 1977: *The History of St. Mary's Tope*, Caussanel Publishing House, Palayamkottai.

NARCHESON. J.R. & Others 1983: *Called to Serve, a Profile of the Diocese of Kottar*, Asisi Press, Nagercoil.

NEVETTE ALBERT, M.B.S. 1980: *John De Britto and His Times*. Gujarat Sahitya Prakash, Anand, India.

ODDIE. G.A. 1981: Christianity in the Hindu Crucible: Continuity and Change in the Kaveri Delta, 1850-1900. **Indian Church History Review**.

PUJO, Fr. S.J. 1977: The New Madura Mission, *Caritas*, Trichy, Jan. 1977; year 61, No.1 July 1978, year 62, No.2.

PATE H.R. 1917 *Madras District Gazetteers Tinnevelly*, Vol.I. Government Press, Madras.

PAUL APPASAMY, 1923: *The Centenary History of the C.M.S. in Tinnevelly*. The Palamcottah, Printing Press.

RAJAMANICKAM. S.J. 1967: Roberto de Nobili and Adaptation *Indian Chruch History Review*.

RAJAMANICKAM. S.J. 1972: *The First Oriental Scholar*, De Nobeli Research Institute. St.Xaviers College, Tirunelveli.

RAMASAMY. A. 1987: *History of Pondicherry* Sterling Publishers Private Limited, New Delhi.

RAMASVAMI. A. 1972: *Tamilnadu District Gazatteers, Ramanathapuram*, Govt. of Tamilnadu, Madras.

SAULIERE 1995: *His Star in the East*, Madras.

SCHURHAMMER.S.J. 1977: *Francis Xavier, His life, His times*. Vol. II. The Jeuit Historical Institute, Rome.

SIVASUBRAMANIAN.A.1988: The Crusade against caste domination in the Holy Family Church at Vadakkankulam (1912-1913), *Jesuit Presence in Indian History*; Ed. Anand Amaladass, Gujarat Sahitya Prakash, Anand, India.

SOUZA, T.R.DE 1988: The Portugese in Asia and their Church Patronage. *Western Colonialism in Asia and Christianity*, Dr.M.D./ David (Ed); Himalaya Publishing House, Bombay.

SREEKUMARAN NAIR, M.P.1981: A historiographical overview of feudalism with special reference to India, *Proceedings of the South Indian History Congress*, March 1981.

SUNDARARAJ MANICKAM 1978: Christian Missions and their Attitudes towards Caste Observance in the Churches of Tamilnad (1606-1850); *Bulletin of the Institute of Traditional Cultures*, University of Madras.

THE-RRADATH JOSEPH 1982: *History of Christinity*, Vol.II. Theological Publications in India, Bangalore.

VENANDIUS FERNANDO. S. 1977: *The impact of the Portuguese Patroado on the Indian Pearl Fishery Coast* (Unpublished doctor of Missiology thesis)

WALTER FERNANDES 1981: *Caste and Conversion Movements in India*. Indian Social Institute.

YURI KRYANEV 1983: *Christian Ecumenism*, Progress Publishers, Moscow.

பின்னிணைப்புகள்

பின்னிணைப்பு 1

ஆயர் கானோசின் சுற்றுமடல் – 1872

*18*72இல் வடக்கன்குளம் திருக்குடும்ப ஆலயம் (காற்சட்டை ஆலயம்) கட்டி முடிக்கப்பட்டதும் ஆயர் கானோஸ் விடுத்த சுற்று மடலின் தமிழ் வாசகம் கீழே தரப்பட்டுள்ளது, Diary of Vadakankulam 1881–1922 என்ற தலைப்பில் கௌசானல் எழுதிவைத்த ஆவணத்திலிருந்து (பக்கம் 55, 57, 59) இது பிரதி செய்யப்பட்டுள்ளது. மூல ஆவணத்தில் ஆண்டுகளும் நாட்களும் தமிழ் எண்ணிலேயே குறிப்பிடப்பட்டிருந்தன. அவை மட்டும் சர்வதேச எண்ணில் தரப்பட்டுள்ளன. மூலத்தில் உள்ள எழுத்துப் பிழைகள் திருத்தம் செய்யப்படாமல் உள்ளது உள்ளவாறு என்ற முறையில் மாற்றம் இன்றித் தரப்பட்டுள்ளன.

O

மதுரை நாட்டுக்கு அப்போஸ்தோலிக் விக்காராகிய* மகாகணம் பொருந்திய அலெக்சிஸ் கானோஸ் தாமசென்னும் மேற்றிராணி* ஆண்டவரவர்கள் தமது ஞான விசாரணைக்குட்பட்ட வடக்கன்குளத்திலிருக்கும் சேசு மரிசூசையென்னுந் திருக்குடும்பக் கோவிலைச் சேர்ந்த சகலமான கிறிஸ்தவர்களுக்கும் ஆசீர்வாதங் கொடுத்தறிவிப்பதென்னவென்றால்:

பிரியமான கிறிஸ்துவர்களே உங்களூரில் திருக்குடும்பத்தின் பேராலே கட்டியிருக்கிற நேர்த்தியான கோவிலை நாம் மந்திரிக்கும் போது மிகவும் மன மகிழ்ந்து சந்தோஷப்பட்டோம். இந்தக் கோவிலைக் கட்டுவதற்காக சுவாமிமார் எவ்வளவு செலவு செய்தார்களென்றும், நீங்கள் எவ்வளவு பிரையாசப்பட்டீர்க ளென்றும் உங்களுக்கு நன்றாய்த் தெரியுமே. இப்பேர்ப்பட்ட மாரியான கோயிலை முடிப்பதற்கு இன்னங் கொஞ்சம் வேலை செய்ய வேண்டியிருந்தாலும் நாள்வட்டத்தில் நீங்களத வேலையெல்லாஞ் செய்து கோவிலை முடித்து உங்கள் பத்திக்களவாக அலங்கரிப்பீர்களென்று நம்புகிறோம்.

ஆனாலிப்போது விசேஷமாய் நீங்கள் செய்யவேண்டியது இன்னதென்று உங்களுக்குள் சொல்லக்கோறியிருக்கின்றோம். அதென்னவென்றால் இந்தக் கோவிலுக்கஸ்திவாரம் போடும்போது மகா சங்கைக்குரிய மரியநாதர் சுவாமியவர்கள் இலத்தீன் பாஷையில் கவியாக எழுதி வைத்ததாவது: இந்த இரண்டு கோவிலுக்கும் ஒரேபீடமிருக்கிறது போல இந்தக் கோவிலைச்சேர்ந்த இரண்டு முதல் பற்பல ஜாதி கிறிஸ்துவர்க்கும் ஒரே விசுவாசமும் ஒரேயொன்றிப்பும் ஒரே இருதயமிருக்கக் கடவதென்றெழுதி அஸ்திவாரத்தில் வைத்திருக்கின்றது. மனவொன்றிப்பும் ஒற்றுமையுஞ் சர்வேஸ்வரனுக்கு மிகவும் பிரியமாயிருக்கிறதினால் உங்களுக்குள்ளே அப்பேர்பட்ட மேலான ஒன்றிப்பை ஸ்திரப்படுத்தி நித்திய சமாதானத்தை ஸ்தாபிப்பதற்காக நாம் விரும்பி நீங்கள் கொடுத்த சகல விண்ணப்பங்களையும் வாசித்து ஆராய்ந்து வடக்கன்குளத்தில் வந்திருந்த சகல சுவாமிமாரோடேயும் ஆலோசனை செய்து நமக்கு ஞான வெளிச்சந்தரும்படியாய் இஸ்பிரித்து சாந்துவாகிய சர்வேஸ்பரனையிரந்து மன்றாடினபின் நாமுங்களுக்கு இடுகிற கட்டளையாவது:

1வது, வடக்கன்குளத்துக் கோவில் சுவாமிமார் அதிகாரத்தி லிருக்கின்றது. அந்தக் கோவிலை விசாரிக்கிறதும் கோவில் வருமானத்தைக் கைப் பற்றிக்கொள்கிறதும் செலவின்னதென்று தீர்மானிக்கிறதும் கணக்கு வைத்திருக்கிறதும் சுவாமியைச் சேர்ந்த காரியமாம் இந்த அலுவலைச் செய்வதற்கொத்தாசையாகப் பிள்ளைமார், முதலிமார்களுக்குள்ளே இரண்டு கட்டளைக் காரரையும் சுவாமி நியமிப்பார். கட்டளைக்காரர் சகலத்திலும் கோவில் விசாரணைச் சுவாமியாருடைய கட்டளைப் பிரகாரம் நடந்து வரவேண்டும்.

2வது, கோவில் கட்டி முடிந்தபின் ஒவ்வொரு வருஷக் கடைசியிலே செலவு செய்தது போக மீதியான பணத்தையொரு பெட்டியிலே போட்டு மூன்று சாவியிட்டுப் பூட்டி சுவாமியார் வீட்டில் வைத்திருக்க வேண்டும். இந்த மூன்று சாவியிலொரு சாவி, கோவில் விசாரணைச் சுவாமி கையிலிருக்க வேண்டும். வேறே இரண்டு சாவியிலொன்று பிள்ளைமார் முதலிமாருடைய கட்டளைக்காரரிடத்திலும் வேறேயொன்று நாடார்களுடைய கட்டளைக்காரரிடத்திலுமிருக்கவேண்டும். பெட்டியைத் திறக்க அவசரமிருந்து சுவாமி கேட்டால் சாவிகளை வைத்திருக்கிற இரண்டு கட்டளைக்காரரும் சாவியைக் கொண்டு வரவேண்டும்.

3வது, இத்திருக்குடும்பத்தின் கோவிலைத் துவக்கும்போது சுவாமி முன்பாக பிள்ளைமார் முதலிமார்களும் நாடாக்களுஞ் சம்மதித்துப் பண்ணிக்கொண்ட உடன்படிக்கைப் பிரகாரம்

கோவிலின் தென்புறத்தில் பிள்ளைமார் முதலிமார்களும் பழைய கோவிலில் அவர்களோடு கூடயிருந்த மற்ற சாதியாருமிருக்க வேண்டும். எந்த ஜாதியாரானாலுஞ்சரி மேற்சொன்னபடி கோவிலில் எந்தப் பங்கு அவர்களுக்குக் குறித்திருக்கிறதோ அந்தப் பங்கிலே நன்மை வாங்கிறதற்கும் கலியாணம் பண்ணுகிறதற்குங் மற்ற காரியங்களை நிறைவேற்றுகிறதற்கும் கிறாதிக்கிட்ட வரவேண்டும்.

4வது, ஆகஸ்ட் மாதம் 15ஆம் நாள் மோக்ஷ விராக்கினி மாதாத் திருநாளிலே தேர் சப்பரம் சுற்றுப்பிரகாரம் செய்வதைக் குறித்து 1824 ஜனவரி மாதம் 4ஆம் நாள் அப்போதிருந்த பங்குச் சுவாமிக்கு முன்பாக நாடாக்கள் முத்திரைக் காகிதத்தில் கையெழுத்துப்போட்டு எழுதிக்கொடுத்த உடன்படிக்கைச்சீட்டில் கண்டிருக்கிற பிரகாரம் நடந்துகொள்ள வேண்டும். நாடாக்கள் அப்போது எழுதிக் கொடுத்த சீட்டு நாளது வரைக்கும் கோவில் பெட்டியிலிருக்கிறது. அந்தச் சீட்டிலே கண்டிருக்கிறதாவது

தேரும் சப்பரமும் பிள்ளைமாரும் முதலிமாருமெடுத்து நடப்பிக்கிறதும் கொடியும், தீவெட்டியும் நாடாக்களெடுத்து நடப்பிக்கிறதும் தீர்மானித்திருக்கிறது. இந்தச் சீட்டிலே நாடாக்கள் எழுதிக் கொடுத்த இந்தத் தீர்மானத்தின் பிரகாரமேயினிமேல் நடந்துவரவேண்டும்.

5வது, மூன்றிராசாக்கள் திருநாள் பிள்ளைமார் முதலிமாருக்குக் குறித்திருக்கின்றது. திருக்குடும்பத்தின் கோவிலைச் சுற்றியிருக்கிற தெருக்கள்தான் அவர்களுடைய தெருவாகும். இந்தத் தெருக்களிலே பிள்ளைமார், முதலிமார் மாத்திரம் சப்பிரம் கொடி தீவெட்டியெடுத்து திருநாளை நடத்த வேண்டும். மேற்படி ஜாதியாறிந்தத் திருநாள் செலவு செய்ய வேண்டும்.

6வது, அர்ச் ஞானப்பிரகாசியார் திருநாள் நாடக்களுக்கு குறித்திருக்கிறது. அர்ச் ஞானப்பிரகாசியார் கோயிலைச் சுற்றியிருக்கிற தெருக்கள்தான் நாடாக்களுடைய தெருவாகும். இந்தத் தெருக்களில் மாத்திரம் நாடாக்கள் சப்பரம் கொடி தீவெட்டியெடுத்து திருநாளை நடத்துகிறது. ஆனால் அர்ச் ஞானப் பிரகாசியார் கோவிலைச் சுற்றி நாடாக்கள் சுற்றுப் பிரகாரம் வரும்படியாய் அந்தக் கோவிலுக்குக் வடபுறத்திலே ஒரு பாதை திறக்கிறது. நாடாக்களிந்தத் திருநாள் செலவு செய்ய வேண்டும்.

7ஆவது, நாடாக்களுடைய சப்பரமுஞ் சுருவமும், சப்பிரப்பிரையும்* வேறேயாயிருக்க வேண்டும். சப்பிரைப்பிரை கோவில் பொதுச் செலவைக் கொண்டு சுவாமிமார் குறித்த இடத்திலே அவர் சொல்லுகிற பிரகாரம் கட்டுகிறது.

8ஆவது, ஞானப்பிரகாசியார் திருநாளிலே நாடாக்கள் கோவிலில் தங்களுக்குக் குறிக்கப்பட்டிருக்கிற வடபுறத்திலிருந்து தமிழ் பாட்டுப் பாடுகிறதற்கு உத்தரவு கொடுக்கிறோம்.

9ஆவது, உங்கள் தலைமுறை தலைமுறையாய் எக்காலத்திலேயுமுள்ள வழக்கப்பிரகாரம் பூசைக்குதவி செய்கிறதும் எந்தப் பீடமானாலுஞ்சரி சகலபீடங்களையுஞ் சோடிக்கிறதும் சங்கிஸ்தையும் கோவிலையுஞ் சேர்ந்த சகல காரிங்களையும் விசாரிக்கிறதும் இலத்தீன் தமிழ்பாட்டுப் பாடுகிறதும் பிள்ளைமார் முதலிமார் மாத்திரஞ் செய்ய வேண்டும். ஆனால் எட்டாவது கண்டிருக்கிறதுபோல் அர்ச் ஞானப் பிரகாசியார் திருநாளில் மாத்திரம் நாடாக்கள் தங்களுக்கு குறிக்கப்பட்ட கோவில் வடபுறத்திலிருந்து தமிழ் பாட்டுப் பாடலாம்.

பிரியமான கிறிஸ்தவர்களே இந்த நிருபத்தில்* நாம் சொன்னதெல்லாம் நாமிடுகிற கட்டளை. இந்தக் கட்டளைகளை யெல்லாம் சுமுத்திரையாய் அனுசரிப்பீர்களென்று நம்புகிறோம்.

ஆசீர்வாதம்

இப்படிக்கு மகாகனம் பொருந்திய அலெக்சிஸ் கானோய்தாமசென்னும் மேற்றிராணி ஆண்டவரர்கள்.

முத்திரை, 1872

பின்னிணைப்பு 2

ஆயர் கானோசின் சுற்றுமடல் — 1877

Niroஜopam of His Lordship Dr. Canoz, dated 17.5.1877
(Translated from Tamil)

(From: Diary of Vadakankulam 1881-1922: pp. 194 - 197)

His Lordship Alexis Canoz Thompson, Bishop and Vicar - Apostolic of the Diocese of Madura.

To all the Christians belonging to the Church of the Holy Family at Vadakankulam.

May God bless you, Dear Christians! When we blessed the fine church built in your village in the name of the Holy Family, we were very pleased. You know well how much the Fathers of the Mission have spent to build this church and how much you worked for that end. Though still some work remained to be done for completing such a large church, we hope that you would in the course of time perform that work, complete the church and adorn it according to your piety. But, we propose now chiefly to tell you what you have to do. That is, when the foundation for this church was laid, the Rev. Fr. Bruni composed some verses in Latin conveying the following meaning: 'The two churches (parts of the church) possess one altar. Just in the same manner may the faith, the harmony and the heart be one of all Christians belonging to this church of whatever class they might be - whether they be of the two (principal) classes or of any other of the dverse classes belonging to this church.' As harmonious relations and union are pleasing to God, we desiring to confirm that unity which is of such high value and to establish eternal peace, after reading and considering the petitions you gave, prayed to the Holy Ghost to grant us spiritual light and made an order on the 7th July 1872. But, Satan who is the enemy of all tempted you to expose yourselves to eternal loss and that order could not be obeyed. When you were in that state, we meditated long in prayer how to repair the loss caused by Satan and after making some changes in the order we made in 1872 we give you this order.

1. The church at Vadakankulam is under the authority of the priests. It is the part of the priests to manage the church, to appropriate the incomes,

to determine the expenses and to keep accounts. In order to assist in this work, the priest will nominate two wardens from among the class of Vellalas and Mudaliars and two from the class of Nadars. The said wardens shall in all things conduct themselves in obedience to the orders of the priest in charge of the church.

2. After the completion of the church, the money that would remain after meeting the necessary expenses, at the end of every year shall be deposited in a box and locked with three keys and kept in the presbytery.* Of the three keys, one shall be in the hands of the priest in charge of the church and of the remaining two keys, one shall be in the hands of the wardens appointed from among the Vellalars and Mudaliars and the other shall be in the hands of the wardens appointed from among the Nadars. If the priest should ask for the keys, it being necessary to open the box, the wardens shall bring the keys.

3. The Pillais and Mudaliars and the other castes that were with them in the old church should be in the southern portion of the church, according to the agreement which was made between the Pillais and Mudaliars and the Nadars, when this church of the Holy Family was begun. The Nadars and the other castes who were with them should be in the northern portion of the church. To whatever castes people might belong, they have to approach the altar - railing in the portions of the church which is appointed for them, for the purpose of receiving communion, for the performing of marriage and for other purposes.

4. The church alone shall celebrate the feasts of the Three Kings and St. Louis.

5. Although, according to what is contained in the agreement executed on s tamped paper by the Nadars on the 4th January 1824 before the then parish priest, it was determined that the Pillais and Mudaliars should conduct the car and board processions and the Nadars should carry the banners and torches according to the present agreement which the Pillais and Mudaliars have willingly made before the parish priest from this day forward, the Nadars shall conduct the car and other processions and carry the banners and torches also. But, when the Pillais and Mudaliars celebrate the car and other processions, the wardens appointed from among the Nadars shall follow the custom observed by the wardens of the Pillais and Mudaliars in determining the expenses, in over-seeing the incomes, in making feast-day presents to the parish priest, according as they have hitherto acted in union with the wardens of the Pillais and Mudaliars. Moreover, it is the business of the sacristan of the church who is charged with the duty of overseeing the church articles to take from the hands of the priest the flag to be hoisted on the flag-staff on the festival day, to lift from their places the statues to be placed on the cars and boards and put them back in their places.

---

* சக்ரிஸ்தி (Sacristy)

6. The Nadars shall take the cars in processions with banners and torches along the streets surrounding the church in the feast of Our Blessed Lady, for the purpose of carrying on the car and other processions. But along the above said streets, the Nadars shall not carry any private processions.

7. Whatever caste they belong to, the palanquins they ride on the days of their festivities shall stop at the entrance to the church compound and shall not be carried within it.

8. The Nadars may sing Latin and Tamil songs on the occasions of their festivities and the feast of St. Louis and may besides sing on the feast of Our Blessed Lady which occurs on the 15th August in front of the car and in High Mass.

9. The Pillais and Mudaliars alone shall serve at Mass, adorn all altars, supervise the sacristy and all affairs belonging to the church, make preparations for confession, sing Latin and Tamil songs on all other days except on the days appointed in the 8th clause for the Nadars to sing Latin and Tamil songs.

Dear Christians, all the things that we say in this Epistle are our command. All shall duly observe them. May God bless you.

பின்னிணைப்பு 3

இணைமுதல்நிலை குற்றவியல் நீதிபதி தம்பு, வெள்ளாளர்களுக்கு எதிராகப் பிறப்பித்த தடை உத்தரவு

Mis.Case No.36/10

Order under Section 144 Cr.C.P.

Whereas it has been made to appear to me that you the Vellala members of the Roman Catholic Church at Vadakangulam are disputing about certain religious rights as being exclusive to you and on account of that dispute your entering the Roman Catholic Church at Vadakangulam is likely to lead to a riot or an effrontery.

    I do hereby prohibit you the said Vellala members from entering the said church without the express permission of the priest in charge of the said church and strictly warn & enjoin you not to take any part in such disputes.

    Given under my hand & the seal of the Court, this 1st day of November 1910.

(sgd) A.Tampou
Joint 1st Class Magistrate
Sermadavi

பின்னிணைப்பு 4

ஆயர் பர்தே பிரிவினைச் சுவரை இடிக்கும்படியிட்ட ஆணை

The Right Rev. Dr.J. M. Barthe, Bishop of Trichinopoly considering

I. that his order concerning the church of Vadakankulam dated July 19th 1896, though passed with much consideration for caste susceptibilities and promulgated after long and mature deliberation and though not derogatory to but complementary of the order of his predecessor Dr.Canoz in 1877, has been violently opposed by the leaders of the Vellalah caste community at Vadakankulam.

II. that the said opposition, in face of the changed circums tances at Vadakankulam (chiefly the great increase of the Shanars community) is wholly unjus tified and unreasonable.

III. that the said opposition being given the way in which it has repeatedly expressed itself in words and deeds, cons titutes firs t a violation of a very order it appeals to for its jus tification and secondly a total disregard of and even an open rebellion agains t his authority.

IV. that any further order conceding cas te privileges might in future (as happens now with Dr. Canoz order) be invoked by the interes ted party not as a concession but as a right and give rise to dis turbance of some kind as at present.

V. with full authority decrees that the order passed by his predecessor Dr.Canoz in 1877 is cancelled as well as our order dated 19th July 1896.

That in future the church of Vadakankulam shall be ruled as well as other churches in the mission and throughout the Catholic world by the parish priest under the direction of the Bishop.

To
Rev. Father A.Caussanel, S.J. Trichy 14th November 1910
Parish Pries t of Vadakankulam J.M. Barthe, S. J.
Tinnevelly Dis trict. Bishop of Trichy.

(From: Historical Notes on the Tinnevelly District, Vol.II. pp.25-26)

பின்னிணைப்பு 5

இராதாபுரம் காவல் நிலைய ஆய்வாளருக்கு கௌசானல் எழுதிய கடிதம்

பிரிவினைச் சுவரை இடிக்கும்படி ஆயர் இட்ட கட்டளையை நிறைவேற்றும்போது கௌசானல் எதிர்கொண்ட இடையூறுகளை இக்கடிதம் உணர்த்துகிறது. காவல் துறையினரைக் கொண்டு, வேளாளரான கிராம நிர்வாக அதிகாரி சுவரிடிக்கும் பணியைச் செய்த தொழிலாளர்களை அச்சுறுத்தியதை இக்கடிதம் வெளிப்படுத்துகிறது.

To

    The Police Inspector
    Radhabouram

Sir,

    On the 16th inst. an order passed by the Bishop of Trichinopoly was delivered to me by which all the past regulations in respect of the church of Vadakankulam were suppressed and the church is put on the very footing and conditions as of all the churches of the Catholic world. The Bishop's order was at once communicated to the Joint-Magistrate.

    On the 18th I was ordered by the Superior of Tinnevelly Dt. acting on behalf of the Bishop, to remove immediately the wall seperating the two parts of the church. The order could not be carried on the 20th Sunday or on the 21st as the maistry Irudaya Pattankathy was suddenly called to Vadalivilai owing to the unexpected death of one of his relations; his assistants were engaged in some marriage ceremonies.

    Today the marriage celebration being over and after attending the arrival of the Settlement Survey Officer, they went to the church to remove the wall. It is customary at noon to close the doors of the church as the Fathers and the people are supposed to take their food. The bell having been rung, the masons went on with their works. Their Settlement Survey Officer was with me when Police came to tell me that the works were going on in the church the doors being closed. I replied "What does matter the doors being closed or not?" Police said "Vellalars said the work must go on only if the doors were opened." I told what the Vellalars have to interfere with any works executed in the church. Still I told my servant to go and keep the doors opened. Then the Settlement Officer having been left I went to the Church. The Village Munisiff had just arrived. I told him "What is the matter? You are a Vellalah and no Vellala has right to enter the church or dispute on the church's rights they may claim. They have executed a *mutchalikai to the effect they shall address a competent court and up to the decision of the court they will not enter or interfere with it. Besides the order under Sect. 144 orders them, all Vellalars not to enter the church or dispute on their rights claimed within the church."

The V. M. without taking into consideration my words, went inside of the church looking on everyside and commanded the Police to take the names of all the people working in the church. The violation of the order under Sect. 144 has been flagrantly perpetuated. It was done solely to excite the feelings of the Vellalars and I brought the matter immediately to the knowledge of the Joint Magistrate. The police is here to see that the order passed by the court is respected and not to side with any party. In the present instance the police far from preventing the V.M. to enter the church disregarded all my representations.

I am entirely independent in managing the interior arrangements of the church at any time and for any reason and the police and V.M. could not be justified in interfering with any work I may deem necessary in respect of the church.

I protest against the violation of the order and the malicious interference of the Village Munisiff and of the Police.

Vadak. 3.p.m.   A.Caussanal S.J.
                                                                                             22/XI/1910.

---

* ஒப்பந்தப்பத்திரம் (Sacristy)

பின்னிணைப்பு 6

துணைநீதி மன்றத்தில் வெள்ளாளர்கள் தாக்கல் செய்த மனு

மகா –ா–ா–ா–ஸ்ரீ திருநெல்வேலி சப் கோர்ட்டாரவர்கள் சமுகத்துக்கு

ஷை கோர்ட்டு 1910–ம் ஹ்ஷுத்து அசல் நிர்

1. கட்டளை மிக்கேல் பிள்ளை *2. ஞா. சூ. ஞானப்பிரகாசம் பிள்ளை* *3. தீ. சூசையாபிள்ளை* *4. திரவிய முதலியார்* *5. கே.எஸ். சூசையா பிள்ளை*	*—வாதிகள்*
1. Right Reverend, J.M. Barthe, S.J. Bishop Avl. *2 Reverend Father A. Caussanel, S.J. Parish Priest* *3. தொ. சவரிமுத்து நாடான்* *4. யம். யஸ். சூசைமதுகேந்திர நாடான்* *5. வி. சின்ன மிக்கேல் நாடான்* *6. மு.தே. மரியமிக்கேல் நாடான்* *7. தை. ஞானப்பிரகாசம் நாடான்* *8. குரு. அந்தோணி நாடான்* *9. உபதேசி பிதேலி நாடான்* *10. அருள் பிதேலி நாடான்* *11. மலைஎவுஸேனி நாடான்* *12. தோப்பு ஞானப் பிரகாச நாடான்* *13. மூ. யாகப்ப நாடான்* *14. பட்டபுரம் றாயப்பநாடான்*	*—பிரதிவாதிகள்*

ஷை வாதிகள் (மேற்படி) பக்கம் வணக்கமாய் சிவில்கோடு ஆர்டர் 7 ரூல் 1ன் படி யெழுதிக்கொண்ட பிறாது.

1. (1) நான்கூனேரித் தாலூகா வடக்கன்குளத்திலிருக்கும் மரியான் பிள்ளை குமாரர் ரோமான் கத்தோலி வெள்ளாளர் விவசாயம் 65 வயசுள்ள கட்டளை மிக்கேல்பிள்ளை.

(2) **ஷை** தாலூகா **ஷை** யூரிலிருக்கும் சூசை மரியான் பிள்ளை குமாரர் **ஷை** ஜாதி **ஷை** மதம் **ஷை** ஜீவனம் *56* வயசுள்ள ஞா.சூ. ஞானப்பிரகாசம் பிள்ளை.

(3) **ஷை** தாலூகா **ஷை** யூரிலிருக்கும் தீ. மிக்கேல்பிள்ளை குமாரர் **ஷை** ஜாதி **ஷை** மதம் **ஷை** ஜீவனம் *68* வயசுள்ள தீ. சூசையா பிள்ளை.

(4) **ஷை** தாலூகா **ஷை** யூரிலிருக்கும் சவரிமுத்து முதலியார் குமாரர் ரோமான் கத்தோலிக் தொண்டமண்டல முதலி விவசாயம் *55* வயசுள்ள திரவிய முதலியார்.

(5) **ஷை** தாலூகா **ஷை** யூரிலிருக்கும் கொ. சிவஸ்தியான் பிள்ளை குமாரர் ரோமான் கத்தோலிக் வெள்ளாளர் விவசாயம் *51* வயசுள்ள சூசையா பிள்ளை

5 பேர்கள்,

ஷை யார்களுக்கு நோட்டீஸ் முதலிய கட்டளைகள் ஸார்வாக வேண்டிய விலாசம் மேலேகண்ட விவரப்படி.

2. (1) Right Reverend, J.M. Barthee, S.J. Bishop of Trichinopoly Trichinopoly.

(2). Reverend Father A. Caussanel, S.J. Parish Priest, Vadakkankulam Nanguneri Taluq.

(3). நாங்கூனேரித் தாலூகா வடக்கன்குளத்திலிருக்கும் தொம்மைக் குருசு நாடான் மகன் சாணான் விவசாயம் வயசு உத்தேசம் *53* ரோமான் கத்தோலிக் சவரிமுத்து நாடான்.

*(4).***ஷை** தாலூகா **ஷை** யூரிலிருக்கும் மரிய சவரிமுத்து நாடான் மகன் சாணான் உபாத்தியார் வயசு உத்தேசம் *43* ரோமான் கத்தோலிக்க சூசை மதுரேந்திர நாடான்.

(5) **ஷை** தாலூகா **ஷை** யூரிலிருக்கும் வியாகுலமுத்து நாடான் மகன் சாணான் விவசாயம் வயசு உத்தேசம் *38* ரோமான் கத்தோலிக் சின்ன மிக்கேல்நாடான்.

(6) **ஷை** தாலூகா **ஷை** யூரிலிருக்கும் மூ. தேவசகாய நாடான் மகன் சாணான் விவசாயம் வயசு உத்தேசம் *49* ரோமான் கத்தோலிக் மரியமிக்கேல் நாடான்.

(7) **ஷை** தாலூகா **ஷை** யூரிலிருக்கும் தைரிய ஞானப் பிரகாச நாடான் மகன் சாணான் விவசாயம் வயசு உத்தேசம் *68* ரோமான் கத்தோலிக் ஞானப்பிரகாச நாடான்.

(8) ஷை தாலூகா ஷை யூரிலிருக்கும் குரு இன்னாசி நாடான் மகன் சாணான் விவசாயம் வயசு உத்தேசம் 69 ரோமான் கத்தோலிக் அந்தோணி நாடான்.

(9) ஷை தாலூகா ஷை யூரிலிருக்கும் உப ஏசுவடிய நாடான் மகன் சாணான் உபதேசம் வயசு உத்தேசம் 46 ரோமன் கத்தோலிக் உபதேசி பிதேலி நாடன்.

(10) ஷை தாலூகா ஷை யூரிலிருக்கும் அருளானந்தா நாடான் மகன் சாணான் விவசாயம் வயசு உத்தேசம் 35 ரோமான் கத்தோலிக் அருள் பிதேலி நாடான்.

(11) ஷை தாலூகா ஷை யூரிலிருக்கும் மலை சவரிமுத்து நாடான் மகன் சாணான் விவசாயம் வயசு உத்தேசம் 35 ரோமன் கத்தோலிக் எவுசேனி நாடான்.

(12) ஷை தாலூகா ஷை யூரிலிருக்கும் தோப்பு ஞானப்பிரகாச நாடான் மகன் சாணான் விவசாயம் வயசு உத்தேசம் 53 ரோமான் கத்தோலிக்க பள்ளிக்கூடத்தானென்ற ஞானப் பிரகாச நாடான்.

(13) ஷை தாலூகா ஷை யூரிலிருக்கும் மூ. ஞானப்பிரகாச நாடான் மகன் சாணான் விவசாயம் வயசு உத்தேசம் 46 ரோமான் கத்தோலிக் வியாகப்ப நாடான்.

(14) ஷை தாலூகா ஷை யூரிலிருக்கும் தகப்பன்பேர் தெரியாது சாணான் விவசாயம் வயசு உத்தேசம் 70 ரோமான் கத்தோலிக்க பட்டபுரம் ஐயப்ப நாடான்.

14 பேர்கள்

ஷை யார்களுக்கு நோட்டீஸ் முதலிய கட்டளைகள் ஸார்வாக வேண்டிய விலாசம் மேலேகண்ட விபரப்படி.

3. (1–வது பிரதிவாதியவர்கள் தவிர) உபயவாதிகளும் இந்தக் கோர்ட்டு சரகம் நான்கூனேரித் தாலூகா வடக்கன் குளம் கிராமத்தில் வசிக்கும் ரோமன் கத்தோலிக் கிறிஸ்தவர்கள்.

ஷை யார்கள் பாளையங்கோட்டையிலிருக்கும் Roman Catholic Jesuit Mission சபையைச் சார்ந்தவர்கள்.

I–வது பிரதிவாதியவர்கள் ஷை மிஷன் மேலதிகாரியான Bishop அவர்களாகவும் 2–வது பிரதிவாதியவர்கள் ஷை வடக்கன்குளம் சரகம் ரோமன்கத்தோலிக் கோவில் பங்கு விசாரணை சாமி யார் (Parish priest) ஆகவும் இருக்கிறார்கள்.

4. வாதிகள் பிள்ளைமார் முதலிமார்கள் மேல்ஜாதிக்கார கிறிஸ்து வர்களாயும் 3 முதல் பிரதிவாதிகள் நாடாக்கமார் வகையறா கீழ்ஜாதிக்கார கிறிஸ்தவர்களாயுமிருக்கிறார்கள்.

5. ஷை இரண்டு வகுப்பினர் வகையறாக்களுடைய தொழுகைக்காக ஷை கிராமத்தில் திருக்குடும்ப ஆலயம் (Holy Family Church) என்று ஒரு ஆலயம் ஏற்பட்டிருக்கிறது.

6. வாதிகளும் 3 முதல் பிரதிவாதிகள் வகையறாக்களும் கிறிஸ்தவர் களாயிருந்த போதிலும், இந்துக்களுக்குள் பிள்ளைமார் வகையறா மேல்ஜாதிக்கார்களுக்கும் நாடாக்கமார் வகையறா கீழ்ஜாதிகாரர்களும் ஏற்பட்டு அனுஷ்டானமாய் வருகிற வரம்புகளுக்கொப்பந்தமாகவே, ஷை ஆலயத்தில் ஆதிமுதல் அதாவது இப்போது வாதிகளுக்குத் தெரிந்தமட்டில் 1753–ம் ஹூ முதற்கொண்டே ஷை இரண்டு வகுப்பினர்களும் ஒருவருக் கொருவர் சம்மந்தமன்றி பிரத்தியேகமான ஸ்தலங்களிலிருந்து கொண்டு தொழுகையும் ஜபமும் நடத்திவர வேண்டியதென்ற ஏற்பாட்டின்பேரில் ஷை தொழுகையும் ஜபமும் நடத்தி அனுஸ்டானஞ் செய்து வருகிறார்கள்.

7. அவ்விதம் ஒருவருக்கொருவர் சம்மந்தமன்னியிலும், வரம்பு கடக்காமலும் தொழுகையும் ஜபமும் நடத்திக்கொள்ள வேண்டிய வகைக்காக, ஆதியில் நிர்மாணமாயிருந்த ஆலயத்தில், மேல் வகுப்பினர்களாகிய வாதிகள் வகையறா பிள்ளைமார் முதலிமார்களுக்கு மூலஸ்தானத்துக்கு (altar) அடுத்தாப்போல ஜாகையும், அதற்கடுத் தாப்போல் கீழ்வகுப்பினர்களாகிய 3 முதல் பிரதிவாதிகள் வகையறா நாடாக்கமார்களுக்குப் பள்ளமான ஜாகையும் அமைக்கப்பட்டிருந்தன. ஷை இரண்டு ஜாகைக்கு மத்தியில் இரண்டு வகுப்பினர்களும் தொந்தமன்னியிலிருக்கும் பொருட்டு அழிப்பாச்சியிருந்தது.

வாதிகள் வகையறாப் பிள்ளைமார் முதலிமார்களுக்கு அமைக்கப் பட்ட ஜாகையில் மற்ற வடக்கன்குளம் மேல் ஜாதிக்கார கிறிஸ்தவர்களும் 3 முதல் பிரதிவாதிகள் வகையறா நாடாக்கமார்களுடைய ஜாகையில் மற்ற வடக்கன்குளம் கீழ்ஜாதிக்கார கிறிஸ்தவர்களும் தொழுகைக்கிருந்து வருகிறது வழக்கம்.

8. இதுவுமன்றி ஆதிமுதற்கொண்டு 3 முதல் பிரதிவாதிகள் வகைறா கீழ்ஜாதிக்காரர்களுக்கு ஷை ஆலயத்தில் அவர்களுக்கு குறிப்பிட்டிருக்கிற ஜாகாவிலிருந்துகொண்டு தொழுகை செய்வதும், வாதிகள் வகையறா பிள்ளைமார் முதலிமார் மேல்ஜாதிக்காரர்களுடைய உபதேசியார் சொல்லும் தமிழ் ஜபத்துக்குப்பின்னால் 3 முதல் பிரதிவாதிகள் வகையறா நாடாக்கமார்களுடைய உபதேசியார் தமிழில் உதவி மந்திரம் சொல்கிறதும் தவிர வேறு எவ்விதமான சுதந்திரமாவது பாத்தியமாவது ஷை நாடாக்கமார் வகையறாக்களுக்கு இல்லை.

3 முதல் பிரதிவாதிகள் வகையறா கீழ்ஜாதிக்காரர்களுக்கு மூலஸ்தனத்துக்குப் (altar) போகக்கூடிய பாத்தியமும் கிடையாது, வாதிகள் வகையறா பிள்ளைமார் முதலிமார்களுக்கு ஷை ஆலயத்தின் திறவுகோல்கள் வைத்துப் பூட்டி திறக்கவும் மூலஸ்தானத்தில் (altar) அலங்காரங்கள் கைங்கரியங்கள் செய்யவும் மணியடிக்கவும், சப்பரம் எழுந்தேற்றம் நடத்தவும், ஆபரணம் சப்பரம் முதலிய சாமான்களை வைத்து பந்தோபஸ்து செய்து வரவும், மற்றும் ஷை ஆலயத்தைச் சேர்ந்த சகல காரியாதிகளை மேலப்பார்த்து வரவும்; தமிழ்பாஷையில் மாத்திரமல்லாமல் லத்தீன் பாஷையில் கீர்த்தனைகள் பாடவும் இது முதலிய சகலவித பாத்தியமும் ஏற்பட்டு அனுபவித்து வந்தார்கள். இது விபரங்களுக்கு வாதிகள் வகையறா பிள்ளைமார் முதலிமார்களும் 3 முதல் பிரதிவாதிகள் வகையறா நாடாக்கமார்களுமாகிய இரு வகுப்பினர்களுக்கும் 1824–ம் ஸு த்தில் அச்சுப்பத்திரத்தில் உடன்படிக்கையும் ஏற்பட்டிருக்கிறது.

9. மேற்கண்டபடி பிள்ளைமார் முதலிமார்களும் நாடாக்கள்மார்களுமாகிய இரு வகுப்பினர்களுக்கும் ஏற்பட்டிருந்த ஷை பாத்தியங்களுக்குள்ப்பட்டு ஷை ஆலயத்தில் 1753–ம் ஸு முதல் 1838–ஸு வரை அப்போதிருந்த போர்ச்சுகீஸ் மிஷன்காரரும், ஷை ஆலயத்துக்கு சர்வாதிகாரிகளாகவிருந்த பிள்ளைமார் முதலிமாரவர்களால் ஷை மிஷன்காரர்கள் விலக்கப்பட்டு 1838–ம் ஸு த்தில் Jesuit மிஷன்காரர்களுடைய மேல்பார்வைக்கு ஷை ஆலயம் ஒப்புவிக்கப்பட்டதன் பேரில் ஷை Jesuit மிஷன் சாமிமார்களும் பூஜை முதலிய கிரமங்களை ஷை இருவகுப்பினர்களுடைய கட்டுப்பாட்டுக்குள்ப்பட்டு ஒழுங்காய் நடத்திவந்தார்கள்.

10. அப்பால் 1854–ம் ஸு வாக்கில் ஜீரணமாயிருந்த ஷை ஆலயத்தை மராமத்துச் செய்ய வேண்டிய அவசியம் நேரிட்டதில், 3 முதல் பிரதிவாதிகள் வகையறா நாடாக்கமார்களுடைய சௌகரியத்தின் பொருட்டு ஷை கோவிலை விசாலமாக்கி புதுப்பித்துக் கட்ட வேணுமென்று அப்போதிருந்த பங்கு சாமியாரவர்கள் அபிப்பிராயத்தை வெளியிட்டதில், அதற்கு வாதிகள் வகையறா பிள்ளைமார் முதலிமார் மேல் ஜாதிக்காரர்கள் சம்மதிக்காமல் 3 முதல் பிரதிவாதிகள் வகையறா நாடாக்கமார்கள் தங்களுக்குத் தனித்து ஒரு ஆலயம் அமைத்துக்கொள்ளவேண்டியதென்று வாதிகள் வகையறா பிள்ளை மார் முதலிமார் மேல் ஜாதிக்காரர்கள் சொல்லியதில்,இரண்டு கோவில்களுக்கு இரண்டு பிரீஸ்டுமார்கள் (Priest) ஏற்படவேண்டிய அசௌகரியத்தை உத்தேசித்தும், 3 முதல் பிரவாதிகள் வகையறா நாடாக்கமார்களுக்கு தனித்து

கோவில் கட்டுவதினால் அதற்குரிய சிலவுகள் ஜாஸ்தியாகப் பிடிக்குமாகையால் நாடாக்கமார்கள் அப்போதிருந்த நிலமையில் அவ்வளவு தொகைகள் சேகரஞ்செய்வது கஷ்டப்படுமென்பதை உத்தேசித்தும், பழைய ஆலயமிருந்த இடத்திலேயே வாதிகள் வகையறா பிள்ளைமார் முதலிமார்களுக்கு ஒரு கோவிலும், 3 முதல் பிரதிவாதிகள் வகையறா நாடாக்கமார்களுக்கு ஒரு கோவிலுமாக ஒன்றுக்கொன்று சம்மந்தமன்னியில் 2 கோவில் கட்டி ஷை இரண்டு கோவில்களுக்குமாக ஒரே பூஜைஸ்தானம் (altar) அமைத்துக்கொள்வது சௌகரியமென்றும் அதற்கு வாதிகள் வகையறா பிள்ளைமார் முதலிமார் சம்மதம் கொடுக்க வேண்டுமென் றும் ஷை சாமியார் அவர்கள் திரும்பவும் விரும்பிக் கேட்டுக்கொண்டார்கள். ஷை சாமியாரவர்கள் வார்த்தையை கௌரவப்படுத்தும்பொருட்டு வாதிகள் வகையறா பிள்ளைமார் முதலிமார்களுக்குத் தென்புரமாகவும் 3 முதல் பிரதிவாதிகள் வகையறா நாடாக்கமார்களுக்கு வடபுரமாகவும் இரண்டு கோவில்கள் அமைத்துக்கொண்டு இரண்டுக்கும் சம்மந்தமன்னியில் மத்தியில் இடம்விட்டு நடுவில் பெரிய வாசல்விட்டு இரட்டைச்சுவர் ஊடே வைத்துக்கொள்ள வேண்டியதென்றும், அவரவர்களுக்கு ஏற்பட்ட கோவிலில் பிரத்தியோகமாக வாசல்கள் விட்டுக்கொள்கிறதென்றும், இரண்டு கோவில் களுக்கும் ஒரே பிரீஸ்டு (Priest) பூஜை செய்யக்கூடியவிதமாயும், அந்தந்த கோவில்களிலிருந்து தொழுபவர்களுக்கு ஷை பூஜை நன்கு விளங்குவிதமாயும், தேவத்திரவிய அனுமானங்கள் சௌகரியமாய்ப்பெறுமாறு வண்ணமும் அமைத்து மேற்கொடுக்கம் மூலஸ்தானம் (altar) கட்டிக்கொள்ள வேண்டியதென்றும், 3 முதல் பிரதிவாதிகள் வகையறா நாடாக்கமார்களுக்கு கிடைத்த மேற்படி பாத்தியங்கள் தவிர மற்ற சகலவித பாத்தியதைகளையும் பூர்வீக வழக்கம்போல் வாதிகள், வகையறா பிள்ளைமார் முதலிமார்களுக்கேயிருந்து வர வேண்டியதென்றும், இது விபரங்களுக்கு உபயத்திராளும் உடன்படிக்கை பிறப்பிவித்துக் கொள்ளவேணுமென்றும் வாதிகள் வகையறா மேல்ஜாதிக் காரர்கள் சொன்னதற்கு அப்போதிருந்த Bishop அவர்கள் அனுமதியின்பேரில் 2-வது பிரதிவாதியவர்கள் ஸ்தானத்தில் அப்போ திருந்த சாமியாரவர்களும் நாடாக்கமார் வகையறா கீழ்ஜாதிக்காரர்களும் பூராவும் சம்மதித்து அந்தப்படி பங்குசாமி முன்பாக 1855-ம் ௵த்தில் Bishop அவர்கள் பேருக்கு அச்சுப்பத்திரத்தில் உடன்படிக்கை எழுதி அதில் வாதிகள் வகையறா பிள்ளைமார் முதலிமார்களில் முக்கியஸ்தர்களும் 3 முதல் பிரதிவாதிகள் வகையறா நாடாக்கமார்களில் முக்கியஸ்தர்களும் கையெழுத்து வைத்து அதற்கு ஷை Bishop அவர்களும் கட்டுப்பட்டவர்களாக அதை அங்கீகாரஞ்செய்து கொண்டார்கள்.

11. அதின்பேரில் புதுக்கோவிலுக்கு வானம்வெட்ட வாரம்பித்ததில் பூர்வபாத்தியங்களை ஸ்திரப்படுத்திப்பிறந்த ஷை உடன்படிக்கையின் ஆதாரத்தை நம்பி ஷை கட்டுமான வகைக்கு வாதிகள் வகையறா மேல் ஜாதிக்காரர்களும் 3 முதல் பிரதிவாதிகள் வகையறா கீழ்ஜாதிக்காரர்களும் ரொக்கமாயும் தானியமாயும் வரிப்போட்டுக் கொடுத்தது போக கட்டுமானத் துக்காக ஆள்களும் கொடுத்து கட்டுமான வேலைகள் நடந்து, கடாசியாக 1872–ம் ஷு வாக்கில் அனேகமாய் பூறாக் கோவில் களும் கட்டி முடிவாகி அதே ஷுத்தில் உபயவாதிகள் வகையறா சிலவின் பேரில் பிரதிஷ்டையுஞ் செய்யப்பட்டது. அது முதல் ஷை கோவில்கள் சிலவுகள் சகலமும் உபயவாதிகள் செய்து வருகிறார்கள்.

ஷை கோவில்களுக்குச் சரியான பிளான் எடுத்து இந்தப்பிறாதுடன் சேர்த்திருக்கிறது. அந்த பிளானும் இந்தப் பிறாதின் ஒரு பாகமாம்.

12. இதற்கு மத்தியகாலத்தில் உபயத்திராளும் தொழுகை முதலானதுகளை வேறு இடத்தில் அவரவர்கள் பாத்தியக்கிரமப்படிக்கே நடத்திக்கொண்டுவந்தார்கள்.

13. தாவா புதுக்கோவில் பிரதிஷ்டையானதின்பேரில் 3 முதல் பிரதிவாதிகள் வகையறா நாடாக்கமார்கள் நூதனமாகத் தங்களுக்கு சப்பரம் எழுந்தேற்ற சுதந்தரம் சம்பாதித்துக் கொள்ளவேண்டிய விஷயமாக முயற்சித்ததினிடமாய் ஷை யார்களுக்கும் வாதிகள் வகையறா பிள்ளைமார் முதலிமார் களுக்கும் பலவிதமான கிரிமினல் சீவில் நடபடிக்கைகள் ஏற்பட்டு கடாசியாக 1877–ம் ஷுத்தில் Bishop அவர்கள் கோரிக்கைப்படி உபயத்திராளையும், சுப்பீரியர் சாமி (Superior) அவர்களும் பங்கு சாமிமார்களுமாக சமாதானஞ் செய்து 3 முதல் பிரதிவாதிகள் வகையறா நாடாக்கமார்களுக்கு சப்பரம் யெழுந்தேற்றுச் சுதந்திரத்தையும், கோவிலில் ஜூன் மீத்தில் 10 நாளும், அவர்களுடைய நன்மை தின்மையிலும், ஆகஸ்டு மீ 15உ நடக்கும் தேர் திருவிழாவில் தேர்முன்புக்கு நடக்கும் பாட்டுப் பூஜையிலும், லத்தீன் பாட்டும் தமிழ்ப்பாட்டும் படித்துக் கொள்ளும் சுதந்திரத்தையும் வாதிகள் வகையறா பிள்ளைமார் முதலிமார்கள் விட்டு கொடுக்கவேண்டியதென்றும், மற்றப் படி உபயத்திராளுக்கும்யேற்பட்டிருக்கும் பாத்தியாபாத்தியங்கள் பழையபடியே அவரவர்கள் அனுபவித்து கொள்ளவேண்டிய தென்றும், 3 முதல் பிரதிவாதிகள் வகையறா நாடாக்கமார்களுக்கு வாதிகள் வகையறா பிள்ளைமார் முதலிமார்களால் நூதனமாய் விட்டுக்கொடுக்கப்படும் ஷை சுதந்திரங்களுக்குப் பரிவர்த்தனை யாக வாதிகள் வகையறா மேல்ஜாதிக்காரர்கள் குடியிருக்கும்

தெருக்களில் 3 முதல் பிரதிவாதிகள் வகையறா கீழ்ஜாதி நாடாக்கமார்கள் பல்லக்கின்மேல் கலியாண ஊர்க்கோலம் போகும் பாத்தியதையை ஷை யார்கள் இழந்துவிடவேண்டிய தென்றும் இவ்விதமாய் சாமிமார்கள் முடிவுசெய்தார்கள். அதற்கு உபயத்திறாளும் ஒப்புக்கொண்டு ஷை ஏற்பாடுகள் சம்பந்தப்பட்டமட்டில் ஷை 1855–ம் ஞூத்தில் பிறந்திருக்கிற உடன்படிக்கையை மாற்றி சீர்திருத்திக் கொண்டிருப்பதாகத் தெரிவிக்கப்பட்டதில் அதற்கு அவர்களும் சம்மதித்து கட்டுப்பட்டுக் கொண்டதற்காதாரமாக 1877 ஞூ மேய் மீ்த்தில் ஷை Bishop அவர்களால் ஒரு நிருபம் பிறப்பிவித்து Bishop அவர்களும் சாமியார்களும் கையெழுத்துவைத்து அசலை மிஷனில் வைத்துக்கொண்டு இருதரத்தார்களுக்கும் ஒரு நகல் கொடுக்கப்பட்டது. ஷை நிருபத்தின்படி உபயத்திறாளுக்கு முள்ள பொது பாத்தியம் தவிர வாதி வகையறா பிள்ளைமார் முதலிமார்களுக்கு மட்டும் ஏற்பட்ட பாத்தியமாவன: –

(*a*) தென்புரம் கோவில் பிள்ளைமார் முதலிமார் மேல்ஜாதிக்காரர்களுக்கு பாத்தியம்.

(*b*) மூலஸ்தானத்திலும் மற்ற பீடங்களிலும் பூஜைக்கு உதவிசெய் கிறதும் சகல பீடங்களையும் சோடிக்கிறதும், கோவில் சாமான்களைப் பந்தோஸ்துசெய்து பாதுகாத்துவருவதும், கோவிலைச்சேர்ந்த சகல காரியங்களையும் மேல்பார்த்து வருவதும், பாவசங்கீர்த்தனத்துக்கு ஆயத்தஞ்சொல்லுகிறதும், 3 முதல் பிரதிவாதிகள் வகையறா நாடாக்களுக்குக் கோவிலில் லத்தீன்பாட்டு படிக்கும்படியாக ஷை நிருபத்தில் குறிக்கப் பட்டிருக்கிற நாள்கள் நீக்கி மற்ற சகல நாள்களிளெல்லாம் லத்தீன்பாட்டு தமிழ்ப்பாட்டுப் படிக்கிறதுமான பாத்தியம்.

(*c*) கொடிமரத்திலேற்றுகிற திருநாள்கொடி சாமி அவர்கள் கையிலிருந்து வாங்கிக் கொண்டுபோகிறதும், தேரிலும் சப்பிரத்திலும் வைக்கும் சுரூபங்களை இருக்கிற ஸ்தலத்தி லிருந்து எடுத்துக்கொடுக்கிறதும் ஷை ஸ்தலத்தில் திரும்ப வைக்கிறதுமான பாத்தியம்.

(*d*) கோவில்களின் சாவிகள் வைத்துக்கொள்ளுதல் கோவில் பூட்டுதல் திறத்தல் மணி அடித்தல் முன் ஜெபஞ்சொல்லுதல் கோவிலைச்சேர்ந்த சகல காரியங்களை விசாரிக்கிறதும் இது மூதலானதுகள் சகலமும்:

14. அதுமுதல் ஷை நிருபமென்னும் உடன்படிக்கைக்குள் பட்டு வாதிகள் வகையறா மேல்ஜாதிக்காரர்களும் 3 முதல் பிரதிவாதிகள் வகையறா கீழ்ஜாதிக்காரர்களும் அவரவர்களுக்கென்று அமைக்கப்பட்டிருக்கிற கோவிலில்

அவரவர்களிருந்துகொண்டு தொழுகை ஜபம் முதலியதுகளும் மற்றும் காரியாதிகளும் அவரவர்கள் நிரா க்ஷேபனையாய் நடத்திக்கொண்டு வந்திருக்கிறார்கள். அதற்கு மிஷன்காரர்கள் பூராவும் கட்டுப்பட்டுக்கொண்டிருக்கிறார்கள். அவரவர்களுக்கு மேற்கண்டபடி யேற்பட்டிருக்கிற பாத்தியாபாத்தியங்களை கூட்டவாவது குறைக்கவாவது எவ்விதத்திலும் சலனப் படுத்தவாவது பிரதிவாதிகளுக்கு எவ்வித பாத்தியமுமில்லை.

15. தாவாக்கோவில் விஷயமாய் வாதிகள் வகையறா பிள்ளைமார் முதலிமார்களுக்கு மேலேகண்டபடி உண்டா யிருக்கும் பாத்தியங்கள் பாத்தியக்கிரமப்படிமாத்திரமேயல்லாமல் (not only on the ground of title) நெடுங்கால அனுபோகக் கிரமப்படிக்கும் (by prescription and enjoyment) வாதிகள் வகையறா மேல்ஜாதிக்காரர்களுக்கு சித்தித்திருக்கின்றன.

16. அப்படியிருக்க 3 முதல் பிரதிவாதிகள் வகையறா கீழ்ஜாதிக் காரர்களுக்கு அனுசரணையாயிருந்துகொண்டு வாதிகள் வகையறா பிள்ளைமார் முதலிமார்களுடைய பாத்தியங்களுக்கு விரோதமாய் வாதிகள் வகையறா மேல் ஜாதிக்காரர்களுக்கு மட்டும் சம்மந்தப்பட்ட தென்புறம் கோவிலுக்குள் 3 முதல் பிரதிவாதிகள் வகையறா கீழ்ஜாதிக் காரர்கள் பிரவேசிக்கக்க பாத்தியமுண்டு போலவும் அவர்களை அப்படிப் பிரவேசிக்க இடங்கொடுக்க 1, 2 பிரதிவாதி அவர்களுக்கு பாத்தியமுண்டுபோலவும் பிரஸ்தாபித்துக் கொண்டு இரண்டு கோவில்களுக்கும் ஊடேயிருந்த சுவர்களை இடிக்க எத்தனப் பட்டதில் வாதிகள் வகையறா மேல்ஜாதிக்காரர்கள்த் தடுத்ததைக் கவனியாமல் மேஜிஸ்டிரேட்டாரிடம் கிரிமினல் புறோசீடியர்கோடு 144வது பிரிவின்படி தந்திர அடித்தல் முன் ஜெபஞ் சொல்தல் இது முதலான பாத்தியங்கள் சகலதும் 3 முதல் பிரதிவாதிகள் வகையறாக்களுக்கெதிராய் வாதிகள் வகையறா வடக்கன்குளம் வாசிகள் பிள்ளைமார் முதலிமார்களுக்குமட்டும் உண்டென்று ஸ்தாபித்து ஷை பாத்தியங்களை எவ்விதத்திலும் கூட்டவும் குறைக்கவும் சலனப்படுத்தவும் இடைஞ்சல்செய்யவும் கூடாதென்று பிரதிவாதிகளுக்கு சாஸ்வத இன்ஜங்ஷன் பிறப்பிவிக்கும்படிக்கும்;

(c) வாதிகள் வகையறா வடக்கன்குளம் மேல்ஜாதிக் காரர்கள் தெருக்களில் 3 முதல் பிரதிவாதிகள் வகையறாக்கள் கல்யாணப் பல்லக்கு பட்டணப் பிரவேசம்போக பாத்திய மில்லையென்று ஸ்தாபித்து அப்படிச் செய்யாமலிருக்கும்படி 3 முதல் பிரதிவாதிகளுக்கு சாஸ்வத இன்ஜங்ஷன் கொடுக்கும் படிக்கும்;

II. பிளானில் தென்புரம் வடபுரம் கோவில்களுக்கு ஊடே a, b, c, d அடையாளமிட்டதும் பச்சைமை கோடிட்டதுமான இடங்களில் முன்னிருந்தபடி 14 அடி நீளம் 3 அடி உயரம் 3/4 அடி கனத்துக்கு இரண்டு சுவர்களும், e, f, g, h அடையாளமிட்டதும் பச்சைமை கோடிட்டிருப்பதுமான இடங்களில் பழையபடி 7 அடி நீளம் 3/2 அடி உயரம் 1 அடி கனத்துக்கு இரண்டு சுவர்களும் செங்கல், சுண்ணாம்பினால் கோர்ட்டாரவர்கள் குறிப்பிடுகிற ஒரு வாயிதாவில் போட்டுக்கொடுக்கும்படி பிரதிவாதிகளுக்கு மாண்டேட்டரி (Mandatory) இன்ஜங்ஷன் கொடுக்கும்படிக்கும்;

அப்படிக் குறிப்பிட்ட வாயிதாவில் அவர்கள் சுவர்கள் போட்டுக் கொடாதபக்ஷத்தில் கோற்ட்டுமூலமாய் மேற்கண்டபடிப் பிரதிவாதிகள் செலவின்பேரில் ஷை சுவர்கள் போட்டுத் தரும்படிக்கும்;

III. இந்த வியாஜியச் செலவு வட்டி சகிதம் வாதிகளுக்குப் பிரதிவாதிகளால் கிடைக்கும்படிக்கும் டிக்கிரிசெய்யப் பிறார்த்திக்கிறார்கள்.

ஷெடியூல்.

நாங்கூநேரித் தாலூகா பெருங்குடிக் கிராமம் வடக்கன் குளத்திலிருக்கும் கீழ்ரத வீதிக்கும் சாமியார் பங்களாக் கம்பவுண்டு சுவருக்கும் வடக்கு, மேலரதவீதிக்கு கிழக்கு, வடக்கு ரதவீதிக்கும் அ.ம. யாகப்பபிள்ளை வீட்டுக்கும் கன்னியாஸ்திரி மடத்துக்குத் தெற்கு, தென்வடலோடிய நாடாக்கள் மேலத்தெருவுக்கும் மேற்கு இந்நான்கு எல்லைக்குள்ப்பட்ட நாலுபக்கமுங் கம்பவுண்டுக்குள் ளடங்கிய கிழக்கே பார்த்த பெரியகோவில் என்ற திருக்குடும்பத் தேவாலயம்.

அதிகார வரம்பு

வாதிகளால் பிறாதில் கேட்டிருக்கிற இன்ஜங்ஷன் பரிகாரங்களுக்கு ஏற்படுத்தப்படும் மதிப்பு ரூ.3000.

மவுண்டு விபரம்

மேலேகண்டபடி ரூ. 3000–த்துக்கு கோற்ட்டுபீஸ் ஸ்டாம்பு ரூ.175 இத்துடன் ஆஜர் செய்திருக்கிறது.

அசலில் உறுதி மொழியிருக்கிறது.

அசலுக்கு சரியான நகல்,

20.12.1910

திருநெல்வேலி டிஸ்டிரிக்கட்டு சப் கோர்ட்டில் '

1910–ம் ஹூத்து அசல் நம்பர் 62ல்

கட்டளை மிக்கேல் பிள்ளை வகையறா . . வாதிகள்

Right Reverend J.M. Barthe S.J. Bishop Avergal & others . . பிரதிவாதிகள்

ஷை கோர்ட்டாரவர்கள் சமூகத்துக்கு வாதிகள் பக்கம் சிவில் கோடு ஆர்டர் 7, ரூல் 14வது பிரிவுப்படி. வணக்கமா யெழுதிக்கொண்ட தஸ்தாவேசு ஜாப்தா.

லக்கம்	இங்கிலீஷ் & தமிழ் ஹூமீ வ	தஸ்தாவேசில் சம்மந்தப் பட்டவர்களின் பெயர் விபரம்	இன்ன விதமான தஸ்தா வேசு
1.	1877ஹூ மேமீ 20வ	பிஷோப்பு அவர்களுடைய நிருபக்கட்டளையின் நகல்	
2.	---	தாவாக்கோவில் கட்டிடமான மத்தியகாலத்தில் பூஜித்துவந்த கோவில் பிளான்.	
3.	1855ம் ஹூ த்தில்	இடிக்கப்பட்ட பழைய கோவில் பிளான்.	
4.	1753ம்ஹூ முதல் 1877ம்ஹூ வரை	அறை, யாகப்பபிள்ளை வகையறாவால் ஊர் விசேஷங்கள் கோவில் விசேஷங்கள் எழுதி சந்திரிகை.	
5.	1872ம்ஹூ முதல் 1877ம்ஹூ வரை	வடக்கன்குளம் பிள்ளைமார் வகையறா சாமிமார்களுக்கும் பிஷோப்பு அவர்களுக்கும் எழுதிய விண்ணப்பங்களின் நகல்களும் பிஷோப்பு அவர்களுடைய தீர்மானத்தின் நகல்களுமடங்கிய நோட் புக்.	
6.	1030ம்ஹூ முதல் 1055ம்ஹூ வரை	கி. சவேரிமுத்துபிள்ளையால் கோவிலுக்குக் கொடுத்த வரியின் விபரமடங்கி ஓலைக்கணக்கு.	
7.	---	வ.உ.ப. சவேரிமுத்துபிள்ளையால் எழுதப்பட்ட அவருடையக் குடும்ப சரித்திரம் கோவில் வரியின் விபரமடங்கிய ஓலை ஏடு.	

8.	1898ம் ஷுத்தில்	ராதாபுரம் போலீஸ் இன்ஸ்பெக்டரவர்களால் யூர் சப்.மே. அவர்கள் மூலமாக சேர்மாதேவி டிவிஷன் மேஸ்திரேட்டாரவர்களுக்கு எழுதிய ரிப்போர்ட்டு நகல்.	
9.	1900ம் ஷுத்தில்	புதுச்சேரி ஆர்ச்சு பிஷோப்பு அவர்களுடைய அனுமதியின்பேரில் அச்சிடப்பட்ட ஞான உபதேச பர்வதம் முதற்பானம் (பக்கம் 344.)	
10.	1824ம்ஷு ஜனவரி மீத்தில்	நாடாக்கர்மார்கள் பிள்ளைமார் முதலிமார்களுக்கு எழுதிக் கொடுத்த முத்திரைக்கடுதாசி. 1, 2 பிரதிவாதி அவர்கள் சுவாதீனத்திலிருக்கிறது சாக்ஷி மூலமாய்.	
11.	1855ம் ஷுத்தில்	பிள்ளைமார் முதலிமார்களுக்கும் நாடாக்கள்மார்களுக்கும் தாவாக் கோவில் விஷயமாயெழுதிக் கொண்ட அச்சுப்பத்திர உடன் படிக்கை ஷை ஷை	
12.	1877ம் ஷுத்தில்	பிள்ளைமார் முதலிமார்களும் நாடாக்களும் பிஷோப்பு அவர்களுக்கு சமாதான விபரத்தைக் கண்டெழுதிய விண்ணப்பம் ஷை ஷை	
13.	1838ம் ஷு முதல் 1880ம் ஷு வரை	வடக்கன்குளம் கோவில் விஷயமாய் சாமியார்களிடமிருக்கிற கொ. செபஸ்தியான்பிள்ளை அறை. யாகப்ப பிள்ளை வகையறவால் எழுதப்பட்ட தமிழ் டைரி புஸ்தகங்கள் ஷை ஷை	
14.	1877ம் ஷு மே மீ	பிஷோப்பு அவர்களுடைய நீருப கட்டளையின் அசல் சாக்ஷி மூலமாய். இத்துடன் 1 முதல் 9 வரை லக்கத் தஸ்தாவேசுகள் ஆஜர் 10 முதல் 14 வரை லக்கா தஸ்தாவேசுகள் பின்னலானார். பின்னும் சாக்ஷிகள் மூலமாயும் பலானக் கோர்ட்டுகளில் நகலெடுத்து ஆஜர் செய்கிற தஸ்தாவேசுகளையும் பையில் செய்து கொள்ளும்படிக்கு உத்திரவாகப் பிறார்த்திக்கிறேன்.	

பின்னிணைப்பு 7

மாவட்டத் துணை நீதிமன்றத்தில்
வெள்ளாளர்கள் தொடுத்த வழக்கில் ஆயர்
பர்தே தாக்கல் செய்த எதிர் மனு.

(From Diary of Vadakkankulam, 1881–1923, pp.198–208.)

In the Subordinate Court of Tinnevelly

O.S. No. 62 of 1910.

K. Michael Pillai & Others

VS

The Rt.Rev. J.M. Barthe & Others.

Written Statement of the Rt.Rev. J.M. Barthe, the first Defendant herein.

1. The Plaintiffs having been forbidden to enter the Church without the permission of the Vicar and the plaintiffs having alleged that the southern portion of the Church belongs to them, their claim for a mere declaration is unsustainable and they are bound to have sued for possession of the same.

2. The suit relates to the internal managenment and control of the plaint church which is subject to the exclusive jurisdiction of the Ecclesiastical authorities and is not one cognizable by a civil court.

3. This defendant denies that the plaintiffs have acquired any of the rights claimed by them either on the ground of the title or on the ground of prescription. The plaint church having been erected and dedicated to the worship of god according to the faith and tenets of the Church of Rome, the Church as well as everything belonging to it is vested in this Bishop - Ordinary of the Diocese in trust for sacred uses and no private individual or community can claim any right of ownership or any other kind of interest in the same. The members of

the church can only claim to be allowed to use the church for the purposes of worship according to the Laws and usages of the Catholic Church and in accordance with the regulations orders and decrees of the Bishop Ordinary and other duly constituted authorities of the Roman Catholic Church. The extent to which any member of the church may be allowed to use the church, take part in the worship, render services therein, or take care of the churches or its properties is a matter governed entirely by the laws, usages and constitution of the Church of Rome. The Bishop and the Vicar have inter alia the right to regulate the accommodation in the Church and distribute the seats therein in such manner as they consider best and to make alter and rescind, from time to time, the rules for the conduct of the congregation. No rights as privileges in respect of any of these various matters or of any others referred to in the plaint can, as a matter of law, be claimed by any member of the church. Any privileges which particular members of the communities might have been allowed to enjoy, are merely concessions which it is open to the Ordinary or the Vicar under his orders to revoke and determine.

4. The communities represented by the plaintiffs and defendants 3 to 14 never having had any legal right in or over the Church no agreement entered into between them can create any legal rights in favour of one party or the other in or over the church. Nor could the assent of the Bishop Ordinary or of the Vicar to such agreement if any between the parties be the foundation of any legal rights.

5. According to the constitution of the Catholics Church no right to any of the various claims put forward by the plaintiffs can be acquired by them by prescriptions owing allegiance as they do to that Church. Such enjoyment as the members of the plaintiffs community might have had of the various things claimed in the plaint was necessarily permissive and cannot be the basis of any legal right by prescription.

6. The allegation in para 5 of the plaint that the Holy Family Church has been erected for the benefit of the two communities represented by the plaintiffs and defendants 3 to 14 respectively, is misleading in as it implies that the church is not intended for other communities of Christians also. The plaint church is a Parish Church intended to be used for worship by all the Catholics belonging to the Parish of Vadakkankulam as well as by all other Catholics who might happen or wish to attend the church during its services. The other villages comprised in the Parish are Ramalingapuram, Pathianthapuram, Koliangulam, Keelkulam, Avaraikulam, Radhapuram, Anadapuram, Paramespuram, Veppilankulam and Kumbalancadu.

7. This defendant is not aware of the agreement or arrangement referred to in paragraph 6 of the plaint. This defendant admits, however, that originally members of the plaintiffs's community were allowed to sit in the nave of the old Church just in front of the altar and that members of the Nadar community

were allowed to sit behind the members of the plaintiffs' community on a lower level, but states that a wing was subsequently constructed on one side of this altar and that members of the Nadar community were allowed to sit as close to the altar as members of the plaintiffs' community. The allegation that there was a railing between the two portions of the nave originally allowed to be occupied by the two communities to prevent mutual contact is untrue. The allocation of separate places in the church for members of the plaintiff's and defendants's castes was not in recognition of any legal rights in the members of either of those castes. It could only have been made by the Vicar of the Church for the time being under the order of the superiors as a matter of convenience in the interests of the congregation generally and the preservation of order and harmony in the Church. The Roman Catholic Church has not recognised any distinctions of caste though it does not interfere with any social distinctions that may be observed by the members of the Church.

8. This defendant does not admit the allegation in paragraph 8 of the plaint.

9. This defendant denies that there was any agreement in the year 1824 between the Nadars on the one hand and the Pillaimars on the other or that such agreement set forth the various rights claimed by the plaintiffs in paragraph 8 of the plaint. The alleged agreement was executed by certain Nadars in favour of the then Vicar of Vadakkankulam and it embodied an undertaking that they would not raise any objection to the carrying of the cars and chapparams by the Vellalars and they would themselves carry the flags and torches, abide by the orders of the Vicar and render all such services to the Church as they had been doing. The said document clearly shows that the Nadars had been previously taking images in procession and that the undertaking, above referred to was obtained from them by the Vicar for the purpose of preventing disputes in the conduct of processions during festivals.

10. The allegations in paragraph 9 of the plaint are totally untrue. The Society of Jesus either built or found a church on the plaint site about A.D.1690. The said church and the present plaint church which has been erected on the site of said church have always been in the exclusive possession and control of vicars of the church acting under the orders of the Vicar Apostalic and Bishops who are always subject to the authority of the Supreme Pontiff at Rome. This defendant submits that neither the Vellalars nor any other parishoners could have had any authority to take the Church out of the possession of any religious body that might have been in charge of it and hand it over to another. Any transfer of the Church from the control of one Bishop to that of another could only be effected by the authority of the Supreme Pontiff.

11. This defendant does not admit that the allegation in paragraph 10 of the plaint and puts the plaintiffs to the proof of the alleged agreements of 1855, of the approval thereof by the Bishop and of his acceptance of the same as binding upon himself. Even supposing that any such agreement was approved,

or was so accepted, by the Bishop, it could not possibly fetter him in the exercise of his discretion and authority according to the laws and usages of the Church of Rome. Still less could any such agreement be binding upon the successors of the Bishop.

12. This defendant puts the plaintiffs to the proof of the allegations in aragraph 11 of the plaint that there was any agreement confirming the rights claimed by the plaintiffs. This defendant admits that a portion of the labour required for building the plaint church was punished by the communities to which the plaintiffs and the defendants 3 to 14 respectively belong according to an undertaking given by them but states that the rest of the unskilled labour, the site for portions of the church and compound, the building materials and the skilled labour required for executing the work were all provided by the Jesuit Mission. The contributions in kind and money alleged to have been made by the plaintiffs were given for the maintenance of the parish priest and the expense of the church in accordance with the rules governing the Roman Catholic Church. Even supposing that any contributions were made by the parishioners for the construction and consecration of the church they were, and could be accepted only as gifts made to the church and could not in law, confer on the donors any rights on or over the church. The contributions now made by the plaintiff's community towards the expenses of the Church and the maintenance of the Vicar are very small in proportion to the amount contributed by the Nadars.

13. This defendant does not admit the accuracy of the plans filed by the plaintiffs in court and begs leave to file herewith accurate plans of the present church and the church that formerly stood on the site.

14. This defendant admits that during the building of the plaint church the Vellalars and the Nadars attended divine worship in other places, but does not admit that such worship was conducted in accordance with their alleged respective rights.

15. This defendant admits that his predecessor the then Bishop issued a decree in May 1877 to the Christians attached to the plaint church containing certain regulations for the conduct of the Vellalars and the Nadars which in his opinion were called for by the exigencies of the time and were calculated to preserve harmony between the two commmunities and order and discipline in the Church. These regulations however while imposing upon the members of the respective communities duties which could be enforced by Ecclesisatical authority, were never intended to create any legal rights in favour of one party or the other.

16. This defendant denies that the Bishop's decree of May 1877 is in the nature of a contract binding upon this defendant or that this defendant has no right to add to subtract from or otherwise affect the socalled rights said to have been created by the agreement. The said decree while prohibiting the Vicar from

making any departure there from expressly reserved the authority and powers of the Bishop himself. Even in the absence of any such express reservation, the Bishop for the time being could not irrevocably bind himself from altering or rescinding his own regulations in such manner as a change of circumstances might, in his opinions require, nor could the decree of any Bishop bind his successor so as to prevent him from issuing such directions as may be called for in the interests of the Church and with reference to the varying needs and requirements of different sections of the congregation. Since the decree of 1877 great changes have occurred in the relative positions, numbers and circumstances of the Vellala and Nadar communities. This defendant issued a decree in 1896 commanding the celebration of certain additional festivals by the two communities. But the plaintiffs' community relying upon the decree of 1877, disregarded and disobeyed the said decree when it was sought to be enforced by the second defendant in 1910. This defendant has accordingly in the interests of the true welfare of the Church discretion cancelled the decree of 1877 issued by his predecessor and his own decree of 1896.

17. Neither the Bishop nor any other Ecclesiastical authority is competent to make an irrevocable assignment of any privileges or distinctions or create any legal rights in favour of any individuals or communities in or over the Church.

18. This defendant admits that by his order the walls in the church that separated the plaintiffs' community from that of defendants 3 to 14 were pulled down, but states that he so ordered for the purpose of providing more room for the Nadar community which is six times as large as that of the plaintiff's. This defendant is entitled to make such alterations as in the interest of the whole congregation he deems proper and necessary and his predecessor and his Vicar have previously made such alterations in the said walls as the needs of their ministry and the congregation required.

19. This defendant denies that either the plaintiffs' community or the defendant's community has right independently of told without reference to this defendant and his Vicars and in defiance of their authority to do any acts such as singing in the church, saying public prayers, serving at Mass, ringing the bell and doing other things. These duties can be done only under the authority of this defendant and his Vicars by such persons as they appoint and at such time and in such manner, as he or his Vicar may by general or special order, authorised.

20. The plaintiffs having disturbed the peaceful conduct of the worship and profaned the Church by their disorderly conduct the Joint Magistrate passed an order forbidding the plaintiffs' community to enter the plaint church except with the permission of the Vicar.

21. The plaint discloses no cause of action.

22. This defendant does not admit any of the allegations in the plaint except those expressly admitted herein.

23. The plaintiffs are entitled to no relief and the suit should be dismissed with costs.

Dated this 22nd day of June 1911   (Sd) J.M.Barthe, S.J.

I. Rt.Rev. J.M.Barthe, S.J.Bishop of Trichinopoly diocese and 1st defendant in the above suit do hereby declare that the facts stated herein paragraphs 3,4,5,6,15,16,17,18 and 19 and also part of the facts contained in paragraphs 1,2,7,11,12 & 16 are known to me personally and are true and the statements of facts contained in paragraphs 7,8,11,12,13,14,20,21,22 and are known to me on information and I believe them to be true.

Signed by me (J.M.Barthe, S.J)
this 22nd day of June 1911 at Trichinopoly

                 True Copy

மேற்படி வழக்கில் நாடார்கள் தாக்கல் செய்த எதிர் மனு

பிரிவினைச் சுவர் இடிக்கப்பட்டதும் அதை எதிர்த்து திருநெல்வேலி மாவட்ட துணை நீதிமன்றத்தில் வழக்குத் தொடுத்த வெள்ளாளர்கள் பிரிவினைச் சுவர் பிரச்சனையுடன் மட்டும் நின்றுவிடவில்லை. வடக்கன்குளம் தெருக்களில் திருமண ஊர்வலங்கள் நடத்துதற்கு நாடார்கள் உரிமையற்றவர்கள் என்ற கருத்தையும் முன் வைத்தனர். பின்னிணைப்பு எண் 6இல் இடம்பெற்றுள்ள வெள்ளாளர்களின் மனுவில் 13, 16 பத்திகளில் இச்செய்திகள் இடம்பெற்றுள்ளன. இதையடுத்து நாடார்கள் தாக்கல் செய்த மனுவின் நகல்.

திருநெல்வேலி சபார்டினேட் கோர்டு

1910ம் வருஷத்து அசல் நிர் 62ல்

கட்டளை மிக்கேல் பிள்ளை வகையறா —வாதிகள்

மகா சங்கை ஜே. எம். பார்து
பிஷப் வகையறா 14 பேர்கள் —பிரதிவாதிகள்

ஷை நம்பர் 3–14 வரை பிரதிவாதிகள் சி.பு. கோ 8வது ஆர்டர் 1வது ரூல்படி வணக்கமாய் எழுதிக் கொண்ட ஸ்டேட்மெண்டு

1. **ஷை** கேஸில் 1,2 பிரதிவாதிகள் கொடுத்திருக்கும் ஸ்டேட்மெண்டை இந்த பிரதிவாதிகள் எல்லாரும் முழுமனதோடு சம்மதித்து ஒப்புக்கொள்கிறார்கள்.

2. வாதிகள் பிறாதின் 13வது 16வது பாராக்களில் ஊர்கோலம் விஷயமாய் பிரஸ்தாபிப்பது முற்றிலும் பிசகு, 1877ம் வருஷத்தில்

தாவா கிராமம் பப்ளிக் தெருக்களில் ஊர்கோலம் செய்கிற சுதந்திரத்தை இந்த பிரதிவாதிகள் வகையறா விட்டுவிடவும் இல்லை. கோவில் சம்பந்தப்பட்ட விஷயங்களில் வாதிகள் வகையறா பிரதிவாதிகள் வகையறாவுக்கு யாதொரு சுதந்திரங்களைத் தவிரவும், விட்டுக் கொடுக்கவும், அதிகார மற்றவர்கள் எப்படியென்றாலும் இந்த பிரதிவாதிகளுக்குக் கொடுக்கப்பட்டதாக பிரஸ்தாபிக்கிற சுதந்திரங்களும் பொயதனையாக வாதிகள் வகையறா இருக்கும் தெருக்களில் இந்தப் பிரதிவாதிகள் பல்லக்கின் மேல் கல்யாண ஊர்கோலம் போகிற சுதந்திரத்தை இழந்துவிடவில்லை.

3. **ஷை** விஷயத்தில் பிரதிவாதிகள் அனைவரும் தங்கள் சுதந்திரத்தை இழந்ததாகத் தங்களை கெபலத்திலும் கட்டுப் படுத்திக்கொள்ளவுமில்லை. வாதிகள் பிரஸ்தாபிக்கிற காலத்தி லிருந்த பிரதிவாதிகள் வகையறா தங்கள் பிதிர் வழிகளைக் கட்டுப்படுத்தவும் முடியாது எவ்விதத்திலும் இந்த பிரதிவாதிகள் வாதிகள் சொல்வது போல அவர்கள் தெருக்களில் ஊர்கோலம் செய்யாதிருக்கும்படி கட்டுப்படுத்தப்பட்டவர்கள் இல்லை.

4. **ஷை** தாவாக் கோவிலேச் சுற்றியுள்ள தெருக்கள் வாதிகளின் முன்னோர் **ஷை** தாவாக் கிராமத்தில் குடியேற வந்த காலத்துக்கு முன் பிரதிவாதிகளால் இடம் விட்டுக் கொடுக்கப்பட்டு உண்டானவை. பிற்காலத்தில் **ஷை** தெருக்கள் தாவாக் கோவில் பங்கு விசாரணைக்குருக்களால் விசாலமாக்கப்பட்டு சீராக்கப் பட்டு இப்பொழுதிருக்கும் தன்மையிலிருக்கின்றன. **ஷை** தெருக்கள் கோவிலைச் சேர்ந்த தெருக்கள். வாதிகளுக்குச் சொந்தமல்ல.

5. **ஷை** தெருக்களும் வாதிகள் குடியிருக்கும் மற்ற தெருக்களும் இந்த பிரதிவாதிகள் குடியிருக்கும் தெருக்களைப் போலவே பப்ளிக்கு தெருக்கள் ஆனதால் தாவா கிராமம் எந்த தெருவென்றாலும் சரி அதுகளின் வழியாய் பிரதிவாதிகள் ஊர்கோலஞ் செய்யக் கூடாதென்று சொல்வது சட்டப்படி செல்லத்தக்கதில்லை.

6. **ஷை** விஷயமானது முன்னால் கோர்டுகளில் வழக்காடி முடிவு பெற்றிருக்கிறது. அதுகளைப் பற்றி இப்பொழுது வாதிகள் பரிகாரம் கேள்ப்பது சட்ட விரோதம்.

7. **ஷை** தெருக்களின் அனுபோகத்தை இப் பிரதிவாதிகள் விட்டு விட்டதில்லை. அப்படி விட்டுவிட்டதாக விகார விஷயத்துக்கு வைத்துக்கொண்டாலும் கூட **ஷை** பிரதிவாதிகளின் பாத்தியத்தை எவ்விதத்திலும் குறைவுபடுகிறதில்லை.

உறுதிமொழி

3முதல் 14 வரை பிரதிவாதிகளாகிய நாங்கள் 1வது பிரதிவாதியவர்கள் கொடுத்திருக்கிற ஸ்டேட்மெண்டில் 1, 6, 7, 15 முதல் 20வது வரை பாறாக்களில் கண்டிருக்கிற சங்கதிகளும் இந்த ஸ்டேட்மெண்டில் 1வது பாறாவில் கண்டிருக்கிற சங்கதிகள் பூறாவும் இந்த ஸ்டேட்மெண்டு 2, 3, 4, 7வது பாறாக்களில் கண்டிருக்கும் சங்கதிகளில் சிலதுகளும் எங்களுக்கு நேரில் தெரிந்தவைகள் என்றும் உண்மையானவைகள் என்றும் 1வது பிரதிவாதியவர்கள் கொடுத்திருக்கிற ஸ்டேட்மெண்டில் 2 முதல் 5வரையும் 8 முதல் 14 வரையும் 21 முதல் 23 வரையும் உள்ள பாறாக்களில் கண்டிருக்கும் சங்கதிகளும் இந்த ஸ்டேட்மெண்டு 6வது பாறாவில் கண்டிருக்கும் சங்கதிகள்பூறாவும் 2, 3, 4, 7வது பாறாக்களில் கண்டிருக்கும் சங்கதிகளில் சிலதுகளும் கேள்வியின் பேரிலும் நம்பிக்கைப் பேரிலும் தெரிந்தவை என்றும் தெரிந்த மட்டில் உண்மையுள்ளவையென்றும் உறுதியாகச் சொல்லுகிறோம்.

(sd) ஒப்பம்

3. . . .கீறல் தொ. சவரி முத்து நாடன்

4. எம்.எஸ். சூசை மதுவேந்திர நாடன்

5. சின்ன மிக்கேல் நாடான்

6. மு.தே. மரிய மிக்கேல் நாடான்

7. தெ. ஞானப் பிரகாச நாடான்

8. குரு அந்தோணி நாடான்

9. உபதேசி பிதேலி நாடான்

10. அருள் பிதேலி நாடான்

II. தலைசாவு ஜெனி நாடான்

12. தோப்பு ஞான பிரகாச நாடான்

13. மு. வியாகப்ப நாடான்

14. பாடபுரம் றாயப்பா நாடான்

(sd) Priyanayagam
Vakil

பின்னிணைப்பு 9

திருநெல்வேலித் துணைநீதிமன்றத்தில் வெள்ளாளர்கள் அளித்த சாட்சியம்

திருநெல்வேலி துணை நீதிபதி முன்னர் வடக்கன் குளம் வெள்ளாளர் தொடுத்த வழக்கில் அவர்கள் தரப்பில் அளித்த சாட்சியங்கள் நீதித்துறையால் ஆங்கிலத்தில் மொழிபெயர்க்கப்பட்டு தட்டச்சு செய்யப்பட்டுள்ளன. முழு அளவுத் தாளில் ஒரு பக்கம் மட்டும் தட்டச்சு செய்யப்பட்ட இச்சாட்சியங்களை ஒரு நூலைப் போன்று பைண்டு செய்து கௌசானல் பாதுகாத்துள்ளார்.

இந்நூலின் முன்னுரையில் குறிப்பிட்டுள்ளது போல் இந்த ஆவணமும் பல பக்கங்கள் உருக்குலைந்து படிக்க முடியாதவாறு சிதலமடைந்துள்ளது. படிக்க முடிந்த சில பக்கங்களில் காணப்பட்ட செய்திகளின் தேர்ந்தெடுக்கப்பட்ட பகுதிகள் மட்டுமே மாறுதலின்றிக் குறிப்பிடப்பட்டுள்ளன.

❍

வெள்ளாளர்களின் இரண்டாவது சாட்சியான கிரிகோரிப்பிள்ளை காற்சட்டை ஆலயத்திலும் அதற்கு முன்னரிருந்த ஆலயத்திலும் சாதி வேறுபாடு இடம் பெற்றிருந்தமையைக் குறிப்பிடுகின்றார். அத்துடன் காற்சட்டை ஆலயத்தின் பிரிவினைச் சுவர்கள் தொடக்கத்தில் பத்தடி உயரத்திலிருந்து பின்னர் நாலடி உயரத்தில் இருந்ததாகக் குறிப்பிட்டுள்ளார்.

❍

மூன்றாவது சாட்சியான சூசை மரியான் பிள்ளையின் சாட்சியத்தில் 1855க்கு முன்னர் இருந்த சிலுவை வடிவக் கோவிலின் அமைப்பு விளக்கப்பட்டுள்ளது.

❍

ஐந்தாவது சாட்சியான மிராசு மிக்கேல் பிள்ளை, அனைத்துச் சாதியைச் சேர்ந்த கிறிஸ்தவர்களும் ஒன்றாக வழிபடும் தேவாலயுங்களுள் பிள்ளைமார்கள் செல்வதில்லை என்று குறிப்பிட்டுள்ளார்.

In the court of the Subordinate Judge at Tinnevelly
The 23rd day of August 1912.

O.S. No.62 of 1910

2nd witness for plaintiff

being solemnly affirmed by L. Appadurai Aiyer deposes as follows:

My name is	Gregory Pillai
Father's name	Saverimuthu Pillai
Caste	Vellalah Roman Catholic
Age	57 years
Profession	School - master
Religion	Christian
Residence	Vadakankulam Village Nanguneri Taluk

I am a teacher in Vadakankulam. That is my native place. I am 57 years old. I am a Pillamar Christian. I worship in the suit church. I am interested in it. I am a member of the congregation of this church. This church was built between 1855 and 1872. Exhibit A is a correct plan of the present church. The southern portion is occupied by the high caste Pillamar and Mudaliar Christians. The northern portion is occupied by the Shannars and other low caste Christians. They have no right to occupy the southern portion. From the time of the consecration the two portions of the church have been occupied as stated by me. Before 1872 the building now used as a school was the church. Exhibit C is a correct plan of that building. The Nadars were occupying a separate place in this church also. They had no right to occupy the portion occupied by the high caste Christians. We caste Christians do not mix with the low caste Christians. From time immemorial we had a right to occupy a separate place in the church. This right was respected by the Parish Priest and the Bishop......

The partition walls in the church were originally 10 feet high. In 1910 before the destruction they were 4 feet high.

The 23rd day of August 1912, O.S.62 of 1910, 3rd witness for plaintiff being solemnly affirmed by L. Appadurai Aiyer deposes as follows:-

My Name is	Susaimarian Pillai
Father's name	Nallathambia Pillai
Ages	77 years
Caste	Vellalah Christian

Profession	Cultivation
Religion	Roman Catholic
Residence	Vadakangulam Village
	Nanguneri Taluq.

I am a Pillaimar Christian of Vadakangulam. We occupy the southern wing of the suit Church. The Nadars occupy the northern wing. This is the custom from 1875. I am 77 yrs. old. Before this church was built, i.e. before 1872 we were worshipping in another church. We were occupying different portions in it. The Pillaimars and Nadars never sat together in any church in Vadakangulam. Exhibit C is plan of the church, used before 1872. The Pillaimars and Nadars were sitting in it. The Pillaimars and Nadars contributing for building the church. There was an old church in the same site before 1855. It was demolished in 1855. It was in the form of a Cross. The Pillaimars were sitting in it in the front portion. And the Nadars behind them in a lower level. It was separated by a railing.

O.S.No.62 of 1910, 5th witness for plaintiff. Being solemnly affirmed by L Appadurai Aiyer deposes as follows:

My name is	Mirasu Michael Pillai
Father's name	Gnanaprakasam Pillai
Age	55 years
Caste	Vellalah Chrisitian
Profession	Pensioned Sub Asst. Surveyor
Religion	Roman Catholic
Residence	Vadakankulam, Nanguneri Tq.

I am a Pillaimar Christian of Vadakengulam. I am a Pensioner. I was subAsst. in Survey Department in Travancore. The southern wing of the suit church is used by us, and by Mudalies. The Nadans use the northern portion. This is the custom since the Church was consecrated in 1872. The building now used as a school was used as a church before 1872. In this also Pillaimars and Nadars were sitting in separate portions. The key of the church is kept by the Pillaimar catechist...... The Nadans cannot go to the altar. The Pillaimars alone assist the priest. There is a seperate sweeper for the southern wing of the Church. The Pillaimars pay him. The Nadans pay for the sweeper of the northern wing..........

Syrian Christians sometimes come and sit in the southern side. There is somebody to look into this. We don't go to churches where Christians of all castes line together. Thirtattoti is the cistern for Holy Water. The Baptism cistern is common to both. It is on the northern side. It is kept on the northern side as the Nadans cannot come to the southern side. Pillaimars go to the northern side when no service is held.

பின்னிணைப்பு 10

வெள்ளாளர் தொடுத்த வழக்கில் கௌசானல் அளித்த சாட்சியம்

In the Court of the Subordinate Judge at Tinneveli
The 21st day of September 1912.
Original Suit No.62 of 1910

9th witness for defendants being solemnly affirmed by L. Appadurai Aiyer deposes as follows:-

My name is	Reverend Father A.Caussanal
Name	A. Caussanal
Age	62 Years
Caste	European
Profession	Parish Priest
Religion	R.C. Church
Residence	Vadakangulam Village

I am 2nd defendant. I am the parish priest of Vadakangulam from 1907. I was Father Superior of Palamcottah from 1893 to 1905, I saw the suit church for the first time in 1907 when I went there as priest. I took from the Vadakangulam Parish records Exs. D&G. I did not find any other agreement in the Parish records. I did not find any other agreement of 1850 in the Parish records. Ex.F was given to plaintiffs in 1898 when I was Father Superior at Palamcottah. It was given in connection with a security case. I took Exs. V, XII & XIII from the Parish records. I also found Ex.XIX,XV. Exs XVI series are the diaries kept by Father Gregory. Ex.XVII is the census account kept by Father Gregory. The first page contains the names of villages composing the Parish. Ex.XIII is the census account of 1882 kept by Father Verdier in his own hand. I know his writing. Exs.XXX are catalogues giving the names of the priests who were in Vadakangulam. Ex. XX is the order of the Bishop passed in 1910. The Easter Thursday celebration is now done but not at much cost. Adoration of the Sacred Heart is celebrated. Corpus

Christi is celebrated. The feast of the Immaculate Conception is celebrated with great pomp. They are not mentioned in F. They are celebrated from 1896. The Vellalahs offerd the celebration of the festival of St. Michael on 29th September 1910. On 2nd Oct 1910 the Vellalahs who were bound to sing refused to sing. On 16th October the Vellalahs clapped hands and behaved in a disorderly manner. This was one month before the partition walls were removed. The partition walls had no foundation. On festival occasions the people used to come to the church in large numbers and the caste distinction was not then observed. Ex. IV was in the store room of Vadakangulam church.

Cross Exd. by plantiffs' Vakil: I allowed the festivals to be celebrated by the Nadars. After 1896 the Vellalahs celebrated these festivals. The Nadars were not allowed to take part in them. In 1907 the Nadars complained to me and asked my permission to allow them to take part. From 1907 to 1910, I was residing in Vadakangulam. I was going there occasionally. I don't know how the festivals were being carried on in the interval. In 1910 I went to Vadakangulam. The Bishop ordered me to allow Nadars to take part. The Vellalahs opposed. This led to disputes. The Nadars did not apply to me orally or in writing a month or two before the walls were removed to give them more accomodation. The walls were removed under the orders of the Bishop. He did not give any reason. I did not tell the Bishop that the accomodation for the Nadars was not sufficient. I was in the church when the Vellalahs created disturbance. The Pillaimars refused so sing after I allowed the Nadars to take part in the festival. I did not take any explanation from the Vellalahs. I made a report to the Bishop. On the strength of it Ex. XX a was passed. I was not asked by the Bishop to take any explanation from the Vellalahs before the order Ex .XX a. I don't know if any explanation was taken. I searched myself and found the papers produced on this case. The walls were about 2½ feet high when they were removed.

ReExamination: - I don't know if the Vellalahs or Nadars made any representation to the Bishop when the came to Vadakangulam. He stayed there for 3½ days in July 1910.

(sd) A.Caussanal S.J.

திருநெல்வேலி மாவட்டத் துணைநீதிமன்றம் வழங்கிய தீர்ப்பு

In the Court of the Subordinate Judge Tinnevelly

O.S.No.62 of 1910

Decree

This Court doth order & enjoin as follows:

That the Plaintiffs and the community of Pillaimars and Mudaliars represented by Plaintiffs alone are entitled to use for purposes of worship the southern wing of the Plaint Church described in the schedule given below and that defendants 3 to 14 and the community of Nadars represented by them have no right to enter into or use for worship the said Southern wing of the church.

That the Plaintiffs and the community of the Pillaimars alone are entitled to go to the altar, decorate it, assisst the priest during service and assist him in managing the affairs of the church and keep one of the keys of the church as laid down in the Exhibit of Dr Canoz namely Exhibit F.

That Defendants 3 to 14 and the Nadar Community be one and the same is hereby restrained by injunction from entering into the Southern wing of the Church or the altar.

That defendants 1 and 2 do rebuild within two months from this date the partition walls that existed in the church before Decemeber 1910 that is two walls marks AB & CD dotted green in the plan annexed to the plaint with the same dimensions as before each measuring 14 ft long 3 feet high and 3/4 foot thick with two pillars containing images on both the sides to the west of AB and CD, two staircases leading to the pulpit and parapet walls on both sides, each measuring 6½ feet long and 3½ feet to 6 feet high attached to the staircase and two walls marked EF and GD that is marked green in the aforesaid plan with the same dimensions as before each measuring 1 ft long 3½ ft high and one ft thick and that in defiant of construction of the same within two months from the date the Plaintiffs will be at liberty to apply to this Court to rebuild the aforesaid walls at their cost to recover the same from the 1st & 2nd defendants.

That defendants 1 to 14 pay to plaintiffs Rs,508.14.0 being the costs of suit and that the suit in respect of the other reliefs claimed in the plaint be one and the same is hereby dismissed.

Schedule

நாங்குநேரி தாலூகா பெருங்குடி கிராமம் வடக்கன் குளத்திலிருக்கும் கீழரத வீதிக்கும் சாமியார் பங்களா கம்பவுண்டு சுவருக்கும் வடக்கு மேலரதவீதிக்குக் கிழக்கு வடக்கு ரதவீதிக்கும் அ.ம. யாகப்பப் பிள்ளை வீட்டுக்கும் கன்னியாஸ்திரி மடத்துக்கும் தெற்கு வடகோடிய நாடாக்கள் மேலரதவீதிக்கும் மேற்கு இன்னான்கு எல்லைக்குட்பட்ட நாலு பக்கமும் கம்பவுண்டுக்குள்ளடங்கின கிழக்கே பார்த்த பெரிய கோவிலென்ற திருக்குடும்பத்தின் தேவாலயம்.

Plaintiff's cost

	Rs.
Stamp for Plaint	175.0.0
Do. for Vakalat	0.8.0
Do. for documents	3.8.0
Pleader's fee	150.0.0
Subsistance allowance for witnesses	46.12.0
Process fees	106.4.0
Stamp for petitions	4.0.0
Charges for publishing notices in the Gazetteer	22.14.0
	508.14.0

2nd Defendant's costs

	Rs.
Stamp for vakalat	0.8.0
Subsistance allowance for witnesses	54.4.0
Process fee	38.8.0
Stamp for documents	3.12.0
Stamp for petitions	8.8.0
Pleader's fee	150.0.0
	255.8.0

The other defendants have not put in statements of costs. Leave of action arose on 1-11-1910 and 22-11-1910 (sic)

Value of claim	Rs. 3000
Court Fees Paid	Rs. 175

18th December 1912

(Sd) Anandarama Ayer.

பின்னிணைப்பு 12

மாவட்ட நீதிமன்றத்தில் ஆயர் பர்தேயும், கௌசானலும் தாக்கல்செய்த மேல்முறையீட்டு மனு.

In the Court of the District Judge at Tinnevely

Appeal Suit No. 89 of 1913.

Between

1. Right Rev.J.M.Barthe S.J.
   Bishop of Trichinopoly
2. Rev.Father A.Caussanel S.J.
   Parish Priest, Vadakkankulam

Appellants
(மேல்முறையீட்டு வாதிகள்)

And

1. Kattalai Michael Pillai
2. G.S. Gnanaprakasam Pillai
3. T. Susaiya Pillai
4. Diraviya Mudaliyar
5. K.S. Susaiya Pillai
6. T. Savarimuthu Nadan
7. M.S. Susaimadurendra Nadan
8. V. Sinna Micheal Nadan
9. M.T. Mariya Micheal Nadan
10. T. Gnanaprakasam Nadan
11. Guru Anthony Nadan
12. Opadesi Pithali Nadan
13. Arulpitheli Nadan
14. Malai Yevuseni Nadan
15. Thoppu Gnanaprakasa Nadan
16. M. Yagappa Nadan
17. Pattapuram Rayappa Nadan

Respondents
(மேல்முறையீட்டு பிரதிவாதிகள்)

On appeal from the Court of the Subordinate Judge,
at Tinnevely.

In O.S. No.62 of 1910

ORIGINAL SUIT

BETWEEN

1. Kattalai Micheal Pillai
2. J.S. Gnanaprakasam Pillai
3. T. Susaiya Pillai
4. Dravia Mudaliar
5. K.S. Susiya Pillai

— Plaintiffs *(வாதிகள்)*

AND

1. Right Rev.J.M. Barthe S.J.
   Bishop Avl.
2. Rev.Father A. Caussanel S.J.
   Parish Priest
3. T. Savarimuthu Nadan
4. M.S. Susai Madurenthira Nadan
5. V. Sinna Micheal Nadan
6. M.T. Maria Micheal Nadan
7. T. GnanaPrakasa Nadan
8. Guru Anthoni Nadan
9. Opadesi Pitheli Nadan
10. Arul Pitheli Nadan
11. Malai Yevuseni Nadan
12. Thoppu Gnanaprakasa Nadan
13. M. Yagappa Nadan
14. Pattapuram Rayappa Nadan

Defendants
(பிரதிவாதிகள்)

MEMORANDUM OF APPEAL

Under Section 96 and Order 41, Rule 1, C.P.C.

1. 1st. Right Rev.J.M. Barthe S.J.
      Bishop of Trichinopoly
   2nd. Rev.Father A. Caussanel,
      Parish Priest, Vadakkankulam

— Appellants

The Address of the Appellants for Service of all notices and process is care of P.R. Vaidisvara Iyer and A. Sundara Sastrihal High Court Vakils Tinnevelly.

II. 1. Kattalai Michael Pillai, the 1st respondent is a land owner son of Mariyan Pillai and resides at Vadakkankulam, Nanguneri Taluq.

2. J.S. Gnanaprakasam Pillai, the 2nd respondent is a land owner, son of Susai Maryan Pillai and resides at Vadakkankulam, Nanguneri Taluq.

3. T. Susaiya Pillai, the 3rd respondent is a land-owner, son of T. Michael Pillai and resides at Vadakkankulam Nanguneri Taluq.

4. Diravia Mudaliar, the 4th respondent, is a land owner son of Savarimuthu Mudaliar and resides at Vadakkankulam, Nanguneri Taluq.

5. K.S. Susaiya Pillai, the 5th respondent is a land-owner, son of Sebasthian Pillai and resides at Vadakkankulam, Nanguneri Taluq.

6. T. Savarimuthu Nadan, the 6th respondent, is a land-owner, son of Thommakurusu Nadan and resides at Vadakkankulam, Nanguneri Taluq.

7. M.S. Susai Madurendra Nadar, the 7th respondent, is a teacher son of Mariya Savarimuthu Nadar and resides at Vadakkankulam, Nanguneri Taluq.

8. V. Sinna Michael Nadan, the 8th respondent, is a land-owner, son of Vyakulamuthu Nadan and resides at Vadakkankulam, Nanguneri Taluq.

9. M.T. Maria Micheal Nada, the 9th respondent is a land- owner, son of M. Thevasagayam Nadan and resides at Vadakankulam, Nanguneri Taluq.

10. T. Gnanaprakasa Nadan, the 10th respondent, is a land- owner, son of Thariya Gnanapragasa Nadan and resides at Vadakkankulan, Nanguneri Taluq.

11. Guru Anthoni Nadan, the 11th respondent, is a land owner, son of Guru Innasi Nadan and resides at Vadakkankulam, Nanguneri Taluq.

12. Opadesi Pitheli Nadan, the 12th respondent, is a catechist, son of Opadesi Yesuvadya Nadan and resides at Vadakkankulam, Nanguneri Taluq.

13. Arul Pitheli Nadan, the 13th respondent, is a land owner son of Arulanandham Nadan and resides at Vadakkankulam, Nanguneri Taluq.

14. Malai Yevuseny Nadan, the 14th respondent, is a land owner son of Malai Savarimuthu Nadan, and resides at Vadakkankulam, Nanguneri Taluq.

15. Thoppu Gnanaprakasa Nadan alias Pallikudathan, the 15th respondent, is a land owner son of Thoppu Gnanaprakasa Nadan and resides at Vadakkankulam, Nanguneri Taluq.

16. M. Yagappa Nadan, the 16th respondent, is a land owner son of Gnanaprakasa Nadan and resides at Vadakkankulam, Nanguneri Taluq.

17. Pattapuram Rayappa Nadan, the 17th respondent, is a land owner resides at Vadakkankulam, Nanguneri Taluq.

III. The appellants above named beg to appeal to this court against the Decree of the Subordinate Judge of Tinnevely dated 18th day of December

1912, in the above mentioned suit, in so far as the same is against them for the following among other reasons:-

1. The Decree of the Lower Court is contrary to law and the weight of evidence.

2. The Lower Court has misunderstood the position of the Roman Catholic Christians in relation to their Church, the Bishop and the Parish Priest.

3. The findings of the Lower Court, on all the issues in the case, are incorrect and unsound.

4. The Lower Court has erred in not considering separately the questions involved in each of the issues 2,3 & 4 and the evidence bearing on them.

5. The Lower Court has erred in holding that the claim of the plaintiffs in respect of the exclusive occupation of the southern portion of the Church and of doing Services in the Altar, was one of a civil nature and cognisable by a Civil Court.

6. The Lower Court should have held that none of the reliefs, claimed in the suit, was of a civil nature and that the suit should be dismissed entirely on that ground.

7. No member or class of the congregation has any legal right to have the exclusive occupation of any portion of the church either under Canon Law, Common Law or any usage having the force of law.

8. The allotment of places or seats in a church to the several members of the congregation either individually or as a class, is entirely in the discretion and under the authority of the Bishop and the Parish Priest and no member or class acquires a right in Law to the places so allotted.

9. The Bishop and the Parish Priest have the power to redistribute the seats or places at their discretion and their action cannot be questioned by the congregation.

10. The Lower Court has erred in not considering the powers of the Bishop and the Parish Priest in regard to the distribution of the seats, and generally in regard to the management of all the affairs of the Church.

11. The Lower Court has not assigned reasons for assuming that the plaintiffs have a proprietary right to the southern wing.

12. The Lower Court should have held that the Bishop supplied for the construction of the church the architect, the materials and the whole amount needed in cash while the plaintiffs and other communities contributed monthly some days of labour only. Their attempt to prove that they contributed money has wholly failed.

13. The propriety right in the church building, is legally vested in the Church itself as the juristic person, and its administration, in the Bishop and the

Parish Priest. Apart from the question as to whoever might contribute towards the cost, a building, when constructed and dedicated as church, becomes the property of the Church and is vested in the Bishop as trustee and administrator.

14. The Lower Court has misunderstood the Law and erred in holding that members of the congregation can acquire proprietary rights inside the Church.

15. The Lower Court has erred in holding that the Canon Law is not applicable to India.

16. The Lower Court should have held that the questions involved in the suit should be decided according to the Canon Law.

17. The Lower Court has erred in not considering the arguments advanced on behalf of the defendants or the decisions cited in support thereof.

18. The plaintiffs who profess the Roman Catholic Faith are bound in Law by the rules, regulations and doctrines held by the Roman Catholic Church, as regards their conduct inside the church.

19. The Lower Court should have held that the plaintiffs have no right to question the binding character of the said doctrines and regulations so long as they continue to be members of that Church.

20. Even assuming the Canon Law is not applicable the plaintiffs' claim is still unsustainable.

21. The plaintiffs' claim to exclusive occupation of the southern wing is in the nature of a dignity or honour and cannot be enforced in Law by a suit.

22. The allotment of the places or seats in a Church to particular persons or classes, is in the nature of a discretion exercised by the priest for the peaceful and efficient conduct of the service in the Church and no member of the congregation can acquire a right to have the said discretion continued in the same form.

23. The agreement of 1855 referred to is not proved and the Lower Court's finding that it was executed, is against the weight of evidence in the case. The references in Ex.M. and VI (a) and F. have been misunderstood by the Lower Court. There is no evidence that the Church was a party to it. It is not legally valid and binding.

24. The Lower Court has misunderstood Ex.F. and VI (a). Even if Ex.F. conferred any rights it was subject to the reservation noted at the foot thereof in French.

25. The Lower Court has misunderstood the footnote in French in Ex.F. and the translation thereof Ex.XI.

26. The Lower Court has erred in attaching undue weight to the fact that the Pillaimars and the Mudalies were seated in the southern wing for a

long time; such occupation does not confer any right on the occupants to that portion of the building or the place occupied.

27. The occupation has been only with the permission and in pursuance of the directions of the Bishop and the Parish Priest and cannot in any way create any right in the occupants hostile to the Bishop and the Priest. (sic)

28. The occupation of separate portions of the Church by the different castes cannot be regarded as usage having the force of Law.

29. Even if it should be regarded as evidence of custom it is invalid and unreasonable and thereof not enforceable.

30. No custom of separation of castes in the Church can be recognised as valid as it is obnoxious to the fundamental principles of the Church to which the parties belong.

31. The Lower Court has misunderstood the passages in the historical treatises regarding the treatment of caste distinction by the early Missionaries.

32. In the face of the decrees of the Pope contained in Ex XXVI series, the Lower Court should have discarded the observations in the said books and the conduct of the early missionaries as of no evidentiary value.

33. The Lower Court having conceded in para 8 of the judgement that assisting the priest is also one of the matters not cognisable by the Civil Court, has erred, in the concluding portion of para 60 in including the same as one of the reliefs awardable to the plaintiffs in this suit.

34. The Parish Priest's discretion to employ such assistants as he thinks fit and proper cannot be controlled by any member of the congregation. The Lower Court should, in any event, have refused to grant this relief to the plaintiffs.

35. The Lower Court has erred in holding, that a suit, for declaration and injunction, is maintainable on the facts of this case.

36. On the finding of the Lower Court, that the plaintiffs have a propriety right for the southern wing and the plaintiffs being admittedly out of possession, the Lower Court should have held that the suit was not maintainable without a prayer for possession. bothe

37. The Lower Court should have held the suit not sustainable on the ground that all persons having an interest have not been made parties.

38. The plaintiffs represent only two communities viz Vellalas and Mudalies while admittedly there are members of many other castes who have been sitting with them and who according to the plaintiffs are entitled to sit with them. Such persons have not been made parties to the suit. The plaintiffs, as at present represented, are not by themselves entitled to the exclusive reliefs claimed by them and the Lower Court should have dismissed the suit on that ground.

39. The defendants 3 to 14 are sued as representing only the Shannar caste, while there are other castes who are entitled to attend the Church and whom also the plaintiffs seek to exclude. The plaintiffs have not made them parties and yet the relief claimed is wide enough to exclude all.

40. The Lower Court has failed to consider that the plaintiffs' failure to implead the necessary parties is such a defect in the frame of the suit as to entail its dismissal.

41. The Lower Court has failed to consider that the decree in the suit is ineffectual, as against those not represented in the suit and would lead only to a multiplicity of suits.

42. The Lower Court has erred in refusing to add as parties the several persons who made application for the same.

43. The Lower Court has erred in not considering the 5th issue properly. The issue as entered in the Judgement is not correct. The issue raised was one of nonjoinder and not misjoinder and the real issue has not been considered by the Lower Court.

44. The Lower Court has not properly appreciated the evidence in the case, oral and documentary.

45. Ex.E. has not been satisfactorily proved and the Lower Court erred in relying on its contents.

46. Ex.G. has been completely misunderstood.

47. The Lower Court erred in referring to Dr.Faisandier's memorandum in Ex.XVI as it was not exhibited in evidence. The original memorandum is not in the book and the translation found thereon has not been proved to be correct. The foot note by Father Faseuille was the only passage exhibited as Ex.XVI and the other portion of that book is not evidence in the case. Even if it should be treated as evidence in the case it does not help the plaintiffs.

48. Ex.Q. should not have been admitted in evidence as the 2nd defendant while in the witness box, was not confronted with it and given an opportunity to explain any portion of it on which the plaintiffs relied.

49. The Lower Court has erred in refusing to admit evidence as to the practice prevailing in other Roman Catholic Churches in regard to persons of several castes sitting together during service in the Church.

50. The decretal portion in the Judgement is vague and indefinite. The decree has been drawn so as to award larger reliefs than claimed in the plaint.

51. The decree is, in some respects, unintelligible, unworkable and impracticable.

52. The Lower Court has erred in granting the Injunction in terms not possible to be observed in practice.

MEMO OF VALUATION

Value as fixed in the plaint for injuction is (For the reliefs)	Rs.3000-0-0
Court fee thereon	Rs. 175-0-0
For which stamp is herewith produced.	
Jurisdiction value	Rs.3000-0-0

Schedule

நாங்குனேரித் தாலுகா பெருங்குடி கிறாமம் வடக்கன் குளத்திலிருக்கும் கீழரதவீதிக்கும் சாமியார் பங்களா கம்ப வுண்டு சுவருக்கும் வடக்கு; மேலரத வீதிக்கும் கிழக்கு; வடக்கு ரத வீதிக்கும் அ.ம. யாகப்பபிள்ளை வீட்டுக்கும் கன்னியாஸ்திரி மடத்துக்கும் தெற்கு; தென்வடலோடிய நாடாக்கள் மேலத் தெருவுக்கும் மேற்கு; இந்நாங்கு எல்கைக்குள்பட்ட நாலு பக்கமும் கம்பவுண்டுக்குள்ளடங்கிய கிழக்கே பார்த்த பெரிய கோவில் என்ற திருக்குடும்பத் தேவாலயம்,

(sd) A. Sundara Sastrigal
(sd) P.R.Vaideesvaran

(True copy)

-3-1913. Vakils for appellants.

பின்னிணைப்பு 13

மாவட்ட நீதிமன்றம் வழங்கிய தீர்ப்பு

மாவட்டத் துணை நீதிமன்றம் வெள்ளாளர்களுக்குச் சாதகமாக வழங்கிய தீர்ப்பைத் தள்ளுபடி செய்து மாவட்ட நீதிபதி வழங்கிய தீர்ப்பு.

IN THE COURT OF THE DISTRICT JUDGE AT TINNEVELLY

Present: D.G. Waller Esq., Ag. District Judge
Wednesday, the 22nd day of October 1913
APPEAL SUIT No. 89 of 1913

BETWEEN

1. Right Rev.J.M. Barthe S.J.,
   Bishop of Trichinopoly.

2. Rev Father A.Caussanel S.J.,
   Parish Priest, Vadakkankulam.

— Appellants

And

1. Kattalai Micheal Pillai
2. G.S. Gnanaprakasam Pillai
3. T. Susaya Pillai
4. Dravia Mudaliar
5. K.S. Susaya Pillai
6. T. Savarimuthu Nadan
7. M.S. Susaimadurendra Nadan
8. V. Sinna Michael Nadan
9. M.T. Maria Michael Nadan
10. I. Gnanaprakasa Nadan
11. Guru Anthoni Nadan
12. Opadesi Pithalai Nadan
13. Arulpitheli Nadan
14. Malaiyevusani Nadan
15. Thoppu Gnanaprakasa Nadan
16. M. Yagappa Nadan
17. Pattapuram Rayappa Nadan

— Respondents

On appeal from the decree of the Court of the Subordinate Judge of Tinnevelly dated the 18th day of December 1912, and made in

ORIGINAL SUIT

BETWEEN

1. Kattalai Michael Pillai
2. G.S. Gnanaprakasam Pillai
3. T. Susai Pillai — Plaintiffs
4. Dravia Mudaliar
5. K.S. Susai Pillai

And

1. Right Rev. J.M. Barthe S.J., Bishop
2. Rev.Father A. Caussanel S.J., Parish Priest
3. I. Savarimuthu Nadan
4. M.S. Susaimadurendra Nadan
5. V. Sinna Michael Nadan
6. M.T. Maria Michael Nadan
7. I. Gnanaprakasa Nadan — Defendants
8. Guru Anthoni Nadan
9. Opadesi Pitheli Nadan
10. Arulpitheli Nadan
11. Malaiyevuseni Nadan
12. Thoppu Gnanaprakasa Nadan
13. M. Yagappa Nadan
14. Pattapuram Rayappa Nadan

This appeal having been heard on the 30th day of September and 1st day of October 1913 in the presence of Mr.T.W. Barton Counsel and Messers P.R. Vaidiswara Iyer and A.Sundara Sastrihal Vakils for appelants and Messers V. Rangachariyar and N. Doraiswami Pillai Vakils for respondents 1 to 5 and Mr.K.W. Sankara Iyer Vakil for respondents 6,7,8 and 10 to 17 and 9th respondent not appearing either in person or by Vakil and having stood over to this day for consideration, the court delivered the following judgement:-

I. An Appeal by 1st and 2nd defendants respectively the Roman Catholic Bishop of Trichinopoly and the Parish Priest of Vadakkankulam - against the decision of the Subordinate Judge, Tinnevelly, in O.S.No.62 of 1910. The suit arises out of one of those caste disputes for which this District has acquired an unhappy notoriety. Plaintiffs, though they profess and call themselves Christians, claim as against defendants 3 to 14, who are fellow-Christians, certain rights which differ in no essential particular from those enforced by the higher caste Hindus against the Nadars in the well-known Kamudi suit. I say advisedly that they differ in no essential particular, for, undoubtedly, the underlying ground on which plaintiffs rest their right to exclude 3rd to 14 th defendants is superiority of caste. In doing so, they, of course, raise pleas of custom, prescription, binding agreement and so forth, but running through all these is plainly to be seen the claim of caste privileges.

II. The history of this long-standing quarrel has been set forth in great detail and at considerable length by the Lower Court, and it will be unnecessary for me to do more than refer to the critical stages in it. The earliest of these may be taken as the year 1855. There was, no doubt, a dispute before that time, it was then that the foundation stone of the parish church was laid and it is with this building that the present litigation is particularly concerned. The influence exercised by the caste-dispute on its design is evidenced by certain architectural features that make the building unique among christian churches.

What the original design was may be seen from Exhibit IV, which I agree with the Lower Court in accepting as the genuine model. It provided in effect for a church with 2 naves and one common altar. The right nave is generally described as the South Church, and the left nave as the North Church. These naves do not run parallel to one another from the altar but diverge from it at an angle of some 45 to 50 degrees. This very unusual plan was evidently the result of an arrangement, by which the superior castes (now represented by plaintiffs) were to occupy the south nave and the inferior castes (now represented by defendants 3 to 14) were confined to the north nave. The arrangement is said by plaintiffs to have been embodied in a stamped agreement. No such agreement is forthcoming, but it is clear that - whether stamped or not some agreement had been come to as to the separation of castes, for it is repeatedly refferred to in documents of subequent dates.

The building was as I have already stated begun in 1855 and was finished in 1872. If I am to judge from Ex.IV, it was no part of the original design that dividing walls were to be built down the middle of the church between the two diverging naves. Such walls were, however, at some subsequent period incorporated in it and erected, probably in 1872. Their height up till 1880 when it was reduced, was about 5½ feet and they formed a sort of tunnel, through which the preacher approached the pulpit. In 1872, the Church was consecrated by Bishop Canoz, who subsequently issued to the congregation a decree, which has been exhibited as Ex. VI (a). He there referred to an agreement by which the castes had been segregated in the 2 separate naves and confirmed it. In addition, he laid down certain rules as to other points of ceremonial and church business, with which we are not now concerned. It would appear that the Nadars did not accept this decree and refused to receive Sacraments till 1877. In the interval, they and the Vellalas were engaged in civil and criminal litigation, but were reconciled by the priest in 1876. In 1877 Bishop Canoz issued another decree (Exhibit F) confirming this settlement and allowing certain extended privileges to the Nadars, but still maintaining the separation of the castes in church. It may be as well to note here that, in communicating this decree, he expressly reserved full authority to alter it should he see fit to do So.

Nothing further occurred till 1896. In that year, 1st defendant, the present Bishop, issued a decree confirming Ex.F., extending further concessions to the Nadars, and again as I understand it, reserving the power to make subsequent changes. In 1898 there was further litigation, but nothing critical occurred till 1910, when 2nd defendant had become the Parish Priest. The Vellalas then began to give trouble and refused to obey the decree of 1896. A report was made to 1st defendant, who issued another decree Exhibit XX(a) which has given rise to the present suit. Being satisfied of the inadmisablity of conceding any further caste privileges which might, as he observes, "be invoked by the interested party not as a concession, but as a right," he proceeded to cancel his predecessor's decree of 1877 and his own of 1896. The result of such cancellation was, of course, to abolish all the privileges conceded to both parties and to place them in the position of absolute equality, which cannot but be conceded to be normal rule in Christian churches. The walls dividing the castes and invidiously distingushing them from one another were, as a natural consequence, demolished.

III. Plaintiffs thereupon filed their present suit. The reliefs they asked for were these:

1. To declare and decree that the plaintiffs and their party the high cas te christians are alone entitled to the southern church and the 3rd defendant and others and their party the low caste christians have no right to enter the said church.

(a) To issue a permanant injunction restraining 3rd defendant and others from entering the southern side church and altar and also restraining 1st and 2nd defendants from allowing them to so enter.

(b) And to declare that the plaintiffs and Mudalimars are exclusively entitled to the other rights which have accrued to them in accordance with the terms of the decree (Epistle) issued by the Bishop in May 1877 referred to in para 13 of the plaint, that is, that the Pillais and Mudalies are entitled to the southern portion of the church, to assist at the services in altars, to decorate all the altars, to safeguard all the properties belonging to the church, to manage all the affairs of the church, to say the preparatory prayers for the confession and to sing Latin and Tamil songs on all days except those that have been allotted to the Nadars in the said decree.

And also to declare that the plaintiffs and their section alone are entitled to receive the holy flag from the priest which is to be hoisted on the festival day, to remove the images from their places to be taken around on cars and chapparams during festival days and to replace them in their respective places.

To declare that the plaintiffs and their parties alone are exclusively entitled to keep in their custody the keys of the church, to open and close the church, to ring the bells, to receive prayers first, and similar rights, and to issue a permanent injunction to the defendants restraining from varying, modifying, adding to, or subtracting from any or all of the said provisions.

(c) To declare that the defendants 3 to 14 and their party have no right whatever to carry palanquin procession on mariage occasions through the streets of the plaintiffs and their party and to issue a permanent injunction restraining them from doing so.

2. To issue a mandatory injunction to the defendants that the said defendants do rebuild, within a time appointed by court, the partition walls marked A, B, C, D in the plan and dotted green in the same place and with the same dimensions as before, that is, two walls 14 feet long, 3 feet high and ¾ feet thick and marked E, F, G, H in the plan and dotted green in the same place and with the same dimensions as before, that is, two walls 7 feet long, 3½ feet high and 1 foot thick; that, in case the defendants do disobey the said order and do not erect the said walls within the appointed time, to order that the same may be executed through the court at the cost of the defendants.

IV. The Lower Court found, in my opinion quite rightly, that many of the reliefs prayed for related to rights which could not properly be described as being of a civil nature. That claimed in 1(c) as to marriage processions is not even to be found in Exhibit F, which plaintiffs regard as the contract on which their claims are founded.

What, in the result, was actually decreed will be found in paras I to IV of the decree, and it is only to them that the appeal relates. The material part of the decree runs as follows:

(1) That the plaintiffs and the community of Pillaimars and Mudaliars represented by plaintiffs are alone entitled to use for purposes of worship the southern wing of the plaint church described in the schedule given below and that defendants 3 to 14 and the community of Nadars represented by them have no right to enter into or use for worship the said southern wing of the church.

(2) That the plaintiffs and the community of Pillaimars alone are entitled to go near the altar, decorate it and assist the priest during service and assist him in managing affairs of the Church and keep one of the keys of the church as laid down in the Epistle of Dr.Canoz, namely Exhibit F.

(3) That defendants 3 to 14 and the Nadar community be and the same hereby restrained by injunction from entering into the southern wing of the church or the altar.

(4) That defendants 1 and 2 do rebuild within two months from this date the partition walls that existed in the church before December 1910, that is, two walls marked AB and CD dotted green in the plan annexed to the plaint with the same dimensions as before each measuring 14 feet long 3 feet high and ¾ foot thick with two pillars containing images on both the sides to the west of AB and CD, two staircases leading to the pulpit and parapet walls on both the sides, each measuring 6½ feet long and 3½ feet to 6 feet high

attached to the staircase and two walls marked EF and GH and marked green in the aforesaid plan with the same dimensions as before, each measuring 7 feet long 3½ feet high and 1 foot thick, and that in default of construction of the same within two months from this date the plaintiffs will be at liberty to apply to this court to build the aforesaid walls at their cost and to recover the same from the 1st and 2nd defendants.

V. It is somewhat difficult to understand how the Lower Court has been able to differentiate some of the privileges decreed in para 2 from others of a similar nature which it has, on quite proper grounds, disallowed. An exclusive right to decorate the altar is, to my mind obviously, a mere ceremonial privilege. And as it is not connected with any office or any other civil right it cannot be sued for.The right, again, to assist the priest during service was expressely declared by the Lower Court in Para 8 of its judgement to be one not of a civil nature, and it is not apparent why it was included in the decree. The exclusive right also claimed to assist him in managing the affairs of the Church is no better founded. It is a claim to an honour or dignity unconnected with any office, of which a Civil Court cannot take cognizance. Apart from such an objection, it is far too wide and indefinite to be embodied in a declaration, and is altogether inconsistent with certain rights of management vested in the Nadars by Exhibit F, the document on which plaintiffs entirely base their titles.

As to the right to keep one of the keys of the Church, which is supposed to have been conferred on plaintiffs by Exhibit F, I can find no express reference to it in that document and even plaintiff's own evidence would seem to show that the custody of the key is attached to the office of Sacristan or Catechist.

VI. The reliefs allowed in para (2) of the decree (except that relating to exclusion from the altar) are not very strenously defended by plaintiff's Pleader, and I think that they should not have been decreed. The main contest is confined - and I will now confine myself to the right claimed by the Vellalas to exclude the Nadars from the southern nave and from the altar.

The right to exclude Nadars from the altar is certainly set up in para 20 of the plaint (vide section 1(a)). The Lower Court is of opinion that the claim comes within the cognizance of a Civil Court as involving a right to property. That opinion, I need not, in this particular instance, discuss, for the relief claimed and allowed seems to me to go far beyond anything that is conceded by Exhibit F. In their plaint, plaintifs have given what seems to me a somewhat exaggerated statement of the privileges accorded to them by that document. Even there, they assert no more than an exclusive right to decorate the altar and to assist at Mass (which, I take it, implies a right of approach to the altar). These claims have already been found to be merely pretentions to ceremonial honors, unconnected with office and, as such, outside the scope of a civil action. Apart from them, no general right to exclude Nadars from the altar is conceded by Ex. F. and no such right should have been decreed; for Ex. F. forms the basis of plaintiff's case, and I do not understand them to claim anything that is not included in it.

VII. I would therefore disallow the unrestricted right that has been decreed of excluding the Nadars from the altar. Next and last comes the claim to exclude them from the southern church during service. Para 1 of the decree describes the right claimed and allowed correctly, but the injunction granted in para 3 states it in terms that are far too wide.

The Lower Court regards this, also, as a claim involving a right to property. Appellants contend that it like all the other claims is no more than an assertion of right to ceremonial pre- cedence unconnected with any office. There are numerous authorities showing that claims of such a description are not cognizable by civil courts. They are well known and I need not cite them. The law on the point is quite clear and all that has to be decided is whether plaintiffs claim does or does not involve anything in the nature of a civil right; bearing in mind the dictum in Madras Weekly Notes 1913 page 289, that Courts should discourage as far as possible the attempts of civil litigants to contest disputes about honours and dignities in Court of Law.

It must be and, indeed, is conceded that plaintiffs can claim no proprietary interest in the Church. For it is plain that, under the Canon Law which is applicable to the parties in matters of this nature, a building once dedicated "in sacros usus" becomes the property of the Church. What, in effect, is claimed by plaintiffs is not so much a right to worship in the church, which is obviously a civil right and is not denied them, as a right to exclude persons of lower caste from a particular part of it at certain times. Plaintiffs own pettitions to the Bishop shew with perfect clearness that what they have throughout been seeking is a recognition of their caste priveleges. In these they refer to attempts "to lower the prestige of our caste", to "which we are entitled by the superiority of our caste" and to the extinction of "our superiority and the Nadars' inferiority" by seating them both on the same level in the new Church.

Essentially, therefore, plaintiffs' claim is to precedence quite unconnected with any office in the Church. It happens, no doubt, to include in it a claim to exclusive occupation of a certain portion of the church at certain times, but that does not seem to me to affect materially its intrinsic character. For it is the exclusive occupation itself that constitutes the honour sued for.

The two cases in Bombay VII and Madras 31, on which plaintiffs rely, do, of course, show that courts in India have decreed the right of superior castes to exclude inferior castes from worship. But they are distinguishable as referring to Hindu temples. The right of separation claimed in them was thought by the Privy Council to rest on something that was not merely accidental or voluntary, but was deeper than either. Obviously, I think a civil right is involved in a case where a breach of the right of separate worship causes pollution and renders purification necessary. But, between Christians in a Christian Church, no such question can arise.

Plaintiffs as I have observed cannot and do not claim a proprietary interest in the church; no office is attached to the precedence they seek to be recognised; and no question of pollution can arise between them and the Nadars qua Christians. It seems to me to follow that, their claim is a naked claim to honours involving no civil right of any kind. I would, consequently, dismiss their suit on this ground alone. Other grounds have, however, been put forward and discussed at considerable length, which I will now proceed to deal with.

VIII. Assuming for the moment that plaintiffs are claiming a civil right, the question next arises as to the manner in which that right has accrued to them. The Lower Court would first of all, give them a proprietary interest in the Church, which they do not themselves claim. In their plaint they themselves base their right on 'title' which I take to be a title under Ex. F. and on "prescription and enjoyment". The Lower Court's finding is that they have acquired legal rights by virtue of a "long-standing custom and in accordance with an agreement." The agreement is not specified, but I understand the reference to be to Ex. F.

The title claimed by prescription and custom has now been abandoned by plaintiffs' pleader. The question of prescription does not arise and the custom relied on is plainly invalid as such. To be valid a custom must be reasonable and be shown not to have originated in a license. It cannot be contended that the custom here set up is anything but prima facie unreasonable as between Christians in a Christian place of worship and its origin can be traced to a license from Ecclesiastical authority, by which it would appear to be revocable.

IX. Plaintiffs now fall back upon a title accruing by adverse enjoyment and under Exhibit F. The title by enjoyment seems to me to be open to the same objection as that arising from custom, that is to say, orgin in a license. I will therefore confine myself to Exhibit F., which is the real foundation of plaintiffs' claim. They wish it to be regarded as a binding contract, the other party contending that it is merely a revocable concession.

Anything in terms so little like a contract it would be difficult to imagine. In terms and in effect Exhibit F is the decree of a Bishop laying down certain rules for the observance of a particular congregation. It, no doubt refers to and sanctions a previous agreement between the contending castes, but it seems to me clear that agreement was not considered by the parties themselves to have any validity without such sanction. One indeed of plaintiffs' witness (5th plaintiff's witness) in a passage in his evidence describes it as a "petition". The conduct of the contestants from 1848 shows that their position throughout was that the seperation of the castes was a matter to be settled ultimately by the Bishop. In that year (vide Exhibit XXII (a)) they approached Bishop Canoz on the subject. In 1855 the plan of the church was evidently settled by the priest. Before and after its conscration in 1872, they sent pettitions (Vinnappams) to the Bishop on this and kindred subjects (vide Exhibit E Series, M and VI) and his orders on them are to be found in his decree of 1872 [Exhibit VI (a)]. In 1875 the Vellalahs sent a pettition acknowledging their submission to exhibit

VI(a) with a prayer that no more concessions should be made to the Nadars and that they might be seperated from them forever. In 1876 they requested the Bishop to effect a settlement, and in 1877 the Nadars pettitioned him by Exhibit VII to confirm a settlement effected by the Parish Priest. In response to these requests, Exhibit F was promulgated. It is, as I have already pointed out in terms and in effect an episcopal decree; and to call a document, couched in such terms and issued in response to requests for orders, a contract, is an obvious misdescription.

X. The correct view of Exhibit F, in my opinion, is that, it is not a contract binding on all the parties concerned in it, but an episcopal decree, in which the Bishop expressly reserved his authority to make subsequent modifications. The matters with which it deals are points of ecclesiastical administration, in regard to which plaintiffs could, under the law applicable to the parties, acquire no civil rights whatever.

The Law applicable to the parties is clearly the Canon Law of the Roman Catholic Church. Plaintiffs contend that it is binding on the laity only so far as they have expressly agreed to be bound by it. This seems to me an obvious error. Every professing member of a church must be taken to have bound himself by implication to follow its doctorines and to bow to its discipline; and courts of law will undoubtedly enforce them against him in what I may call domestic matters, with, ofcourse, a reservation that they will refuse to do so in cases where the Law of Church conflicts with the Law of the country.

The position of courts towards religious bodies not established by law in a country like India has been laid down in two leading cases - Bishop of Natal versus Gladstone and Long Versus Bishop of Cape town. The rule is stated in the former case as follows: "If any number of persons, either in England or in any of its dependencies, associate themselves together, professing to follow a particular religion, not being the religion of the state, the court must, when applied to, enquire what the doctorines and disciplines of that Church are and must then enforce obedience to them accordingly". Such persons are, in other words, regarded as forming a voluntary association and the rules adopted by such an association will be binding on those who "expressly or by implication have assented to them". Plaintiffs are professing members of the Roman Catholic Church and must be taken to have assented by implication to follow its doctorines and obey its discipline. And this court must enforce that discipline against them so far as it can be asertained to bear on the matters now in dispute. Their contention, as I understand it, is that they have contracted themselves out of it by Ex. F. But it seems to me clear, from the cases quoted above, that a court, when applied to, will not enquire what are the peculiar opinions and practices of a particular congregation, but will asertain and enforce the general Law of the Church to which the parties profess to belong.

XI. The matters in dispute relates to the conduct of worship and the allocation of sittings in the plaint church, and to the general management of its affairs. I do not doubt that, under the Canon Law, the Parish Priest, subject to the control of the Bishop, has absolute discretion to deal with them; in fact, to arrange for the conduct of the services, to allocate seats and to appoint such persons as he may think fit to assist him in the services of the church and in the management of its affairs. And I do not think that, anything that he does or allows to be done, in the exercise of these powers, can be the origin of a civil right in any member of the congregation.

This position seems to me, prima facie, unassailable and defendants support it by a number of Exhibits showing what the Canon Law is on these points. They are Exhibit IX (b) and (c), X(a) and XXVI (a). These are all authoritative pronouncements and I do not understand plaintiffs to contend that, they do not embody a correct statement of the Canon Law.

XII. It is clear from these Exhibits that the conduct of the services and allocation of seats in the church are matters entirely in the discretion of the Parish Priest, subject to the control of the Bishop. Any orders that they may pass, in the exercise of that discretion even if they confirm agreements arranged between contending claimants - can confer no irrevocable rights on the contestants. And even if authority had not expressly been reserved in Exhibit F, there can be no doubt that, 1st defendant had absolute power in 1910 to revoke his own and his predecessor's decrees.

The law as to sittings is substantially that of the established Church in England. Sittings there are at the disposal of the incumbent and no title can be acquired by occupation. The only exception being in the case of Parish Churches, where a title can be made out as annexed to a messuage in the Parish, but not otherwise.

XIII. The finding therefore must be that plaintiffs have acquired no civil right under Exhibit F and on that finding the suit fails.

Much has been said in the Lower Court's judgement and a little here about the attitude of the Roman Catholic Church towards caste as it exists in India. A more accurate description would, I think be the attitude of the Jesuit Mission in Madura. The position of the Church itself is perfectly clear. It acquiesced with regret in the practices of the Mission and tolerated them merely as a provisional measure, distinctly reserving to itself the right to insist on equality, as the doctrines and spirit of Christianity became better understood [vide Exhibit 26 (b)]

Plaintiffs rely on a decree of Pius IX in 1857 (Exhibit.J.1). That, as I read it, is no more than a very guarded expression of opinion on the distinction sought to be made by de-Nobili between the social and religious aspects of caste. I need not consider whether there can be any reality, in India at any rate, in such a distinction. For it is quite clear that the seperation of castes in worship cannot be regarded as merely a manifestation of the social aspect of the caste-system. And it was only on their social side that the Pope accorded any degree of approval to de-Nobili's practices.

XIV. In the result, I dismiss the suit with the costs of 1st and 2nd defendants throughout. Defendants III to XIV have put in a memorandum of objections. Their proper course would have been to file a cross-appeal. In the light, however, of the rulings reported in 26 Calcutta, page 114, and 25 Allahabad, page 95, I consider that their objections may be taken into consideration. On the same grounds as those on which the appeal has been allowed, I allow the Memorandum of objections with costs.

Pronounced by me in open Court this 22nd day of October 1913.

(signed) D.G.WALLER,
Ag. District Judge.

(True copy)

RANGA AIYAAR,
Superintendent

பின்னிணைப்பு 14

சென்னை உயர்நீதி மன்றம் வழங்கிய தீர்ப்பு

PART XII - The Madras Law Journal Reports
IN THE HIGH COURT OF JUDICATURE AT MADRAS.

Present: Mr. Justice Sadasiva Aiyar and Mr. Justice Napier Kattalai Michael Pillai and others: Appellants
(Plaintiffs Nos.1 to 3 and 5)
VS
Right Reverend J. M. Barthe, S.J.,

Bishop of Trichinoply, and others. Respondents Defendants:

Religious Endowment-Roman Catholics-Church-Right to prevent a class to enter a portion of Church-customary right unknown to the authority of Bishop-Canon Law, sole authority-cannot be altered by agreement by members, or custom-caste cannot be recognised as corporation among Christians-Agreement between castes binding only an actual parties.

Where a section of Roman Catholics in a particular locality claiming to be high caste Christians sought to prevent another section from entering upon or occupying a portion of the Church premises where they claimed to have the exclusive right of being seated and of partaking in the ceremonies conducted there notwithstanding the order of the Bishop that there should be no such distinctions in the Church.

Held that under the rules of the Canon Law which must govern the matter, the Bishop's authority (subject to control from higher Church authorities) was supreme and the plaintiffs could not question it.

Per Napier, J.: The right claimed is inadmissible as a customary right, a right of that character being unknown to law.

Per Curiam: Church buildings as soon as they are consecrated become vested in the Pope for the worship of God according to the tenets of the Roman Catholic Church and no Bishop can bind the Church or his own successor by any agreement of his relating to Church property.

Per Napier, J. :— The Canon Law is the sole guiding authority the as to the rules binding on the congregation as members of the Roman Catholic Church and the congregation of a particular locality cannot by an agreement between themselves seek to derogate from the authority of the rulers of the Church as conferred by that law.

Per Sadasiva Aiyar, J: — Castes as distinct corporations in the way in which they are understood among Hindus, cannot be recognised among Christians and as such an agreement purporting to be between two castes can be binding only on the actual parties to the agreement.

Second appeal against the decree of the District Court of Tinnevelly in Appeal Suit No.89 of 1913, preferred against the decree of the Court of the Subordinate Judge of Tinnevelly in Original Suit No.62 of 1910.

T. Rangachariar, V.S. Govindacharian and V.S. Kallabhiram Aiyanagar for Appellants.

W. Barton for Respondents.

The Court delivered the following

Judgements: -*Napier*, J.: This is an appeal from an appellate decree of the District Court of Tinnevelly dismissing a suit brought by five Roman Catholic Vellalas as representatives of the Pillais and Mudalis of Vaddakankulam against the Roman Catholic Bishop of Trichinopoly, the Parish Priest of Vaddankankulam and certain Shanan Roman Catholics the last being sued as representatives of the Nadars, asking for certain reliefs in connection with the Holy Family Church situated in the above village. The reliefs may be grouped as follows: -

1. A mandatory injection to re-erect walls between what are called the two churches in the above Church, the cause of action being the obstructing of the Plaintiffs' right, the obtaining an order under S.144 of Code of Criminal Procedure, and the demolition of the walls, all in November 1910.

2. A declaration that the ownership of the alleged Southern Church is vested only in the so called high caste Christians of the plaintiffs *vagaira*.

3. A declaration of the right of the plaintiffs *vagaira* alone to enter it and an order restraining other so called low caste Christians of the *vagaira* of the defendants 3 to 14 from entering it.

4. An order restraining the latter from entering the altar and other *peetams* and restraining the Bishop and the Parish Priest from allowing them to do so. (The phrase 'entering the altar' is meaningless. Altar is probably used for Chancel).

5. A declaration of the sole right of the Pillais, Mudalis and so called high caste Christians to perform services at the altar and join in the service of the congregation except on certain days.

6. A declaration of their sole right to conduct certain processions, have custody of the sacred images, and keys of the Church, ring the bell, etc.

7. A declaration that the *vagaira* of defendants 3 to 14 have no right to go in procession in palanquins in marriages through the streets inhabited by the plaintiffs and asking for appropriate injunctions in respect of the above declarations. The last claim was not argued before us; but the others were pressed by Mr. Ranga Chariar on the grounds of agreement and custom. It has been a little difficult to ascertain the extent of the claims as the learned Vakil was naturally not familiar with the meaning of the words 'altar' and 'pulpit' and with the nature of the ceremonial and observances of the Catholic Church. He has, however, pressed those parts of the claim as have reference to the ritual as strongly as those connected with the exclusive rights in the so called southern Church, and the custody of the whole fabric. The Bishop in his written statement has claimed that the Church fabric and site is vested in himself in trust for sacred uses and has asserted the sole right of himself and the Vicar to regulate the accommodation inside, to prescribe the part to be taken by the congregation in the services, and the ceremonies, has denied that any exclusive right or privilege can be claimed by members of any community, and has alleged that the so called agreements have only been concessions which he thought fit to withdraw. The Subordinate Judge who tried the case has in a judgement composed chicfly of long extracts from exhibits, sometimes inaccurately quoted, given certain rclicfs which as already stated have been set aside in appeal. In arguing his case Mr. Rangachariar has relied on a Bill issued by Pope Gregory XV in 1623 recognising caste distinctions and has invited an expression from the Court as to the existence of these rights. Speaking for myself I do not propose to express any opinion on so broad a subject. which has not been thoroughly argued before us and, in my opinion, does not arise. Whether the Courts have power to give declarations as between different classes of His Majesty's subjects on such matters and whether any action can be founded on a disregard of such rights save as they arise out of trusts are questions on which I have serious doubts; but these doubts need not be resolved here. What we have to decide is a narrower question namely whether by agreement or caste custom a Roman Catholic can claim exclusive privileges for his caste inside a Church against the directions of the Bishop having authority over that Church. I have had some difficulty in ascertaining from Mr. Rangachariar the legal nature of the rights claimed. He did not press his claim to the ownership of any part of the site of the Church but he put his claim as a customary right to deal with immovable property - "dealing with" covering the exercise of any exclusive privilege within the Church premises. Unfortunately he did not assist us by referring to any authorities on the subject of customary rights in *alieno solo* and indeed English Law furnishes no precedent for a claim so wide as this. Such customary rights as are recognised, of which there are many examples in the text books, have one feature in common, namely, that however large the community enjoying them and however frequent the exercise of the right they never amount to a continuous

and complete deprivation of the owner of the soil of his natural exclusive right of user. Here the plaintiffs claim an exclusive right of user of a portion of the Church on all occasions when the Church is used, not, it is true, to the exclusion of the owner but to the complete exclusion of the owner's licensees. Again the custom on which the claim is based is not one arising out of and confined to the exercise in the particular land or tenement. On the contrary it is a so called caste right in *personam* of application at all times and everywhere which the plaintiffs claim to enforce when in occupation of the tenement. I can find no precedent for any such claim. Whether the customary right be a profit a *prendre* or a right of unprofitable user such as to hold a fair or play games in a particular close, the custom has arisen in the close and has no other origin. Lastly the alleged customary right can only have been associated with this particular tenement since the construction of the Church between 1858 and 1872 a period quite insufficient to establish a right of customary user. Reference was made in the course of argument to the law of 'pews' in the established church; but these are easements vested in an individual by virtue of a dominant tenement or are presumed to have had such an origin and have no relation to customary rights claimed by a class. For these reasons I have no doubt that the claim cannot be supported on the basis on which it was placed by the learned Vakil for the appellants and that no customary right of the character is known to law. It is, however, abundantly clear on the record that the case has not been founded on any customary right in *alieno solo,* but on a claim of a right of freedom from contact which can have but one origin, strongly insisted on by all Hindu members of the caste, and evidently equally strongly adhered to by these so called Christians - namely that of *pollution.* In the eyes of these plaintiffs the Shanars are non-touchables-persons whose contact defiles and entails ceremonial ablutions. Stated thus they can certainly claim a far longer period of customary observance than the foundations of this Church or the introduction of Christianity; and indeed their case on the alleged agreements means nothing more than the supposed recognition of this claim as one of right. The Vellalas are a high sub-caste of what are conveniently termed Sudras-though of course the term is not historically, applicable to South Indian Dravidians, the whole caste of Sudras being however considerably below the three higher castes in the latter's estimation. The Shanars spring from a humble origin outside caste, but having raised their social position by their industry naturally seek the recognition due to their changed condition. It has been the effort of the Vellalas to keep them intheir lowly status that has led to this trouble in the last 40 years. Conversion to Christianity has, it seems, in no way modified the pretensions of the former or taught them that sense of equality before God which is a cardinal feature of the Christian religion as well as of other religions. Turning now to the history it appears that the case, so far as it is based on agreements, is stated as follows in the plaint. Paragraph 10 alleges a stamped agreement in 1855 signed by the plaintiffs caste and the caste of the defendants 3 to 14 in the presence of the Parish Priest to the name of the Bishop in pursuance of which two Churches were to be built side by side with a common Chancel so that worship should be seen from both Churches. The said agreement further provided that all other rights of control should remain vested in the plaintiffs' caste. It is alleged that accordingly each caste built its Church with its own labour and by its own contributions, the edifice being completed and consecrated in 1872. Paragraph 13 alleges that as the Nadars subsequently set up claims inconsistent with the agreement a compromise was made by the Parish Priest in 1877 agreed to by both parties amending that agreement which the Bishop bound himself to adopt and in consequence issued an Epistle in 1877 setting out the amended terms. This arrangement constitutes the alleged second agreement and on these two the suit is based. The appellants' Vakil argues that the Lower Appellate Court has found the first agreement to be true and should accordingly have given effect to it. There is no foundation to this argument. The District Judge finds in paragraph 2 that no stamped agreement is forthcoming, though he does find that some arrangement was come to as to 'separation of castes. He states also in two paragraphs of his judgement that the case as presented before him was based on what is now treated as the second agreement evidenced by Ex.F, and I have no doubt that this is so. On the failure to prove the written agreement relied on in the plaint the Vakil in the Lower Court probably abandoned that part of the case and it has now been raised here for the first time since the trial. On the evidence I have serious doubts whether the two castes ever did arrive to a clear arrangements. The fact that the written agreement was never signed seems to me fatal to the suggestion-and that the Priest never contemplated binding himscl is clear from the fact that the draft agreement is only drawn as between the two castes, he not being a party. Even if he had been a party I should hold for reasons that will appear later that no such agreement could bind his successor or higher ecclesiastical authority. In this view, I have not thought it necessary to refer to Ex.XVI, the diary of Father Gregory covering the period of the dispute which demonstrates his zeal as the Parish Priest in endeavouring to make peace between the warring elements in his flock somewhat to the detriment of his authority and undoubtedly also at some sacrifice of the tenets of the faith. With regard to the alleged agreement founded on the language of Ex.F the District Judge has held in para. 9 that the document is both in terms and effect an *episcopal decree* "to speak of which as a contract is an obvious misdescription." We are invited to hold that the District Judge has misconstrued the document and that whatever be its form, its operation is that of a contract binding on the Bishop's successor. Mr. Barton has called our attention to an earlier document Ex. VI (a) a decree of the same Bishop issued soon after the consecration of the Church in 1872, as showing the point of view of the Ecclesiastical superior. It refers to an arrangement made between the two parties at the time when the construction of the Church was commenced, but proceeds by way of '*allotment*', assignment and '*direction*' as to the share to be taken by the disputants in the ceremonies and concludes with the words "all that I have said in the niroopam are my orders". It appears however that the Nadars did not submit to this decree and Civil and Criminal Court proceedings between the parties continued up to 1877 (vide Exs. I, II, and

III) when the Nadars put in a petition to the Bishop, Ex. VI the effect of which is that they have refused to sign an agreement but are willing to abide by his orders. It is in response to that petition that the Bishop issued his decree Ex.F. It is, therefore, a matter free from doubt that the decree is not the result of an agreement come to between the Bishop and the contesting parties, but is an order passed on a petition by one of the parties. It certainly reproduces the para that appeared in Ex.VI (a) as to the arrangement made at the time of the construction of the Church allotting separate naves in the Church to the disputants while it gives certain concession to the Nadar petitioners, but the District Judge is correct in holding that it is both in form and substance an episcopal decree. That it was intended to be such is clear from the endorsement on it by its author to the Parish Priest in which he used the Tamil word *Kattalai* i.e., order, exhorts the Father to get this *"reglement"* faithfully observed and concludes *"Toute reserve faite de notre autorite"*. The case on the second agreement therefore fails but even if there had been an agreement come to by which the Bishop bound himself to allow certain concessions to the weakness of his flock, I am clear that it was not in the power of the Bishop to use his unfettered right of control to prevent his successor exercising the same authority. That it is unfettered, save by higher authority seems to me clear on the canons of the Church just as it is equally clear on the law applicable that a congregation has no power to select what canons it will follow and what disregard, and that the rules and jurisdiction of officers in the Church are to be sought in the canons of the Church and must be given effect to by the Courts.

Much reliance has been placed by the appellants vakil on the decisions of the Privy Council in *Long v. Bishop of Cape Town* [1] and *Merriman v. Williams* [2] as laying down that the congregation of a particular Church can vary the canons of their religion from time to time. This contention, is based on a misunderstanding of the use of the term Church in those Judgements. The question in dispute in the first case was as to the authority of a certain synod in South Africa and when their Lordships say (*vide Long v. Bishop of Cape Town* [3]) that "the members of the Church of England where there is no Church established by law may adopt, as members of any other communion may adopt, rules for enforcing discipline within their body which will be binding on those who expressly or by implication have assented to them," the board was explaining in such cases a Church, in the broad sense of the word can be constituted by the persons who agree to form a new religious association. This is made abundantly clear in the latter case in 1882 where their Lordships repeat the same language with reference to the Articles of the Constitution of the Church of South Africa framed in 1870 which in the opinion of the Board substantially excluded portions of the faith and doctrine of the Church of England (vide page 509). Nothing could be farther from the intentions of their Lordships than the suggestion that where there is a recognised religious association such as the Roman Catholic Church under the supreme authority of the Pope at Rome, persons who become members of that body at a particular place can, in respect of their local Church, derogate from the authority of the rulers of their community by any agreement made among themselves or adopt rules for the conduct of ceremonial observances at variance with the canons of the Church. To do this they must secede from the Roman Catholic Church and form a new religious association for themselves as was done by the Church of South Africa and by the great voluntary churches in England; but having so formed a new Christian Church they would be as much bound by its articles of constitution and be as powerless to vary its rules so as to accord with local wishes, as are the congregation of the Church of England as by law established in England. These rules are in the language of the Board quoted above "binding on those who expressly or by implication have assented to them and no stronger implication of assent can arise than the admission into the fold of the Church by baptism and the submission to its tenets by acceptance of its sacraments. Mr. Rangachariar has argued that it is open to the Courts to decide questions in dispute between the laity and the clergy, and the District Judge was in error in holding that the claims in this suit being unconnected with an office could not be adjudicated on and he relied on the decision of the Board reported in *Brown V.Cure, etc., De Montrial*[1]. I entirely accept the proposition that a member of a Church need not sue by virtue of an office but the difficulty still remains as to what alleged injuries are cognizable by a Court of Law. Whatever they be, however, the authority relied on is fatal to the appellants case on the question of the material to be examined. Their Lordships say on p.207, that when a complaint is made by a member "that he has been injured as to his rights in *any matter of a mixed spiritual and temporal character* the Courts have power to enquire into the laws or rules of the Tribunal or Authority which has inflicted the alleged injury". Assuming for the present that there is any allegation in the plaint of action by defendants 1 and 2 inflicting on the plaintiffs such injury as a court will take cognizance of-a matter on which I have the gravest possible doubts- there can be no question, on the authority of the three cases in the Privy Council, that we cannot go outside the Canon Law to ascertain what are the rules which are binding on the plaintiffs as members of the church. The claims are to introduce into a Christian Edifice their practice as to pollution and thus insist on a right to be kept from contact with a lower caste, to dictate to their clergy who shall and who shall not assist the priest in the ceremonial, and to control the arrangements for festivals. processions and custody. With regard to the Ist, it is hardly necessary to say more than it contradicts the fundamental doctrine of Christianity and is at variance with the universal practice in Catholic Churches where daily persons of every degree mingle in their worship. The plaintiffs rely on the practice of a great Roman Catholic Missionary Father De Nobili in the early part of the 17th century (vide a life of him Ex. H(4)) in adopting Brahman dress and manners and in sanctioning them among his converts, but it is to be remembered that De Nobili's mission was to Brahmans alone and that he failed in his efforts just as his successor 150 years later Abbe Dubois has confessed failure. It is true that Pope Gregory XV supported De Nobili by "according to caste converts the Cord, Kudumi, Sandal paste and purification of the body" (vide Ex.H(4) p.27); but it is not suggested that the Pope in thus permitting the recognitions of caste has ever sanctioned such claims as are made in this suit. Certain directions are stated to have been given by the Holy See at a later date on this point (vide extract in Ex.Hp.529 a work which apart from such extracts has no authority) but they say nothing more than that the people are not to be persuaded to renounce their usages, customs and manners *"provided that they be not most evidently contrary to Religion,"* an exception which clearly covers a claim to assert caste-pollution in a Christian Church against the orders of the Bishop. In Ex.K a life of Bishop Canoz, the writer of Exs. VI and F written by a member of the Society of Jesus, the author speaking of the construction of the Church says on page 293 the Vellalas desired that the plan "should assign to each caste a separate part and Monseigneur Canoz *"ad Duritiam Cordis et Pro bono Pacis"* sanctioned it" and the diary of the Parish Priest bears testimony to the grief of the Bishop at having to make this concession. This concession has now developed into a claim that there are two Churches belonging to each caste separately - a claim which has never received the sanction of the Bishop at the time. There can be no doubt that in his desire to see the new Church built, the Bishop shut his eyes to the real foundation of a claim so inconsistent with his faith, in the delusion that time would remove the discord a hope that has been falsified by the quarrels of the parties from that day to this. It was, however, within his powers to allot the sittings in the Church as appears from a collection of the decrees on the Congregation is *Sacrae Rituum* made in 1856 and published in Rome which has been filed as Ex.X. Each paragraph contains the questions propounded from a diocese and the ruling by the Council on it. Nos. 256 and 1418 on pages 58 and 248 respectively contain decrees laying down that the Bishop has the right to arrange the seating in a Church at his absolute discretion, and there can be no doubt that in sanctioning the plan in 1854 and in permitting the separation of the castes in 1872 and 1877, the Bishop purported to exercise a power vested in him at his absolute discretion. The like power has now been exercised by the Ist defendant in forbidding that separation. It is contended for the appellants that sanction having once been given could not be revoked, that is to say, that the Bishop in issuing directions within his power binds the successor in the diocese for all time. This proposition is in direct conflict with the view expressed in a treatise on Canon Law, a work of high authority by Cardinal Zutelli revised and enlarged by Doctor Solieri, Professor of Canon Law in the Pontifical Institute of the Propaganda of the Faith published in Rome in 1907. It opens by dividing the members of the Church into Clergy and Laity and lays down the broad proposition that it is the province of the former to exercise the Government in the Church and of the latter to submit to the power of the former. At page 191, paragraph 251 dealing with the episcopal power of legislation, there is a passage so pertinent to the question in issue in this case that I think it necessary to extract it in full.

Page 191 para.1 No.251: Being the pastor and prince of his diocese, the Bishop has within the sphere of his jurisdiction everything that pertains to the Legislative power. He can enact for his diocese laws pertaining to his office which is to preserve and promote Divine worship and to feed the sheep entrusted to his care, so as to direct them to the ecclesiastical end. The Episcopal laws, however, should not have a sanction too heavy and passing the bonds of moderation. From this, his legislative power, results for him the right to change, to abrogate, to relax by dispensations both his own laws and the laws of his predecessors provided they have not been confirmed by an authority superior to his e.g., the Roman Pontiff or by his own oath. An oath taken by his predecessors would not bind him. From the same power results also the right to abrogate the particular customs of his diocese if they be obnoxious to the good of the Church.

Mr. Rangachariar has sought to find limitation to this extremely definite pronouncement in the words that immediately follow the above quotation. They have been translated and filed as Ex. N, and are as follows:- "In which matter however he should act prudently especially if there be any right of a third party which may suffer prejudice". This obviously is no limitation (1) as it is only a warning to the Bishop and (2) because as between the Bishop and his flock, the latter are not "a third party". The next passage is also relied on. "He cannot abrogate universal customs" (I think "practices" would be a better and more accurate translation) because they are such as pertain to a common right. The suggestion put forward is that the rights claimed in this suit are *Universals Consuetudines* and come under the phrase *Ad Jus Commune pertinent*. The argument ignores the meaning of the whole passage. A clear distinction is made between *particularis consuetudines suae diocesis*, and *Universales Consuetudines* and the meaning is obvious. If a certain practice is a universal practice of the Church, obviously it could not be in the power of the Bishop to abrogate it within the limits of his jurisdiction. But where any particular practice has been authorised either by himself or by his predecessor for his diocese, it is clear beyond doubt on the above language that he has power to modify or abrogate it. Reliance is placed on another passage at page 91 which is also extracted in Ex.N. "As all practices are not in the knowledge of the chief in such cases, his consent, presumed but of legal efficacy, is sufficient, because in Canon Law as well as in other law, all rational practices sanctioned by sufficient length of time are naturally approved of by the chief. (This is not the translation filed as Ex. N. but is I think more accurately expressed in English) . Here again there can be no real doubt as to the meaning of the passage and it does not support the argument of the appellant. It follows a passage in which the assent of the chief is stated to be *required* for all practices and provides for presumption of consent. It has, of course, no application where the Bishop has, with full knowledge, abrogated the particular practice. Several other passages have been extracted from this book on behalf of the appellant and are quoted in Ex. N. They have not however been relied on and an examination of them shows that they deal with customary right in Civil Law and wherever necessary a distinction is drawn between Civil Law and Ecclesiastical Law. There are others which are directions and advice to Missionary Bishops prescribing the powers of

Vicar Apostolic. None of them are of any assistance to us in determining this question. On this point as to the power of Bishops, I do not think it necessary to examine the evidence any further; the passage at page 191 of the treatise being so clear and definite that it is fatal to the whole of the plaintiffs' claims. It is almost inconceivable that the congregation of the Church should think that they have the power to forbid their Bishops employing a member of a particular caste to assist him in the conduct of the service and the ceremony of the Mass. My learned brother in the course of the argument pointed out the absurdity of this contention. As to the claims of keeping the Church door and ringing the bells and other like matters, it appears on the evidence that there is an official called a Sacristan who has charge of these matters and even if there were not, they obviously are matters in which the priest, subject to the Bishop's control, must have full discretion. I am, therefore, of opinion that the whole claim whether founded on agreement or custom fails both on the facts and on law. We are told by Mr. Rangachariar that the decision against the claims of the plaintiffs may have serious consequences, viz. these people will leave the fold of the Roman Catholic Church. That is a matter which we cannot take into our consideration. We have only according to the law laid down by the Privy Council, to ascertain who are the persons having authority over such matters and by what rules they are bound. Applying this test, it is clear to me that the plaintiffs' suit must fail and this appeal must therefore be dismissed with costs.

Sadasiva Aiyar. J.:-As my learned brother has fully set out the pleadings and dealt with the facts in the Judgment just now pronounced by him, it is unnecessary for me to set them out in detail. The plaint in the suit in spite of (or because of) its length is rather vague as to the foundation of the plaintiffs' case. After careful consideration, I think it must be taken as based on the Bishop's Epistle of May 1877 referred to in paragraph 13 of the plaint. The first sentence in paragraph 14 is "from that time, the high caste people of the plaintiffs' *vagaira* and the low caste people of the *vagaira* of defendants from No.3 have been acting in accordance *with the agreement termed as Epistle above*." The next paragraph 15 is as follows:-"The rights which have accrued as mentioned above to the Pillais and Mudalis of the *vagaira* of the plaintiffs in respect of the suit Church have become established to the high caste people of the plaintiffs' *vagaira* not only on the ground of title but also by prescription and enjoyment." (That is, I take it, prescriptive enjoyment from the date of the alleged agreement of 1877).

This epistle which is said in the above paragraph 14 to be an agreement binding on all the three parties, namely, (1) the plaintiffs' faction, (2) the faction of the defendants from the third defendant downwards and (3) the ecclesiastical authorities represented in this suit by defendants 1 and 2, is Ex. F in the case. The third paragraph of Ex. F is as follows:- "In accordance with the agreement made by the Pillaimars, Mudaliars and Nadars with the vicar of the Parish when the construction of the Church was about to be begun, all the Pillaimars and Mudaliars and such other castes as sat with them in the old Church must be along with them in the southern half of the Church, and all the Nadars together with such castes as sat with them in the old Church, must be with them in the northern half of the Church. Of whatever castes they may be, they must approach the communion table at the respective railings before the altar. Similarly also for the solemnisation of marriages and the performance of other requirements.“ (The beginning of the construction of the Church was in 1854). The note to Ex. F is as follows:- “To prevent as far as possible the recurring of the deplorable disputes that desolated the Christian congregation of Vaddakankulam, I exhort our fathers to get this regulation faithfully observed and not to favour in anything the pretension of the rival castes. All our Christians should be well persuaded that henceforth things will go as we order it by the present order. This will be the way of preventing the endless claims which would not fail to be raised on all sides on the day on which they would again discuss the conditions of this peace which has cost so much. “*Toute reserve faite de notre autorite.*” The Epistle with the note was entered in the register of the Church, Ex.16.

I do not think that Ex.F can be treated as an agreement at all between the three sets of parties. It is only an order of the then Bishop to the worshippers at the Church to conduct themselves as directed by him in this Epistle and one of the motives for issuing that order was because the Bishop thought that the two sets of worshippers had entered into an agreement or arrangement in 1854. As the suit is based upon an alleged agreement of May 1877 (miscalled, according to the plaint, an Epistle) and as the Epistle F is an episcopal decree and not an agreement, the suit fails on the short ground that the foundation for the suit has not been established.

I shall assume, however, that the plaintiffs can fall back on the alleged agreement of 1854 referred to in paragraph 3 of the Epistle Ex.F. It is rather doubtful whether the statement about the alleged agreement is relevant evidence as it cannot come under C1.4 of S.32 of the Evidence Act, it having been made long after the controversies had arisen between the two factions. It does not also come under Cl.2 as it cannot be said to have been made in the ordinary course of “business“ by the Bishop. Clearly, Cls.1,3,5,6 and 8 of S.32 do not apply. It may perhaps be relevant under Clause 7 which refers to statements relating to a transaction mentioned in S.13 (a). Taking it then to be relevant evidence under C1.7 of S.32, it is evidence of a very weak character. Bishop Canoz was then being worried with the “deplorable“ and “recurring“ disputes between the two sets of worshippers. He refers to a previous Episcopal decree of July 1872 and he says that “the devil which is an enemy to all good things in order to ruin the souls of worshippers eternally played his fraud and made them not to abide by“ his decree of 1872. Ex.D, the draft of an agreement prepared in 1854 was not signed by any Pillaimar, Mudaliar or Nadar and it is clearly erroneous to call it a concluded agreement and Father Canoz‘s reference to a concluded agreement of 1854 seems to have been intended more to justify his decision to his doubting mind than as an accurate and reliable statement of fact. That the terms of his draft prepared in 1854, were not accepted in their entirety by the Bishop when he issued his decree of 1872 is admitted. That many Nadars refused to be parties to any agreement recognising the claims of the Vellala and Mudali faction is clear from Ex. VII. That Father Canoz's decree Ex.F of 1877 was not treated by his successor (the 1st defendant) as binding on the Episcopate is shown by Ex. 20 where the 1st defendant modified some of his predecessor's directions as contained in Ex. F.

Again let us assume that there was a concluded agreement in 1854 between the two sets of worshippers as to the right to occupy seats in the Church to be thereafter built. How can such an agreement be binding on the ecclesiasticial authorities? They are the legal owners of the Church premises. Even the incomplete document Ex.D refers to the "order" of the Parish Priest and does not say that the Parish Priest was a party bound by the contemplated agreement. Again the Parish Priest has no right to make any such agreement with the worshippers so as to bind the Bishop of Trichinopoly or His Holiness the Pope in whom the Church buildings became vested as soon as they were consecrated to the worship of God according to the tenets of the Roman Catholic Church. Assuming (without deciding) that the Bishop can bind himself personally during the tenure of his office to allow the Vellala faction the exclusive use of the southern wing, I have not been shown any authority for the proposition that he can perpetually bind the Roman Catholic Church or his successor by any such agreement relating to the Church property. I am clear that it would be a breach of trust on his part to grant any such perpetual license to a particular set of worshippers. In fact in 1896, the 1st defendant by using the following expressions in Ex.20, namely, "We hereby by *our own authority*" (or during the period of his own bishopric) "put it in force and we order that no one should make any alteration without our permission" clearly asserted that Ex.F was not binding on him or upon the worshippers except to the extent that he himself affirmed, ratified and re-issued the same.

Then there is the larger question whether certain Roman Catholic Christians styling themselves as belonging to particular castes can by an agreement bind the succeeding generations of Christians alleged to belong to the same castes.

Almost all the members of the communities professing to follow the Hindu Religion belong to definite castes. The children of such caste-people (unless they become apostates or are excommunicated) are, by their very birth, members of their parents' respective castes. Many of the Hindu caste-communities living in defined localities recognize certain persons as the spiritual heads of the respective castes. Some few castes recognize/ also the authority of local head men or of local caste panchayats to enforce caste - discipline and to administer caste properties and the caste charities. In *Suppan Asari and others v. Vannia Konar and others*[1]. Sankaran Nair and Ayling, J.J., state that a caste can be recognized for the purpose of acquiring rights to property and easements by prescription as if the members of the caste formed a corporation owning civil rights. Then the learned Judges say: "The cases show that properties are purchased for the caste and by the caste. Their right to hold and manage property has been recognized. Courts have often given effect to the resolution of the caste as a body as to the management of property. Suits have been brought on behalf of caste and against caste."

Now the identity of a Hindu caste as a unit is preserved (a) by the almost total exclusion of any accession from outside, that is, by confining accessions to its members to increases by births (*legitimate* births except in very few cases like the children of dancing girls) and (b) by confining valid marriages to persons belonging to the same caste. Now it is almost impossible to impose such restrictions on the so-called caste Christians because restrictions as to intermarriage (other than restrictions as to/ incestuous connections and bigamous connections) cannot be legally recognized among Christians. Suppose that some Brahmin Hindus become Roman Catholic converts and settle in the plaint village, can the Pillaimars and Mudaliars prevent them from using the southern wing and can the Nadars and the other converts who sit with them (like Pariah Christians) prevent the new converts from occupying the northern wing? Supposing the Bishop or the Parish Priest appointed to the Church was a Nadar or Panchama convert, can he be prevented from going into the southern wing or getting up the chancel for fear of polluting that wing or part of the Church by his presence? Can excommunication of a Pillai Cristian from caste by the vote of the community because he dined in a Shanar's house be recognized by Courts and can Courts prevent such a Christian from using the southern wing because those who excommunicated him were afraid of pollution by his contact? Supposing a Nadar Christian male marries a Vellala female and children are born and baptised into the Roman Catholic faith or suppose an excommunicated Brahmin female gives birth to illegitimate children by unknown fathers and they become Roman Catholic converts and settle in this Parish, to what caste are they to belong and in what wing of the Church are they to be made to sit? To recognize castes among Christian communities as distinct corporations with exclusive legal rights as caste corporations would lead to complications and anomalies of such a far-reaching character that I am not prepared to extend the recognition by Courts of Hindu castes as distinct corporations for certain purposes to so-called caste Christians. It follows, therefore, that the alleged agreement of 1854 even if it is established, cannot bind any other persons except the particular individuals who entered into that agreement, assuming that it would bind even them as individuals. That alleged agreement being more than 60 years old, very few, if any of the parties to the agreement, can now be living. (of the parties named in the plaint, I find only 5 could have been born then and as all of them must have been boys or children at that time, they could not have been parties to the alleged agreement.)

In the Kamudi temple case *Sankaralinga Nadan and others v. Rajeswara Dorai*[1] the learned Subordinate Judge excluded Hindu Nadars from access to a particular temple on the ground that the temple itself would be polluted according to the Hindu ecclesiastical law by the admission of Shanars, into it. The Madras High Court also referred to the entry of Shanars, Pallars, Pariahs and Chucklers into the temple as causing pollution and to the Shastras prohibiting the Shanars from so entering the temple. Their Lordships of the Privy Council (through Lord Robertson) make the following observations in their Judgment -"It is alleged by the respondents that the presence of persons belonging to the appellants' caste is repugnant to the religious principles of the Hindu worship of Shiva and to the sentiments of the caste Hindus who worship in this temple, and that it is contrary to custom in this temple.

The controversy touches, but does not involve delicate and abstruse questions of Hindu religious doctrine.

The argument addressed to their Lordships was directed rather against the soundness of the doctrine asserted by the respondents as involving the exclusion of Nadars, and it was endeavoured to show that there were inconsistencies in the respondent's treatment of the appellants in other respects. All this, however, as a matter of theological argument, is too rationalistic while, on the other hand, it wanders from the region of fact and custom. What the respondents have succeeded in proving is that by custom the appellants are not *among the people for whose worship this particular temple exists*."

Thus their Lordships have clearly indicated that what the Courts have to see is whether a particular place of worship was not intended for the benefit of any particular people and if (by the evidence of usage) it is so established, Courts should negative the claims of such people to worship therein. In the present case, it cannot be alleged for a moment that the defendants from the third defendant downwards are not persons for whose use the plaint church was built. The Bishop and the Parish Priest acting under the Bishop's directions have uncontrolled authority in regulating the seatings in the Church and in the conduct of the ceremonies and festivals within the Church enclosure. That authority was never given up and could not be legally given up and could not be legally given up according to the Canon Law which is binding on the parties to this suit. In "any matter of a mixed spiritual and temporal character, the courts have power to enquire into the laws or rules of the tribunal or authority which has inflicted the alleged injury." Now injury by pollution to lawful worshippers in a Hindu temple or to the image in the temple through the presence of people belonging to castes below the fourth caste (Known as polluting castes) is a matter of "mixed spiritual and temporal character." But the sentiment of pollution in a Christian Church indulged in by so-called caste Christians is neither spiritual nor temporal injury and it seems to me rather brazen to ask a Civil Court to recognize it as a legal injury giving rise to a civil cause of action. The bad usage, never accepted as lawful or invariable by the Shanars, by which in this Church finished about 40 years ago, they have been usually confined to the northern wing cannot be recognised as a reasonable custom having the force of law.

"Justice and Truth with Custom's hydra brood
Wage silent war"

and custom, though not reasonable, sometimes wins in Courts of Justice when buttressed (as in the case of many Hindu customs) by theological writings whether genuine or spurious. The usage relied on by the appellants in this case cannot make a shadow of claim to even such theological buttressing up and Mr. Rangachariar's attempts to quote one or two ancient Roman Catholic Ecclesiastics in favour of his clients failed utterly.

Mr. Rangachariar in the course of his arguments referred (without dealing elaborately with the matter) to the prescriptive right to occupy pews and seats in the churches consecrated for divine worship by the Church of England as furnishing an analogy in support of the right claimed by the plaintiffs. In the first place, I am instructed by my learned brother that the system of enclosed seatings called pews does not obtain in Roman Catholic Churches and I think that this one fact makes the analogy sought to be relied on by Mr. Rangachariar largely inapplicable to this case. A right to a pew can only be acquired by faculty or prescription, the long user necessary to establish prescription being held to be evidence of a lost faculty. Now, a faculty is "a privilege or special dispensation granted to a person by favour and indulgence to do that which by the law he cannot do." It seems to me that favours and indulgences granted by one ecclesiastical authority (say, a Consistory Court representing the Bishop's ancient ecclesiastical jurisdiction) can only be interfered with by himself or by the appellate ecclesiastical authorities (the Final Appellate Court being the Privy Council). A Civil Court must of course recognise, the favour or indulgence granted by the proper ecclesiastical authority when temporal or mixed spiritual and temporal rights flowing from the favour or indulgence are interfered with by wrong-doers. But it seems to me that Civil Courts cannot interfere with the jurisdiction of the ecclesiastical authorities in the grant or revocation of such favours and indulgences. A grantee of a favour or indulgence can make no claim against his grant or that the favour or indulgence should be treated as irrevocable unless the grantee can invoke the doctrine of estoppel in his favour.

"In the English Church before the Reformation, no seats were allowed for the use of parishoners in a Church" except in private chapels. "After the Reformation, any question as to seats in the body of a Church was to be decided by the 'ordinary' because the place is common to all the inhabitants and it belongs to the Bishop to order it so that the service of God may be best celebrated and that there be no contention." The duty of Church - wardens under the Bishop's control is "to provide to the best advantage for the accommodation of all parishioners so that as far as practicable every one may have a seat and they are bound not to accommodate richer classes beyond their real wants to the exclusion of their poorer neighbours." (Halsbury Vol.11, page 740). I have no reason to believe that the Canon Law governing Roman Catholics is based on different principles so far as the right of the parishioners to seating accommodation in the Church is corcerned. "By the common law, there in no property in nor any right to sell or let a seat in the body of a parochial Church or chapel." Such rights in English Churches seem to have been introduced mostly by private Acts of Parliament in derogation of the wholesome common-law rule. In *Claverly Vicar.etc. v. Claverly Parishioners, etc.*[1] Sir John Nicholl's remarks in an old case are referred to. Those remarks are to the effect that in former times faculties for pews had been granted with too great facility and "they ought to be granted there after with the greatest prudence and circumspection." In the Roman Catholic Church now in dispute, there are no enclosed seats or pews. The body of the Church consist of two wide expanses of sitting accommodation. It has been held so long ago as in 1612 (in Corven's case) that Church-wardens and Bishops "cannot make an irrevocable assignments of seats or divest themselves or their successors of the power of making necessary changes whenever circumstances render it desirable." Further "the parishioners to whom seats are assigned have no right to exclude others if they and their family do not occupy the whole." (Page 471 of Halsbury's Laws of England Vol.11.) It seems to me therefore that the analogies derivable from the English Ecclesiastical Law relating to seats in churches are rather against Mr. Rangachariar's contentions than in their favour.

The plaintiffs in this case do not allege that they were refused necessary sitting accommodation in the Church or that they were made to give up their seats for others after they had lawfully seated themselves. Their bold claim is to compel the ecclesiastical authorities to refrain from giving available seats in the southern wing to Christians whom the plaintiffs consider to belong to polluting castes and also to restrain the Nadars, etc., from occupying such available seats. The plaintiffs have of course, given up the Hindu orthodox notion that the touch of a European is polluting (as they receive with unction holy water and sacramental bread, etc., from the European priests and bishops) but have retained that sentiment as regards their fellow-Christians of Indian nationality.

It is natural that I should feel a greater sense of freedom in dealing with modern undesirable innovations in support of alleged rights to exclude certain classes of worshippers from a Hindu Temple and in respect of squabbles over honorary precedence in Hindu temples than when dealing with similar disputes in a Christian Church. See *Athan Sadagopachariar Swamigal V. Elayavalli Srinivasachariar*[2], and *Gopala Moopanar v. Dharmakarta Subramania Iyer*[3]. I have therefore not yielded to the temptation I have felt to express my views on the system of pews in English Churches. Nor shall I say anything on the policy of some of the Roman Catholic ecclesiastics of a by-gone generation in partially recognising caste sentiments and scruples among their converts as a matter of expediency rather than of principle. It is very difficult to describe the plaintiffs' faction as a class recognizable with reasonable definiteness as they are the descendants of Hindu converts who belonged to at least two Hindu sub-castes namely, Vellalas and Mudaliars. I find also that there are references in the documents to other castes who have been sitting in the southern and northern wings respectively as they belonged respectively to the touchable castes like the plaintiffs or the non-touchable castes like the Shanars. The plaintiffs cannot invoke (like the Hindus) the sanction of accepted sacerdotal texts (whether genuine or spurious) for perpetuating the distinction (and that, in God's House) between human beings during a particular life period by reason solely of birth as touchables and untouchables. While even among Hindus the strength of this distinction and of the alleged religious sanction therefore is according to competent authorities being weakened in these days through the effects of several unifying causes, it is difficult for one to sympathise with the efforts of so-called caste Christians to obtain legal sanction for alleged customs among them tending in the opposite direction.

In the result I agree with my learned brother that the appeal should be dismissed with costs.

பின்னிணைப்பு 15

திருநெல்வேலி அஞ்சல்துறை கண்காணிப்பாளருக்கு வடக்கன்குளம் நாடார்கள் எழுதிய கடிதம்.

தேவலாயத்தில் சமத்துவத்திற்காகப் போராடிய நாடார்கள் எதிர்கொண்ட இன்னல்களில் ஒன்றை இக்கடிதம் எடுத்துரைக்கிறது. அத்துடன் சிறு அரசு பதவிகளைக்கூட தம் மேலாண்மையை நிலைநிறுத்தும் வழிமுறையாக ஆதிக்க சாதியினர் பயன்படுத்தியுள்ளனர் என்பதற்கும் இக்கடிதம் சான்று. முழுநீளத்தாளில் அச்சடிக்கப்பட்ட இக்கடிதத்தின் இறுதியில் நாடார்கள் கையெழுத்திட்டுள்ளனர். மிகவும் நொறுங்கிய நிலையில் இருந்ததால் இக்கடிதம் எழுதப்பட்ட நாளும் மாதமும் தெரியவில்லை. வடக்கன்குளம் தேவாலயத்தில் இக்கடிதம் பார்வைக்குக் கிட்டியது.

From

The Nadars Villages attached
to the Postal Branch of Vadakankulam.

To

The Postal Superintendent
Tinnevelly

Honoured Sir,

You are aware of the caste disputes going on at Vadakangulam between 300 Vellalars and 10,000 Nadars.

You are similarly aware of the fact that the local Post Master Gregory Pillai has taken the leadership of the faction and is constantly making use of his Postal work to hurt our feelings. Besides the Inspector of the Post sent here to ascertain the real state of things had to aquaint you with several malicious deeds committed by the Post master against our caste. We are however sorry to remark that the Inspector did not appear to realise fully the acuity of feelings and showed partiality.

We hope and request you to do justice at an early date by appointing any man capable to discharge impartially the Postal work.

We have the honour to be

Vadakangulam   Sir

--1913   Your Most Obt. Servants.

பின்னிணைப்பு 16

ஜே.சி. மொலனி (J.C. Molony) என்ற ஆங்கில ஐ.சி.எஸ். அதிகாரி 1912–13இல் நெல்லை மாவட்டத்தின் ஆட்சித் தலைவராக பணியாற்றியவர். இவர் வடக்கன்குளத்துக்குச் சென்று கௌசானலைச் சந்தித்துள்ளார். இவர் எழுதிய ***A Book of South India*** *என்ற நூலில் வடக்கன்குளம் சாதிப்பிரச்சினை குறித்து பக்கம் 133இல் குறிப்பிட்டுள்ளார். அப்பகுதியே இங்கு தரப்பட்டுள்ளது.*

The Church professed to tolerate caste so long as caste did not interfere in the Catholic faith. It would be as correct to say that the Inidan Christian tolerated the Catholic faith, so long as that faith did not interfere with caste. What I saw at Vadakankulam suggested to me that caste and Catholic obedience have not even yet defined accurately their positions towards one another.

The Parish of Vadakankulam comprised a majority of Shanars and a minority of Vellalas. For the worship of both a pious and wealthy pastor of bygone days had built a stately church. But Vellalas are of higher caste than Shanars and the Vellalas of Vadakankulam refused to be contaminated in their devotions by the visible presence of their shanar brethren in the Lord. So from the church door to the altar had been built a wall. This wall was hollow; and the priest disappearing into the wall at the door emerged again to view only at the altar. From their respective sides of the walls, Vellalas and Shanars alike could see the altar and its ministrant, but neither could see each other. Father Caussanel knocked down the wall. There followed strife, law- suits, threats of apostasy. The issue was fairly joined whether caste prejudice should intrude within and dominate, the church. In this particular case there could be little doubt as to the issue; the contest was one of wills and it was abundantly clear which will was stronger.

பின்னிணைப்பு 17

சவுரிராய பிள்ளை வம்ச வரலாறு குறிப்பிடும் வடக்கன்குளம் குறித்த செய்திகள்

செட்டிப்பிள்ளை சாதியைச் சேர்ந்த குடும்பமொன்று வடக்கன்குளம் கிராமத்தில் வாழ்ந்து வந்தது. கத்தோலிக்க சமயத்தைத் தழுவியிருந்த இக்குடும்பத்தின் தலைவரான மதுரேந்திரம் பிள்ளை என்பவர் 1766ஆம் ஆண்டில் இறந்து போனார். இதன் காரணமாக இவரது குடும்பம் இன்றைய தூத்துக்குடி மாவட்டத்திலுள்ள காமநாயக்கன்பட்டி என்ற சிற்றூருக்கு இடம் பெயர்ந்தது. அவ்வூர்ப் பள்ளியில் ஆறு மாதம் மட்டுமே மதுரேந்திரம் பிள்ளை பயின்றார். ஆனாலும் சொந்த முயற்சியால் கல்வியறிவை வளர்த்துக்கொண்டார். செய்யுள் எழுதும் ஆற்றலும் இவருக்கு இருந்தது. மேலும் தமது குடும்பத்தில் நிகழும் முக்கிய நிகழ்ச்சிகளை ஓலைச்சுவடியில் எழுதிவைக்கும் பழக்கமும் இவருக்கு இருந்தது. தமது 26வது வயதில் தமது தாய்மாமன் மகளான அருளாயியை 1791 ஆகஸ்ட் 15-ம் நாள் காமநாயக்கன்பட்டி பரலோக மாதா தேவாலயத்தில் திருமணம் செய்துகொண்டார். அப்போது மணமகளின் வயது பன்னிரண்டுதான்! திருமணம் முடிந்து இரண்டரை ஆண்டுகள் கழித்து மணமகள் பூப்பெய்தினாள். தமது திருமணம் குறித்து மதுரேந்திரம் பிள்ளை எழுதி வைத்திருக்கும் குறிப்பானது அன்றையத் தமிழகக் கத்தோலிக்கர்களிடையே நிலவிய திருமணமுறையை எடுத்துரைக்கிறது. கத்தோலிக்க குருவினால் தேவாலயத்தில் நடத்தி வைக்கப்படும் திருமணம் 'ஞானக்கல்யாணம்' அல்லது 'கோவில் கல்யாணம்' எனப்படும். அதன்பிறகு, சாதிமுறைக்கேற்ப வீட்டில் ஒரு திருமணம் நிகழும். இது 'வீட்டுக் கல்யாணம்' எனப்படும். மதுரேந்திரம் பிள்ளையின் 'வீட்டுக் கல்யாணம்' 1791 செப்டம்பரில் நிகழ்ந்தது.

திருமணத்திற்குப் பின் மதுரேந்திரம் பிள்ளை காமநாயக்கன் பட்டி அருகிலுள்ள அச்சங்குளம் என்ற கிராமத்தில் கடை யொன்று நடத்தினார். நாட்டு வைத்தியராகவும் தொழில் செய்தார். இவரது மனைவி எட்டு குழந்தைகள் பெற்றதில் அற்ப ஆயுளில் ஐந்து குழந்தைகள் மாண்டுபோயின. இதன் காரண மாக 1812ஆம் ஆண்டில் தமது குடும்பத்துடன் பூர்வீக ஊரான வடக்கன்குளத்திற்குக் குடியேறினார். அங்கு வைத்தியத் தொழில் பார்த்து பிரபலமானார். பலசரக்கு கடையொன்றும் நடத்தி வந்தார். வைத்தியம் மற்றும் கத்தோலிக்க சமய இலக்கியங்கள் குறித்த ஓலைச் சுவடிகளைச் சேகரிப்பதில் ஆர்வம் காட்டி வந்தார். 1821-ல் மதுரேந்திரம் பிள்ளை காலமானார்.

அவரது மறைவிற்குப்பின் அவரது குடும்பம் பொருளாதார நெருக்கடியில் சிக்கியது. இதன் காரணமாக அவரது நான்காவது மகனான மரியசவுரிராயன் (1801–1874) தமது குடும்பத்தின் மதமான கத்தோலிக்கத்தைக் கைவிட்டு பிராட்டஸ்டண்ட் ஆக மாறி 'சர்ச் மிஷினரி சங்கம்' (C.M.S) என்ற அமைப்பின் உபதேசியராகப் (Catechist) பணிபுரிந்தார். தமது வாழ்க்கை வரலாற்றை நூலாக அச்சிடவேண்டும் என்ற ஆர்வத்தின் காரணமாக தமது குடும்ப வரலாற்றையும், தமது வாழ்க்கை வரலாற்றையும் அவ்வப்போது ஓலைச் சுவடிகளிலும் காகிதங்களிலும் எழுதி வைத்திருந்தார். 1864இல் இவர் வாய்மொழியாகச் சொல்லச் சொல்ல இவரது மகன் யோவான் தேவசகாயம் சவுரிராயன் என்பவர் இவரது வரலாற்றையும் அவ்வப்பொழுது ஓலைச் சுவடிகளிலும் காகிதங்களிலும் எழுதி வைத்திருந்தார்.

உபதேசியரான சவுரிராயன் 1874இல் காலமானார். இவரது மகனான யோவான் தேவசகாயம் சவுரிராயன் நெல்லை மாவட்ட நீதிமன்றத்தில் "சீரஸ்தார்" என்ற பதவியிலிருந்தார். போத்தி (தாத்தா) மதுரேந்திரம் பிள்ளையும், தந்தை சவுரிராய பிள்ளையும் எழுதி வைத்த ஓலைச்சுவடிகளும் காகிதங்களும் இவர் வசமிருந்தன. அத்துடன் 1876லிருந்து இவர் தமது தாயிடமும், தமையனாரிடமும் குடும்ப வரலாறு தொடர்பான பல செய்திகளைக் கேட்டறிந்து அவற்றையும் எழுதி வைத்தார்.

மேற்கூறிய ஆதாரங்களுடன் நிறைவடையாமல் வம்சாவளி தொடர்பான ஓலைச்சுவடிகளிலும் காகிதங்களிலும் இடம் பெற்றுள்ள செய்திகளைச் சரிபார்க்கத் தம் மூதாதையர்களுடன் தொடர்புடைய பல கிராமங்களுக்கும் நேரில் சென்று ஆராய்ந்துள்ளார். இச்செய்திகளையெல்லாம் அடிப்படையாக வைத்துத் தமது குடும்ப வரலாற்றை டெம்மி அளவில் ஒரு

ஆ. சிவசுப்பிரமணியன்

ஒளிப்படம் 9

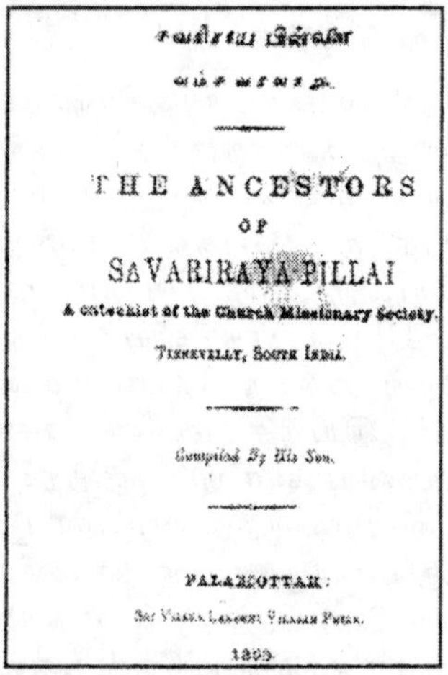

சவரிராய பிள்ளை

வம்சவரலாறு.

THE ANCESTORS

OF

SAVARIRAYA PILLAI

A catechist of the Church Missionary Society,

TINNEVELLY, SOUTH INDIA.

Compiled By His Son.

PALAMCOTTAH:

1899

சவுரிராய பிள்ளை வம்சவரலாறு நூலின் முகப்பு

சிறுநூலாக 1899இல் வெளியிட்டார். (1930ஆம் ஆண்டில் வேலூர் மாவட்டம் திருப்பத்தூரில் இதன் இரண்டாம் பதிப்பு வெளியாகியுள்ளது.) அவரது கூற்றுப்படி இந்நூலானது உபதேசியார் சவுரிராயபிள்ளை வரலாற்றின் ‘முகவுரை’ ஆகும். ஏனெனில் உபதேசியாரின் தந்தை மதுரேந்திரம் பிள்ளையின் மரணத்துடன் இந்நூல் முடிவடைந்து விடுகிறது. உபதேசியாரின் வரலாறு இதில் இடம் பெறவில்லை. இதன் காரணமாக நூலின் இறுதியில் ‘முதல் பங்கு முடிந்தது’ என்று அச்சிடப்பட்டுள்ளது. தமது உறவினர்களுக்கென்றே இந்நூலை அச்சிட்டதால் மொத்தம் ஐம்பது பிரதிகள்தான் அச்சிட்டார். மேலும் தமது குடும்பத்தினர் எழுதிவைத்திருந்த செய்திகளை யும் கூறிய செய்திகளையும் தொகுத்து உருவாக்கியதால் நூலின் முகப்பில் Compiled By his Son (அவரது மகனால் தொகுக்கப் பட்டது) என்று தன்னடக்கத்துடன் குறிப்பிட்டுள்ளார். Note by the Compillor (தொகுப்பாசிரியரின் குறிப்பு) என்ற தலைப்பில் மூன்று பக்க அளவில் ஆங்கிலத்தில் ஒரு குறிப்பும், ‘விஞ்ஞாபனம்’ (விண்ணப்பம்) என்ற தலைப்பில் இருபத்தியெட்டு பக்கஅளவில் ஒரு முன்னுரையும் தொகுப்பாசிரியர் எழுதி யுள்ளார். இவை நீங்கலாக ‘சவுரிராயபிள்ளை வமிசவரலாறு’ என்ற நூல் எண்பது பக்கங்களைக் கொண்டுள்ளது. இனிநூல் நுவலும் செய்திகளைக் காண்போம்.

நூலின் 'விஞ்ஞாபனம்' என்ற பகுதியில் (பக்கம் 2) வாழ்க்கை வரலாறுகள் எவ்வாறு எழுதப்படுகின்றன என்று தொகுப்பாசிரியர் 1899இல் குறிப்பிட்டுள்ள பின்வரும் கருத்து நம் காலத்துக்கும் அப்படியே பொருந்துகிறது.

"இந்தக் காலத்தில் சீவிய சரித்திரமென்று நம்முடைய நாட்டில் சில ஆட்களைக் குறித்துப் புஸ்தகங்களெழுதி அச்சடித்திருக்கிறார்கள். இறந்து போனவர்களைக் குறித்து உயர்த்திப் பேசுவதேயன்றித் தாழ்த்திப் பேசாதேயென்று ஒரு பழமொழி இங்கிலிசில் உண்டாம். அதேபடியாக சீவிய சரித்திரங்கள் எழுதப் பட்டிருக்கிறது. எந்தக் கேவலஸ்தனையானாலும் எந்தப் பயித்தியக்காரனையானாலும் எந்த அயோக்கியனையானாலும் குறித்து: என் பாட்டன் நாட்டுத் துரையாயிருந்தான், என் பூட்டன் சீமைச் சக்கரவர்த்தியாயிருந்தான், ஞானியாயிருந்தான், தெய்வப் பிறவியாயிருந்தான் என்கிறது ஏற்பாடா யிருப்பதைப் பார்த்திருக்கிறேன். அவர்களிருந்தபடி யுள்ள சரித்திரமல்ல, அவர்கள் இல்லாதபடியான சரித்திரமாக இருக்கிறது."

இவ்வாறு குறிப்பிடும் தொகுப்பாசிரியர் இந்நூலை உருவாக்குவதில் உண்மையுணர்வுடன் செயல்பட்டுள்ளார். தொகுப்பாசிரியரின் உரையாக ஆங்கிலத்தில் எழுதியுள்ள பின்வரும் செய்திகளே அதற்குச் சான்றாகும்.

These pages may strictly be styled "They give a simple, honest story of village people, and every pains has been taken to represent them as they were.

Some of my own kinsfolk may not thank me for making a permanent record of the low estate and hard lives of their ances tors of the Eighteenth Century."

இத்தகைய கருத்தை நூலின் 'விஞ்ஞாபனம்' பகுதியில் (பக்கம் 2) 'நமது வாழ்வானாலும் சரி தாழ்வானாலும் சரி, நம்முடைய எளிமையையும் பேதமையையும் குற்றங்குறைகளையும், உள்ளது உள்ளபடி, அறிந்ததை யெல்லாம் எழுதுவது கருத்தாயிருந்தேன். இது அத்தனை புத்தியல்ல என்றாலும் எழுதி அச்சடித்துத் தீர்த்தாயிற்று' எனக் குறிப்பிடுகிறார். இந்நூலைப் படித்து முடிக்கும்போது, தொகுப்பாசிரியர் கூறிய இக்கருத்துக்கள் அனைத்தும் உண்மை என்பது புலனாகும். சான்றாக தமது தந்தையார் கத்தோலிக்க

சமயத்தைக் கைவிட்டு பிராட்டடஸ்டண்ட் அமைப்பின் உபதேசியராகப் போவதற்கான காரணம் ஏழ்மைதான் என்பதனை, 'எங்கள் தகப்பனார் வயிற்றுப் பிழைப்புக்காகத்தான் ரேனியூஸ் ஐயரவர்களிடத்தில் போய்ச் சேர்ந்தார்கள். அது நிச்சயம். என்னுடைய தாயார், ஒரு விசை (ஒரு தடவை), என்னிடத்தில் வடக்கன்குளத்தில் மாசம் மூன்று ரூபாய்க்கு வழியிருந்தால் நாங்கள் அவ்விடத்தைவிட்டுப் போவோமா'வென்று சொன்னாள். ஐயாவுடைய தகப்பனார் இறந்த பிற்காலத்தில், ஐயாவுடைய கஷ்டம் அப்படியிருந்தது'

என்று குறிப்பிடுகிறார். தத்துவ விளக்கம் எதுவும் கூறவில்லை. சவுரிராய பிள்ளையின் முன்னோர் வரலாற்றைக் கூறும்போதே அவர்கள் காலத்திய பழக்கவழக்கங்களையும் சமூக வரலாறு தொடர்பான செய்திகளையும் இந்நூல் குறிப்பிடுகிறது. இதுவே இந்நூலின் தனிச்சிறப்பாகும்.

அக்காலத்தைய அணிகலன்கள், வழங்கிய பழமொழிகள், இறந்தவரைச் சுமந்து செல்லும் பாடை வகைகள், நம்பிக்கைகள், தமிழ்க் கத்தோலிக்கரின் திருமண முறை, கொள்ளைக்காரர்கள் நிகழ்த்திய கொள்ளைகள் குறித்த செய்திகள், கிரைய பத்திரங்களின் அமைப்பு, சமுதாயத்தில் பெண்களின் நிலை, அமெரிக்காவில் நிகழ்ந்த உள்நாட்டுப் போரின் விளைவாக கரிசல் நிலப்பகுதியில் பஞ்சுவிலை உயர்ந்து அதனால் ஆதாயம் பெற்ற பஞ்சு வியாபாரி, எனப் பலதரப்பான செய்திகள் இந்நூலில் இயல்பாக இடம் பெற்றுள்ளன. வலிந்து திணிக்கப்பட்டதாகக் காட்சியளிக்கவில்லை.

மொத்ததில் 17ஆம் நூற்றாண்டின் இறுதிப் பகுதியிலிருந்து 19ஆம் நூற்றாண்டின் கால்பகுதி வரை (1620–1821) திருநெல்வேலி மாவட்டத்தின் சமூக வரலாற்றையும், குறிப்பாக வடக்கன் குளம் கிராமத்துக் கத்தோலிக்கர்களின் சமய வாழ்க்கையும், கத்தோலிக்கத் திருச்சபையில் சாதியம் செல்வாக்கு பெற்று விளங்கியதையும் அறிந்துகொள்வதற்கு உதவும் சிறந்த வரலாற்றாவணமாக இந்நூல் அமைகிறது. சவுரிராய பிள்ளையின் முன்னோர்களும் உறவினர்களும் கத்தோலிக்கர் என்பதும், அவரது பூர்விகமான வடக்கன்குளம், கத்தோலிக்கர்கள் மிகுதியாக வாழும் ஊராக இருந்தமையும் இதற்கு முக்கிய காரணமாகும்.

1910இல் வடக்கன்குளம் திருக்குடும்பத் தேவாலயத்தில் பிரிவினைச் சுவர் இடிக்கப்பட்டது தொடர்பாக, நெல்லை துணை நிதிமன்றத்தில் நடந்த வழக்கில் இந்நூலும், இதன் கையெழுத்துப்

பிரதியும் இதை எழுத ஆதாரமாக அமைந்த ஓலைச்சுவடிகளும் தடையங்களாகத் தாக்கல் செய்யப்பட்டன.

வடக்கன்குளம் குறித்து இந்நூலில் இடம் பெற்றுள்ள செய்திகள் எவ்வித மாறுதலுமின்றி இடம்பெற்றுள்ளன. இதில் இடம்பெற்றுள்ள தலைப்புகள் மூலநூலில் உள்ளபடியே தரப்பட்டுள்ளன. அடிக்குறிப்புகள் மட்டும் இந்நூலாசிரியரால் எழுதப்பட்டவை.

சேசுசபைக் குருக்கள்

இக்காலத்தில் வடக்கன்குளம் கோவைக் குருக்களுடைய விசாரணையில் கொல்லம் மேத்திரானத்துக்குள்ளிருந்தது. 1760 ஆம் .... மேல் சேசுசபைக் குருக்கள் வருகிறது நின்று போயிற்று. சேசுசபைக் குருக்கள் தேச தேசங்களில் கலாபனை (கலகம்) செய்கிறவர்களென்பதாக பதினாலாவது கிளைமெந்து என்கிற பாப்பானவர் கட்டளையின்படி மேல்படி சபை நின்று போயிற்று.[2] இத்தேசத்திலிருந்த சேசுசபைக் குருக்கள் பலரை சீமைக்குள் திரும்பக் கப்பலேற்றிவிட்டார்கள். வடக்கன்குளம், தாளை, மனப்பாடு, வீரபாண்டியம்பட்டணம் முதலிய இடங்களிலிருந்த சேசுசபைக் குருக்கள் ஒவ்வொருவராய் இறந்து போனார்கள்.[3]

மதுரேந்திர சுவாமி

வடக்கன்குளத்தில் கடைசியாயிருந்த சேசுசபைக் குருக்களுக்கு மதுரேந்திர சுவாமியென்று பேர். இவர் 1750 ஆம் போல வடக்கன்குளத்தில் வந்திருந்து, அவ்விடத்தில் ஒரு பெரியகோவிலும் கட்டி வைத்தார். கோவிலுக்கு மேற்புறத்தில் பிள்ளைமாருக்காக ஒரு கிணறு வெட்டிக் கொடுத்தார். வடக்கன்குளத்தை விட்டுப் போகப் பிரியமில்லாதவர்கள், மதுரேந்திர சுவாமி மந்திரிச்ச கிணத்துத் தண்ணீரைக் குடித்தல்லவா சாக வேணுமென்றிருக்கிறேன் என்று முகாந்தரம் சொல்லுகிறதுண்டு.

மதுரேந்திர சுவாமி தாளையிற் (பெரிய தாளை) போய் மரணமானார்.[4] அவர் மரணமாகிறபோது தேவாயி ஆத்தாள் இரண்டாவது பிள்ளை பெற்றிருக்கிறாள். கவிராயர் மரியதாசுப் பிள்ளை இவர் பேரில் பாடினபாட்டு ஐயா படிக்க நான் கேட்டிருக்கிறேன். ஆனால் அந்தப்பாட்டு ஐயாவுடைய ஏடுகளில் அகப்படவில்லை. வடக்கன்குளத்தார் மதுரேந்திர சுவாமியுடைய பெயரை மகிமையாய்க் கொண்டாடினாலும் அந்தப்பாட்டு இப்போது வடக்கன்குளத்தில் ஒருவரிடத்திலுமில்லை; அதைக் கேட்டவர்களுமில்லை. பல்லவியும் அனுபல்லவியும் மட்டும் எனக்கு ஞாபகமிருக்கிறது :—

இன்னம் ஒருகுரு, இன்னம் ஒரு சுவாமி
இன்னம் ஒரு நாயனை, இப்படியுண்டோ
செந்நெல் திகழும் இத்தாலிய தேசத்துத்
தீரன் மதுரேந்திர இராச ரிசியைப் போல -- இன்னம்

இவருக்குப் பின் சீமைக் குருக்கள் (ஐரோப்பிய குருக்கள்) வருகிறது நின்று போனதினாலும் கோவாவிலிருந்து வந்த குருக்கள் அநேக விஷயத்தில் சேசுசபைக் குருக்களுக்கு இணையில்லாதினாலும் மேல்படி பாட்டில் ஏதோ அரம் (அறம்பாடுதல்) விழுந்துவிட்டதென்று சனங்கள் சொன்னார்களாம். ஆனால் சில விஷயங்களுக்காக கோவைக் குருக்களை மெச்சிக்கொள்ளுகிறார்கள். கோவில் வருமானம், காணிக்கை முதலியவைகளை வைத்துத் தங்கள் சபைக்குச் சொத்தும் ஆஸ்தியும் திரட்டுகிறதேயன்றி சனங்களுக்கு எவ்வளவும் உதவியில்லை; எப்படிக் கசக்கினாலும் விராலி இலையைக் கசக்கினதுபோலத்தான்; எங்களை மோட்ச கரையேற்றுகிறதற்கு, அறிவீனம் தரித்திரம் என்ற கப்பலை எங்களுக்கு உண்டுபண்ணி வைத்திருக்கிறார்கள்; தாங்கள் நினைத்தது முடிக்கவானால் முக்கால் துட்டுக் காரியத்துக்கு முந்நூறு ரூபாயும் செலவழிக்கிறார்கள் என்று வடக்கன்குளத்துப் பிள்ளை ஒருவர் நாளது சேசு சபைக் குருக்களைக் குறித்துச் சொன்னார். (இவர் வகை இக்காலத்துச் சனங்களுக்கு, முற்காலத்து சேசுசபைக் குருக்களுடைய நடபடி அறியத்தக்க அறிவு இல்லாததினால், இக்காலத்துக் குருக்களைக் குறித்த அறிவைக் கொண்டு முன்னோர்களை நிதானிக்கிறது சரியல்ல.) கோவைக் குருக்கள் மேலாவில் ஒருவருக்கும் கணக்கொப்புவிக்க வேண்டியில்லாததினால் சனங்களுக்குத் தாராளமாய் அநேக உதவி. செய்தார்கள் என்று குருவிநத்தத்தில் ஒருவர் சொன்னார்.[5]

குருக்கள் வருமானம்

இன்னபடியென்பதாக ஒரு காகிதத்தில் ஐயா எழுதி வைத்திருக்கிறார்கள். இது எழுத முகாந்தரம் நேரிட்டதென்ன வென்று தெரியாது:

"உரோமான் குரு, உபதேசிமாருக்கு* மேற்படி சபையாரால் வரும் வருமானத்துக்குண்டான ஏற்பாடு:--

ஞானஸ்தானம் பெருகிற ஒவ்வொருவருக்கு ஒரு சக்கரம் (திருவிதாங்கூர் நாணயம்) குருவுக்கு பாவ சங்கீர்த்தனத்துத் தலைக் கட்டுக்கு சக்கரம் 1 (4 பைசா)

கலியாணத்துக்கு பரிசம், ... யானால் குருவுக்கு .... பரிசமில்லாக் கலியாணத்துக்கு .... யென்று சக்கரப்பணம் 8, குருவுக்கு,

மரித்தவர்களை யடக்கம் பண்ண ஐந்து, குரு ஒப்பூசு* பாடினால் மேல்படி பணம், மேற்படி குருவானால் மேற்படி பணம் 8. உத்தரிக்கிற ஸ்தலத்து ஆத்துமாக்கள் பேரெழுதுகிறதுக்கு வீட்டுக்குச் சக்கரம் 1.

மரித்தவனுக்குப் பூசைக்குப் பணம் 1½, அல்லது 2. மேற்படி மரித்தவனுக்கு மோட்ச விளக்குக்குப்* பணம் ½ இதுக்குப் புதுப்பூசை புது மோட்ச விளக்கு என்ற பேருக்கு அப்படி.

திருநாள் கொண்டாடுகிற கோவிலில் பிரசங்கம் பண்ணுகிற குருவுக்கு மேற்படி பணம் ..... புதுக்கோவில் கட்டி பிரதிஷ்டைக்குப் பணம்..... என்று தகுதிக்குத்தக்கது.

உபதேசிக்குக் கலியாணத்திற் சாப்பாடு மாத்திரம்.

கோவிலிலிருந்து உபதேசிக்குச் சம்பளம் பணம் 7½

அந்தந்த கோவில் சபைத் தகுதிக்குத்தக்கது, சில இடங்களில் கோவில் நடப்புக் காணிக்கைகளும், மேற்கண்டது மலையாளத்துச் சபையில் நடக்கிற வருமானங்களின் விபரம் முற்றும்.

திருநெல்வேலி சில்லா உரோமான் குருவுக்கும் உபதேசிக்கும் சபையாரால் வருமானம்

1–வது குருவுக்கு கலியாணத்துக்குப் பணம் 2 – க்கு ரூ. காலெயரைகால் (37.5 நயாபைசா) அ. உத்தரிக்கிற தலத்து* ஆத்துமாக்களுக்கு பேரெழுத ரூ. அரைக்கால் (12.5 நயாபைசா) மும்மாகாணி, (18.75 நயாபைசா) மாகாணி (6.25 நயாபைசா) வீடொன்றுக்குத் தகுதிக்குத்தக்கது. மேல்படி திருநாளுக்கு வழக்கப்படியும் பூசைக்கு பணம் 2. மோட்ச விளக்குக்கு ரூ. அரைக்கால் (12.5 நயாபைசா) மும்மாகாணி (18.75 நயாபைசா); மாகாணி (6.25 நயாபைசா) இப்படிக் கொடுக்கிறது. மரித்தவர்கள் 1.க்கு பூசைக்கு பணம் 2. மோட்சவிளக்குக்குப் பணம் 1. எவர்களுங் கொடுக்க வேண்டும். புதுக்கோவில்ப் பிரதிஷ்டைக்கு ரூ. . . அல்லது, ரூ. . . இடங்கண்டு.

திருவிழாவுக்கு, நாள் பூசைக்குப் பணம் (14 புதிய பைசா). அதிகங் கண்டு கண்டு, வராகன் ... வராகன் ... வராகன். திருவிழாச் சிறப்புக்குத் தக்கதும், இடத்துக்குத் தக்கதும் சில இடத்தில் திருவிழாச் சிலவு நீக்கிக் காணிக்கையிற்பாதி ஏறக்குறைய வராகன். . . வராகன் காலத்துச் செழிப்புக்குத் தக்கதாய். சில இடத்தில் திருநாள் ஊர்ச்சிலவு திருநாளுக்கும், காணிக்கை யகப்பட்டதெவ்வளவோ அவ்வளவும் குருவுக்கு,

கலியாணத்துக்கு முறைப்பெண்ணுக்கு வராகன் 2. . .ங்கால் பெண்ணுக்கு வராகன் 1; . . .ங்காலுக்கு வராகன் ½. இது தரும அவராதமென்று பெண்ணுக்கும் மாப்பிள்ளைக்கும் பொதுவாய் வாங்கிறது. இதைச் சிலர் விரத்தர் மடத்துக்கும் கன்னியஸ்திரிகள்* மடத்துக்கும் போமென்பார்கள். திட்டந்தெரியாது.[6]

அவஸ்தைக்காரனானவன்* தூரத்திலிருந்து அவஸ்தைக்குக் குரு வரவேண்டுமென்றால் பல்லாக்கு முதலான சிலவு கொடுக்கிறதுண்டு, அப்போது பூசைக்கும் பணம் 2 (28 நயாபைசா) சிலர் மோட்ச விளக்குக்கும் பணம் 1 (14 நயாபைசா) கொடுக்கிறதுமுண்டு. இதுவுமல்லாமல் அவரவரே நேட்சை நேத்திக்கடனென்றும், பூசைக்கும் பணம் 2 (28 நயாபைசா) 1 பூசைக்கும்.

சிலர் பிள்ளையில்லாதவர்களும் ஆண் பிள்ளையில்லாத வர்களுமானவர்கள் மரித்தால் இருக்கிற ஆஸ்திக்குத்தக்கதாக . . . பூசைக்கென்றும் பணம், தங்களை விசாரிக்கிற குருவுக்கும் அங்கங்கேயுள்ள குருக்கள்மார்களுக்குங் கொடுக்கிறதும் . . . மோட்ச விளக்குங் கொடுக்கிறது... காரியத்துக்கென்று நகைகளைக் கொடுக்கிறதுமுண்டு, திருட்டாந்திரமாக (எடுத்துக்காட்டாக), என் பேத்தி, பிள்ளைகளிருந்தும் – பணம் வரை மேற்படி சிலவு கொடுத்தாளாம். என் தாயும் அப்படியே பாம்படத்தை (காதணி) மேல்படி சிலவுக்குக் கொடுக்கச் செய்தாள்.[7] இப்பொழுது கொத்துவால்ப்பிள்ளை பெண்சாதி சவடியைக் கோவி லுக்குக் கொடுத்தாளாம்[8]. இப்படியும் அப்படியும் பல வருமானமுண்டு.

கலியாணஞ் செய்கிற பெண் மாப்பிள்ளைகள் அல்லது அவர்கள் தாய் தகப்பன்மார்களந்த நாளில் பூசைக்கும் மோட்ச விளக்குக்கும் மேல்படி திட்டப்பணம் சந்தோஷமாய்க் கொடுக்கிறதுமுண்டு. திருட்டாந்திரமாக என் தகப்பனாரவர்கள் கொடுத்தார்கள். பின்னு நம்முடையவர்களில் அநேகரப்படிக் கொடுத்தார்களிது சபைகளில் வழக்கமாயிருக்கிறது. கட்டாய மில்லை. ஈதவன்றிக் கடற்கரையிலும் பரவர் பறையர் இப்பேர்ப் பட்டவர்களுக்குள் வேறு வழக்கங்களான வருமானமுண்டு. திட்டமாய்த் தெரியாது.

உபதேசிமாருக்கு வருமானம்

கலியாணத்துக்கு வாசலுபதேசிக்கு பணம் 1. தலத்துபதேசிக்கு பணம் 2. வாசலுபதேசியில்லாத வடசேகரத்தில் உபதேசிக்கு கலியாணப்பணம். . . வருசத்துக்குத் தலைக்கட்டுக்கு என்பது ஒரு சமுசாரக்காரன், உபதேசிக்குப் பணம் 1. ஒண்டிக்காரனுக்குப் பணம் ½. இது பெரிய ஆற்றுக்கு வடக்கே வழக்கம். பொதுவாக உபதேசிமாருக்கு வீட்டுக்

கலியாணத்துக்கு பந்தலில் அரிசி, படி... தேங்காயும் அப்படியே. காப்புக்கட்டுக்கு தேங்காயும் அரிசியும் படி... சுருபத்துக்கு முன் காணிக்கை பணம் 1 (14 நயாபைசா) அல்லது ரூ. அரைக்கால் (12.5 நயாபைசா) மெழுகுதிரி, உபதேசி வைக்க வேண்டும். உபதேசியார் வீட்டார் அல்லது உபதேசிக்குங்கூட வந்த ஆளுக்கும் சாப்பாடும் உண்டு.

மரித்தவர்கள் வீட்டில் குழிவாசலில் பணம் 1,... நாள், பணம் 1, அல்லது ரூ. அரைக்கால். (12.5 நயாபைசா) மரித்த அன்றும் மரித்த மறுநாளும், –ம் நாளும் உபதேசி செபம் பண்ண வீட்டுக்குங் கல்லறைக்கும் போக வேண்டும். மரித்த மறுநாளும், –ம் நாளும் சாப்பாடுமுண்டு அசனம் கொடுக்கிற வீட்டிலுஞ் சாப்பாடும் ரூ. அரைக்கால் (12.5 நயா பைசா) அல்லது பணமுமுண்டு. உபதேசி செபத்துக்குப் போகா... அல்லது கூப்பிடாத வீட்டிற் சாப்பாடும் பணமுமில்லை.

பெரிய வியாழக்கிழமை அசனத்துக்கு* சாப்பாடும் பணமும் கொடுக்கிறதுமுண்டு. சிலர் சாப்பாடு மாத்திரங் கொடுக்கிறது, சாப்பிடாத வீட்டில் அரிசி கறி வாங்கிறது, – வீட்டிலும் அசனம் கொடுத்தாலும் ஒரு வீடு சாப்பிட்டால் மற்ற வீட்டில் அரிசி, அல்லது உபதேசிபிள்ளை யல்லது ஆள்போய் சாப்பிட்டால் அரிசியில்லை.

உபதேசிக்குப் புதுபதார்த்தமென்று தவசம், பயறு, காணம், கருப்புகட்டி முதலான சந்தோஷமாய்க் கொடுக்கிறதுமுண்டு.[9]

சிலர் புதுவீடு கட்டி குடிபுகும்போது உபதேசி போய் செபம் பண்ணவேண்டும். சாப்பாடும் பணம் 1 அல்லது ரூபாய் அரைக்கால் (12.5 நயாபைசா) கொடுக்கிறதுமுண்டு. கட்டாய மில்லை.

உத்தரிக்கிற ஆத்துமாக்கள் திருநாள்* 1–க்கு ஒவ்வொரு வீட்டாரும் கைபெண்சாதியும் கிளை வழி யன்னியர் சனங்கள் முதலானவர்கள் பேரெழுதுகிறதுக்கு பணம் 1, ரூ. அரைக்கால், பணம் ½ பணம் 4 இப்படித் தகுதிக்குத் தக்கதாய்க் கொடுத்துப் பெயரும் சொல்லுகிறதை எழுதுகிறது. உபதேசி ஊர் ஊருக்கும் போய் எழுதி வந்த பணத்தில் பத்துக்கு 2, 1, என்று அந்தந்தத் திட்டமுள்ள இடங்களுக்குள்ளபடி உபதேசிக்கும் மற்றப்பணம் குருவுக்கும்.

கோவிலில் உபதேசிக்கு நடப்புக் காணிக்கையாகிய துட்டு, பணம், நெல் தவசம், பயறு, காணம், பருத்தி, நூல், கருப்புகட்டி, கொட்டை முத்து, மிளகு, மெழுகு, எண்ணை, நெய், சாம்பிராணி, வத்தல், காய்கறி முதலான புதுப்பதார்த்தங்களும்

கோவிலில் வருகிற மற்றும் வஸ்துக்களெல்லாம் உபதேசிக்கு,[10] இப்படிக்கோவில் வருமானங்களில் மெழுகுதிரி, விளக்கு, எண்ணைச்சிலவு நீக்கி மற்றது மேற்கண்ட வருமானம் தகுதியாயிருந்தாலும் குறைவாயிருந்தாலும் ஷ கோவிற் சிலவு நடப்புக்குச் சிலவழிக்கிறது உபதேசி.

விசேஷ திருநாள்க் கொண்டாடுகிற விசேஷ தலங்களில் உபதேசிக்கு – பணம், – பணம், சம்பளம். பத்து நாளைக்கு ஷ வருமானத்தில் மெழுகு சாம்பிராணியும், கோவிலுக்கு மற்ற காணிக்கைகள் குருக்கள் அல்லது ஊரார் கணக்குப் பார்த்துக் கோவிலுக்கு குருவுக்கு எப்படி அந்தந்த இடத்துக்குத் தக்கதாய் நடக்கும் மேற்படி காரியங்கள். கடற்கரை வழக்கம் (கடற்கரை ஊர்களில்) வேறு நமக்குத் தெரியாது.

இப்படிக்கு, சவரிராயன்.
எழுதினது.

பிப்ரவரி . . .

(இந்தக் கால முற்கால ஏற்பாட்டுக்குத் தற்காலத்தில் தாரணைகள் வெகுவாய் உயர்ந்துபோயிருக்குமென்றும், நூதன காணிக்கைகள் வசூல் செய்ய புதுக்காரணங்கள் உண்டாயிருக்குமென்றும் நினைக்கலாம்.)

குருக்கள் ஆசாரம்

நாலாம் பக்கத்தில் அவர்கள் உடையைக் குறித்துக் கொஞ்சம் சொல்லியிருக்கிறது. சேசுசபைக் குருக்களில் முதுல்வராகிய அர்ச், சவரியார் நாள் முதல் தங்கள் வேதத்துக்குத் திரள் சனங்களைச் சேர்க்க வேண்டுமென்பதே முன்னாளில் கண்ணுங் கருத்துமாயிருந்தார்கள். தத்துவ போதக சுவாமி நாள் முதல் பிராமணர், பிள்ளைமார், முதலிமார், மேல் சாதிக்காரரை வேதத்தில் சேர்க்க வேண்டுமென்று செய்த பிரயத்தனம் எழுதி முடியாது. அவர்கள் முயற்சியும் கைகூடி வந்தது. மேல் குலத்தோரை ஆதாயப்படுத்திக்கொள்ளவென்று மேற்படி குருக்கள் தங்கள் சாதி ஊண், உடைநடை, வழக்க ஒழுக்கங்களை மாற்றி இத்தேசத்துப் பிராமணக்குருக்கள், பண்டாரச்சன்னதிகளுடைய ஆசாரங்களை அனுசரித்துக்கொண்டார்கள். இந்த ஆசாரங்கள் அநேகமாய் போத்தியுடைய காலம் வரைக்கும் நடந்து வந்தது.

முக்குவர் முதலிய கடற்கரை சபை, கீழ்சாதி சபைகளை விசாரிக்கிற குருக்கள் வேறே. உள்நாட்டில் மேல்சாதி சபைகளுக்குக் குருக்கள் வேறே. அந்தக் குருக்களுக்குப் பண்டாரக் குருக்கள் என்றும், இந்தக் குருக்களுக்கு சுவாமிகள், ராச ரிஷிகள்

என்றும் பேர். கடற்கரை கோவில்களிலும் மேல்சாதிக்காரர் கோவில்களிலும் பூசை மந்திரங்கள் ஒன்றேயானாலும், பூசை முறை, ஆலய முறை, வழக்கங்களில் அநேக வித்தியாசங்கள் உண்டு. பூசை உடை, சாதாரணமான உடை இதுகளிலும் இருவகை குருக்களுக்கும் வித்தியாசம் உண்டு. பண்டாரக் குருக்களுக்குக் கருப்புச் சட்டை. அவர்கள் இந்த ராசரிஷிகளை நமஸ்காரம் பண்ண வேண்டும். ஒருவருக்கொருவர் வெளிக்குத் தொட்டுக்கொள்ளுகிறதாவது ஐக்கியம் பாராட்டுகிறதாவது இல்லை."

ராசரிஷிகள் பெரும்பாலும் பல்லக்கில் அல்லது ரிஷபத்தில் சவாரி போவார்கள். காவிமுக்கிய அகலப்பட்டுக்கரை வேஷ்டி கட்டி, காவி சொக்காப்போட்டு, கழுத்தில் செபமாலை தரித்து, தலையில் நீண்ட செகப்புக் குல்லா வைத்து, காவி சிரசு வேஷ்டி போட்டிருப்பார்கள். நெற்றியில் சந்தனப் பொட்டிட்டிருக்கும். காதில் கடுக்கன். காலில் குமிழ் பாதகுறடு. அருளானந்த சுவாமி போட்டிருந்த கடுக்கன் அவர்கள் சீஷன் அறைவீட்டு அண்ணன் ஞானப்பிரகாசம் பிள்ளை இப்போது போட்டிருக்கிறார்களென்று ஐயா சொன்னார்கள். நான் 1869–ம் ௵ வடக்கன்குளத்துக்குப் போயிருந்தபோது அவர்கள் காதில் அந்தக் கடுக்கனைப் பார்த்தேன். அது வெள்ளாளர், பிராமணர் போடுகிற சாதாரணமான பொன் கடுக்கன்தான். அருளானந்த சுவாமியுடைய சந்தனக்கல் அவர் பங்கு மாறிப் போகிறபோது போத்திக்குக் கொடுத்தார். அது இப்பொழுது (1899) தூத்துக்குடியில் பெரியபிள்ளையிடத்திலிருக்கும். மதுரேந்திர சுவாமியுடைய குமிழ் பாத குறடு இப்பொழுதும் வடக்கன் குளத்தில் கரையாளன் வம்சத்தாரிடதிலிருக்கிறதென்று செய்தி.

சனங்கள் சுவாமிமார்களை தெய்வம் ரிஷிகளாக மகா பயபத்தியோடு வணங்குவார்கள். அவர்கள் வாயில் சாபமான மொழி வந்துவிட்டால் கேடு தப்பாமல் வந்து பலிக்கும் என்று நடுங்கிப்பயப்படுவார்கள். அவர்கள் சுவாமி போகிற வாகனத்துத் தடத்தைத் தொட்டு முத்திக்கொள்வார்கள். குருக்கள் தெருவழியாய்ப் போகிறதைக் காணுகிற சனம் சிறு பிள்ளைமுதலாய் குபீரென்று முழங் காலில் நிற்கும். சுவாமியார் ஆசீர்வாதம் செய்து கடந்து போவார். அஞ்ஞான விக்கிரகங்கள், பேய், பிசாசுகளை மதிக்கிற, வழிபடுகிற வகையாய் எந்த அற்பக்கிரியையும், எந்தத் துர்நடக்கையும் சபையில் நடப்பதற்கு எள்ளளவும் இடங்கொடாமல் கண்டிப்பாய்ச் சிட்சித்து ஆக்கினை செய்வார்கள். பண அபராதம்; அஞ்சுமணிக் குறடாவினால் அடிக்கிறது; தலையில் மண்பெட்டி ஏற்றி முழங்காலில் வைக்கிறது; முள் முடி வைத்து தெருச்சுற்றச்

செய்கிறது; பேய் முகங்கட்டித் தெருச்சுற்றுகிறது முதலிய ஆக்கினைகள் உண்டு.[12] ஆனால் தேசாசாரங்கள், சாதியாசாரங்கள் முதலியவைகளில் தலையிட்டுச் சனங்களை இம்சைப்படுத்துகிறதில்லை.

அருளானந்த சுவாமி

மதுரேந்திர சுவாமிக்குப் பின் வடக்கன்குளத்துக்கு ஒருவர் பின் ஒருவராய் கோவைக் குருக்கள் (கோவாக் குருக்கள்) எட்டுப் பத்துப்பேர் வந்தார்கள். போத்தியிருந்த காலத்தில் வடக்கன்குளத்திலிருந்த குருவுக்கு அருளானந்த சுவாமியென்று பேர். அவர் போத்தி பேரில் வெகு பிரியம். போத்திக்குக் கடைகட்டுகிறதுக்கு முளைப்பிடித்துக் கொடுத்து ஆசிர்வாதம் செய்தார். கடை, சின்னக் கோவில் (வியாகப்பர் கோவில்) கிட்டக், கொடி மரத்துக்குக் கிழக்கே சாணாக்குடிப் பக்கமாய் பரவர் வீடுகளுக்குப் போகிற முடுக்குக்கிட்ட பெரிய தெருவிலிருந்தது. அந்தக் கடையிருந்த இடம் இப்பொழுது தெருவாயிருக்கிறது. போத்தி ஊரில் பெரிய மனுஷனாயும் யாருக்கும் பலவிதத்தில் அநேக நன்மை செய்து வந்ததினாலும் ஊரில் சொல் சக்தியுண்டு. ஆக வேண்டிய காரியங்களுக்கு சுவாமியார் போத்தியைக் கூப்பிட்டுவிடுவார்.

பைந்தலைப் பிள்ளையென்று ஒருவர் சீவனத்துக்காக வடக்கன்குளத்துக்கு வந்தார். அவர் உப்பு விற்கிறவராம். மகா துஷ்டன். வெகு பலசாலி. தன்னைப்போல் சில துஷ்டர்களையும் சேர்த்துக்கொண்டு அவர் பண்ணுகிற அக்கிரமங்களுக்கு அளவில்லை. விரோதி வீடுகளைத் தீக்கொழுத்தி விடுவார். அதினாலே யாரும் அவருக்கு அச்சந்தான். கலியாணம் பண்ணி பிள்ளை குட்டிக்காரனாய் பெரிய வீடுங்கட்டினார். வீட்டில் எந்தவேளையும் பாட்டும் படிப்பும் கைமணியும் மத்தாளமுமா யிருக்கும்.

ஒருநாள் பைந்தலைப் பிள்ளை சுவாமியாரிடத்தில் ஏதோ விரோதப்பட்டுக் கொண்டு அவரிடத்தில் சண்டைக்குப் போனார். அவர் பயந்து கதவை அடைத்துக்கொண்டார். பைந்தலைப் பிள்ளை கதவை இடித்து உடைக்கப் போய்த் தொந்தரவு செய்ததில், சுவாமியார் போத்திக்குச் சொல்லியனுப்ப, போத்தி வந்து சுவரைக் கழுவிக் குடிக்கிற பயலே, சுவாமியிருக்கிறவிடத்தில் வந்து என்ன பைசாசாட்டமாடுகிறாய் என்று அதட்டின உடனே, பைந்தலைப் பிள்ளை பயந்து அடங்கிப் போனார்.[13] எந்தத் துஷ்டனானாலும் மதுரேந்திரம் பிள்ளைக்குப் பய பத்திதான். கரையாளன் மக்கள் மூன்றாந்தரம் ஒருதடவை சண்டை போட்டுக்கொண்டபோது போத்தியும், ராயப்பமுதலியார்,

பின்னும் பெரிய மனுஷர் இரண்டொருவருமிருந்து அவர்கள் விவாதத்தைத் தீர்த்து பாகம் பண்ணிக் கொடுத்த கணக்குகளும் தொடரா விசுத்திமுறியும் போத்தியிடத்தில் மத்தியமாய் வைக்கப்பட்டது, இப்பொழுதும் (1899) நம்மிடத்திலிருக்கிறது.[14] போத்திக்கும் சுவாமியாருக்கு முள்ள கொடுக்கல் வாங்கல் கணக்குமிருக்கிறது.

போத்தியுடைய பிள்ளைகள் பேரிலும் சுவாமியாருக்குப் பிரியம். அன்னம்மாள் பேரில் பிரியமாய் எப்போதும் அவளுக்குக் கற்கண்டு தின்பண்டம் கொடுப்பார். சுவாமியா ரிடத்தில் அறைவீட்டு ஞானப் பிரகாசம் பிள்ளை வளர்ந்தார். தாய் சிறுப்பத்திலிறந்து போனதினால் சுவாமியார் இவரைப் பிள்ளை போலப் பரிபாலித்து வந்தார்.[15]

அருளானந்த சுவாமி பங்கு*மாறி வடக்கே சருகணி மாகாணத்துக்குப் போய்விட்டார்.[16] அவ்விடத்தில் வியாதிப்பட்ட போது போத்தியைப் பார்க்க விரும்பி வரும்படியாய்ச் செய்தி யனுப்பினார். போத்திக்கு அப்போது சுகமில்லாமலிருந்ததினால் போகக்கூடவில்லை. ஞானப்பிரகாசம் பிள்ளை போனார். அப்போதுதான் அவருக்குச் சுவாமியார் தன் கடுக்கனைக் கொடுத்தது.

இதுவரையிலும் வந்த கோவைக்குருக்கள் ஆதிமுதலாய் சேசுசபைக் குருக்கள் கோவிலிலும் சபையிலும் ஏற்படுத்தி நடந்துவந்த முறைமைகள் வழக்கங்களை ஒப்புக்கொண்டு அனுசரித்து வந்தார்கள். சனங்களுக்கும் எல்லாம் சரியாயும் திருப்தியாயுமிருந்தது.

அண்ணாவிச்சாமி

அருளாந்த சுவாமிக்குப் பின் அண்ணாவி சுவாமி வடக்கன்குளத்துக்கு நேர்முகமானார். இவர் வாத்தியாரா யிருந்ததினால் மேஸ்திரி சாமியென்றும் பேர். இவருடைய சரியான பேர் பிரஞ்சிஸ்குமுராந்த. இவர் கோட்டாத்துப் பங்கிலிருந்து அப்பால் கோவைக்குப் போயிருந்தார். அண்ணாவிச்சாமி வருகிறார், வருகிறார் என்று சனங்கள் வெகு சந்தோஷமாய் வரவு பார்த்துக்கொண்டிருந்தார்கள். ஆராம்புளிக்குப் பல்லக்குக் கொண்டுபோய் ஆரவாரமாய் அழைத்து வந்தார்கள். இவர் முன்னிருந்த சாமிமார்களுடைய உடைகளைத் தள்ளி கால்சட்டையும் வெள்ளை அங்கியும் போட்டிருந்தார். இதுவரையில் சபையில் நடந்துவந்த சகல வழக்கத்தையும் மாற்றும்படியான ஏற்பாடுகள் கட்டளைகள் பிறப்பித்தார்.

வடக்கன்குளம் கோவில்

பரஞ்சோதிநாத சுவாமி அஸ்திபாரம்போட்டு, மதுரேந்திர சுவாமி கட்டி முடித்தது '. . . 1749' என்று ஒரு கல்லில் வெட்டிப் பதித்திருந்தது. இது சிலுவைமாதிரிக் கோவில். கிழக்கே பார்த்தது. கோவிலை இரண்டு பங்காய்ப் பிரித்துத் தென்வடலாய் அளி போட்டிருந்தது. முன் பங்கில் வெள்ளாளர், முதலிமார், ராசாக்கள், கம்மாளர் முதலிய சூத்திரரும், பின் பங்கில் கீழ்சாதிக்காரருமிருப்பார்கள். பின்பங்குத் தளம் தணிவாயிருந்தது.

கோவில் பீடத்தில் வேலை செய்கிறதும், பூசையில் உதவிமந்திரங்கள் சொல்லுகிறதும், பாட்டுகள் படிக்கிறதும், தீபம் ஏற்றுகிறதும், மற்றும் கோவிலுக்குள் செய்யக்கூடிய கைங்கிரியங்கள், சிறப்புகள், சகலமும், தேர் திருநாள் சப்பரம் எழுந்தேற்றம் சகலமும் பிளைமார் முதலிமாருக்கு மாத்திரமே உரித்து. அதாவது, இந்துக்கள் ஆலயத்தில் சுவாமி கைங்கிரியங்கள் பிராமணம், ஓதுவார்களுக்கு மாத்திரம் பாத்தியப்பட்டது போலவே இங்கேயும் பிள்ளைமார் முதலிமார்களுக்கு மட்டும் பாத்தியமுடையதாக வைத்துக்கொண்டார்கள்.

காலைப் பூசையில் அந்திப் பிராத்தனையில் படிக்கிற தேவாரப் பதிகங்கள் பதங்கள், கீர்த்தனைகள் மற்றும் தமிழ் ஸ்தோத்திரங்கள் மேல்சாதிக்காரர் மாத்திரமே படிக்கலாம்.[17]

வடக்கன்குளத்துக் கோவிலில் ஆதியில் பாடுகிற தமிழ்ப் பதங்கள் சிலது வீரமாமுனிவர் செய்யுளாயிருக்கலாம். ஆனால் போத்தியுடைய காலத்திலும் அதற்குப் பிற்காலத்திலும் பாடுகிறவைகள் ஏகதேசம் எல்லாம் வடக்கன்குளத்துப் பிள்ளைமார்களே உண்டு பண்ணினது. விசேஷம், துரை வீடு கணக்கு மரியதாசுப்பிள்ளை செய்யுள், போத்தியுண்டு பண்ணினதுமுண்டு. இன்னின்னார் செய்யுள் இன்னின்னதென்று திட்டமாய்ச் சொல்ல ஏதுவில்லை. அந்தந்தத் திருநாளுக்கும் அர்ச்சிட்டவர் நாளுக்கும் அததற்குரியபாட்டுகளுமுண்டு, எழுந்துநின்றும் இருந்துகொண்டும் பாடாமல் முழங்காலில் நின்று பாடுவார்கள். ஒருபாட்டு ஒரு விருத்தம் பாடிமுடிந்த வுடனே மேளகாரன், டமடமா, டமடமாவென்று மேளமடிப்பான். பாட்டுக்களெல்லாம் முக்காலே மூன்று மாகாணிப்பங்கு தேவமாதாவுக்கு ஸ்தோத்திரமாகத் தானிருக்கும்.

ஐயா கோவிலில் பாடுகிறதற்கு முகாமையானதினால் சகல பாட்டுகளும் ஐயாவுக்குப் பாராமலே தெரியும். அநேக

பாட்டுகள் நம்முடைய ஏடுகளிலிருக்கிறது. இவைகளில் அநேகத்தை வீட்டில் ஐயா படிக்கிறதுண்டு. கோவிலில் பாடுகிற இரண்டு பதங்களை அடுத்தப் பக்கத்தில் காண்பித்திருக்கிறது. இங்கே இரண்டு விருத்தங்களை மாதிரிக்குக் காண்பித்திருக்கிறது. இதிலெழுதியிருக்கிற இரண்டாவது விருத்தம் தங்களுடைய தகப்பனாருண்டாக்கினதென்று ஐயா என்னிடத்தில் சொன்ன ஞாபகமிருக்கிறது. ஏட்டில் இந்த விருத்தத்திற்கு முன்னும்பின்னு மாய் தொடர்ந்த இலக்கமுள்ள சில விருத்தங்களிருக்கிறது. அவைகளும் போத்தியுடைய செய்யுளாயிருக்கலாம். நிச்சய மில்லை.

சிரமே விரித்து நற் கண்மலர் மூடிப் பொறசென்னி வலக்
கரமிதிற் சாய்ந்து செந்தாமரைப் பாதமும்கை யிரண்டும்
உரமே மிகுந்த இருப்பு முளப்பாய் உயர் சிலுவை
மர மீதில் துஞ்சுமென் கோவேயென் தீவினை மாற்றிடுமே
பாலைத் தியான ஆசிரியம்

சீருலவு தெண்டிரை யுடுத்த பாருலகமுஞ்
சேணுலகமுந்திகட்டாச்
செந்தேன்பொழிந்ததொழுதுமுன்னிருபதாம்புயத்
திருவடிவுகண்டுதொழவே
பாருலவு கஷ்பார் வலிச்சொர் வலுததூசு
பாத்திபர்களிம் மூவரும்
படாமுடீ கடாற்றுனது செந்தாமரைப்
பதம்பரவியே தூபமறை
பேருலவு நன்னிதியளந்தவர்களேற்றவு மிரு மிருகம்
வந்துதொழுவும்
இடையர்தயிர் நெய்மரியளிப்பவும் வானவர்க
ளெண்ணிலார் வந்து தொழவுங்
காருலவு வெல்லைமாமலையருகிலாய முக்
கற்குடிலில் வந்தெழுந்தெங்
காசறக்கன்னிமா மரிதருங் குமாரனே
கருணையங் கடலநாதனே

கோவிலில் விபூதி கொடுப்பார்கள். அதற்கு ஒரு ஆள் நியமித்திருக்கும். அவர் காவித்துணியும் தலையில் சுற்றிக்கொண்டு செம்புக்கடுக்கனும் போட்டுக்கொண்டு கோவிலில் விபூதி கொடுப்பார். அந்த விபூதியை வாங்கி எல்லாரும் பூசிக் கொள்வார்கள். வீட்டில் விபூதி செய்து பூசக் கூடாது. போத்தியுடைய காலத்தில் விபூதி கொடுக்கிறவர் செய்யப்ப பிள்ளையுடைய தகப்பனார். கோவிலில் மேளம், மிருதங்கம் சேவிக்கிறது ஒச்சர், வேதக்காரக் கணியார்.[18]

கீழ்ச்சாதிக்காரர் மேற்சாதிக்காரரைத் தாண்டி, அல்த்தார்* கிராதிக்கிட்ட வரக்கூடாததினால், சுவாமியார் அவர்களிருக்கிற இடத்து அளிக்குமுன் போய் அவர்களுக்கு நன்மை கொடுப்பார்*. சாணார் இருக்கிற இடத்தில் ஒரு தீர்த்தக் கல்தொட்டியும்*,

வெள்ளாளர் இருக்கிற இடத்தில் ஒரு தீர்த்தக் கல்த் தொட்டியும் இருக்கும். கர்த்தர் பிறந்த திருநாளில் குழந்தை இயேசுநாதர் சுரூபத்துக்கு வெள்ளாளர் முதலிமார் காணிக்கை வைத்துத் தொட்டு முத்தி செய்த பின்பு, சாணாரும் அப்படிச் செய்யும்படி யாக அவர்களிடத்துக்கு மேற்படி சுரூபம் கிட்டக் கொண்டு போய் வைக்கப்படும்.[19] பாடுபட்ட திருநாளன்றும்* பாடுபட்ட சுரூபத்தை* முத்தி செய்வதற்கு அதுவே மாதிரியான ஏற்பாடு செய்திருக்கும்.

கலியாண வழக்கம்

சுவாமிமார் சபையில் கலியாணம் முடித்துவைக்கிற முறையென்னவென்றால்:—கோவிலில் பூசைக்கு முன்னேயாவது, பூசைக்குப் பின்னேயாவது அல்லது வேறு எந்த நேரத்திலேயாவது கோவிலில் சுவாமிக்கு முன் மாப்பிள்ளையும் பெண்ணும் முழங்காலில் நிற்பார்கள். இருவருக்கும் பின்னாலே உபதேசியார் நிற்பார். சுவாமியார் மாப்பிள்ளையைப் பார்த்து உன் பேர் என்னவென்று கேட்க, அவன் தன் பேரைச் சொல்லுவான். பெண் பேரையும் அப்படியே கேட்டு அறிந்துகொள்வார். (சிலவேளை பெண் தன் பேரைச் சொல்லக் கூடாதிருக்கும். திருட்டாந்தமாக, தன் பேர் சவரியம்மாள் என்றும் மாப்பிள்ளைபேர் சவரிமுத்து என்றுமிருந்தால், பெண் தன்பேரைச் சொல்ல முடியாது. அப்போது உபதேசியார் சொல்லுவார். பெண் தானே வாயினால் உரக்கச் சொல்லித்தான் தீரவேண்டுமென்று சுவாமிமார் இம்சைப்படுத்துகிறதில்லை.) அப்போது மாப்பிள்ளையும் பெண்ணும் ஒருவர் கைமேல் ஒருவர் கையை வைக்கச் சொல்லி (சவரிமுத்துவாகிய) நீ இங்கேயிருக்கிற (சவரியம்மாளைத்) திருச்சபையாசாரத்தின்படி உனக்குச் சொந்தப் பெண் சாதியாக ஒப்புக்கொள்ளச் சம்மதிக்கிறாயா என்பார். ஆமென்பான். பெண்ணைப் பார்த்து (சவரியம்மாளாகிய) நீ இங்கே இருக்கிற (சவரிமுத்துவை) திருச்சபையாசாரத்தின்படி உன்னுடைய சொந்தப் புருஷனாக ஒப்புக்கொள்ள சம்மதிக்கிறாயா என்பார். அவளும் ஆமென்பாள். அப்போது உபதேசியார் செப்பில் கொண்டு வந்திருந்த திருமங்கிலியத்தை ஒரு தாம்பாளத்தில் வைத்து சுவாமியாரிடத்தில் நீட்டுவார். அவர் லத்தீனில் இரண்டொரு வார்த்தை சொல்லி மந்திரித்து, அதாவது ஆசிர்வாதம் செய்து, திருமங்கிலியத்தைக் கையில் எடுத்து மாப்பிள்ளையிடத்தில் கொடுக்க, அவன் அதை வாங்கிப் பெண் கழுத்துக்கு நேரே நீட்டுவான். பெண்ணினுடைய சம்மந்தி யாராவது தாலியைப் பெண் கழுத்தில் கட்டுவாள். இதற்குள்ளாக சுவாமியார் நாலைந்து வார்த்தையில் லத்தீனில் ஏதோ ஒரு மந்திரஞ் சொல்லுவார். உபதேசியார் கலியாணக்காரருக்காக

ஒரு பரமண்டல மந்திரம்* வேண்டிக் கொள்ளுங்கோவென்பார். எல்லாரும் அந்த மந்திரஞ் சொல்லுவார்கள். ஆக இவ்வளவு வேலையும் இரண்டு நிமிஷத்திற்குள் முடிந்துபோம்.

பிள்ளைமார் முதலியார் பெரும்பாலும் வீட்டுக் கலியாணஞ் செய்கிறவர்கள். சுவாமியார் திருமங்கிலியத்தை மந்திரித்து மாப்பிள்ளையிடத்தில் கொடுத்தவுடனே அதை வாங்கித் தன் ஆட்கள் வசத்தில் கொடுத்துச் செப்பில் வைத்துக் கொள்வார்கள்.[20] மாப்பிள்ளையும் பெண்ணும் கோவிலிலிருந்து அவரவர்கள் பாட்டுக்குப் போய்விடுவார்கள். அப்புறம் தாங்கள் நிச்சயித்த சுபதினத்தில் மணவறைப் பந்தலில் தங்கள் சாதி இந்துக்கள் என்னென்ன முறமையாய் திருமங்கிலியம் தரித்து கலியாணஞ் செய்துகொள்வார்களோ அதே பிரகாரமாகக் கலியாணச் சடங்கு நிறைவேற்றுவார்கள். பெண்ணுக்கு பூவுந் தேங்காயும் கொடுக்கிறது, மாப்பிள்ளைக்குக் காப்புக்கட்டு கிறது முதல் கதலி குளிப்பு மஞ்சள் நீராட்டுவரை "லோக சாஸ்திரத்தின் அக்கியானமில்லாமல் சாதியாசாரத்தின் படியே" சகலமும் சரிவர நடக்கும். மணவறையில் தேவமாதா சுரூபம், பாடுபட்ட சுரூபம் வைத்திருக்கும். அக்கினி வளர்த்து தூபம்போடுவார்கள். உபதேசியார் சமையத்துக்கிசைந்தபடி

சில்வா சின்னேனா, நரருப்பியோ,
அஸ்துமான பாலஸ்தனோப்பிரபு,
பிதாகா சுதா ஆருகா நமோ நமா

என்னும் மந்திரத்தையும் பின்னும் என்னமெல்லாமோ கத்தோலிக்க வேதமந்திரங்களை சமஸ்கிருதத்தில் சொல்லிக் கொண்டிருப்பார்.[21] மாப்பிள்ளை தன் கையினால் திருமங்கிலியத்தை பெண்ணின் கழுத்தில் கட்டி ஒரு முடிப்பு போடுவார். மாப்பிள்ளையின் சகோதரி கூடநின்று அதை நன்றாய் முடிந்துபோடுவாள். நம்முடைய செட்டிப்பிள்ளைமார் ஆசாரப்படி ஏழு இளையும் தாலியுமாய் அன்று உள்ளங்கழுத்தில் கட்டின திருமங்கிலியம் புருஷன் உயிருள்ளளவும் அப்படியே இருக்கும். திருமங்கிலியம் பெருகிப் போனால் உள்ளங் கழுத்தில் வைத்துக்கொண்டே புது இழையிட்டுக் கட்டிக்கொள்வார்கள்[22]. பழைய இழையை எண்ணைக்கலயம் வைத்திருக்கிற உரியில் கட்டி வைப்பார்கள்.

புதுச்சட்டம்

அண்ணாவி சாமியார் ஏற்படுத்தின ஒழுங்குகளில் விஷேசமானது

(1) பெண்ணுக்குக் கழுத்தில் திருமங்கிலியம் தரிக்கக்கூடாது, பெண்ணுடைய கைவிரலில் மோதிரம் போடவேண்டும்.

(2) பெண்ணுடைய பேரைப் மாப்பிள்ளையும் மாப்பிள்ளை பேரை பெண்ணும் வாயினால் சொல்லி வார்த்தைப்பாடு கொடுக்க வேண்டும்.

(3) சாணார் அல்த்தாருக்கு வந்து நன்மை வாங்கலாம். இதின் பேரில் மிகுந்த அமளியும் கலகமுமாயிற்று. மூன்றாவது ஏற்பாடு சாணாருக்குச் சந்தோஷமாயிருந்ததினால் முதலாவது இரண்டாவது ஏற்பாட்டையும் விரோதியாமல் ஒப்புக்கொண்டார்கள். வெள்ளாளர் முதலிமாருக்குச் சாமியார் பேரில் சென்மப்பகை மூண்டது. சாமியாருடைய நட வடிக்கை களைத் தூஷித்து அவர் பேரில் துரைவீடு கணக்கப்பிள்ளை கவிராயர் மரியதாசுப்பிள்ளை, "அண்ணாவி, சிஞ்ஞோர் முறாந்தக் குருமுனியே" என்று முடிகிற பத்துவிருத்தங்களைப் பாடினார்.

உபதேசிமார்

கோவில் உண்டான காலமுதல் நாளதுவரையும் நூற்றைம்பது வருஷத்துக்கு மேலாக வடக்கன்குளத்தில் ஒரே குடும்பத்திலேயே உபதேசி அலுவல் இருந்துவருகிறது. எப்பொழுதும் கோவிலுக்கு இரண்டு உபதேசிமார் இருப்பார்கள். அதில் ஒருவருக்குத் தலத்து உபதேசியாரென்றும் ஒருவருக்கு வாசலுபதேசியாரென்றும் பேர். அவரவர்களுக்கு வேலை பிரித்திருக்கும். அண்ணாவி சாமியார் இருந்த காலத்தில் உபதேசிமார் பெரியண்ணாவி வியாகப்ப பிள்ளையும் அவருடைய சொக்காரன் சின்னண்ணாவி வியாகப்ப பிள்ளையும். பெரியண்ணாவி வியாகப்ப பிள்ளையுடைய பெரிய தகப்பனார் மூத்த பிள்ளையென்ற மதுரேந்திரம் பிள்ளை, உபதேசியாரல்லாதிருந்தும், ஊரில் பெரியதனம் உண்டு.[23]

சுவாமியாரால் பிழைப்பு நடக்க வேண்டியதினால் மேற்படி அண்ணாவிமார் கூட்டம் சாமியாருடன் சேர்ந்துகொண்டு, சாமியாருடைய சொல்தான் திருச்சபைச் சட்டம், அந்தப்படியே எல்லோரும் ஒப்புக்கொண்டு நடக்க வேண்டும் என்று பிரசங்கம் பண்ண ஆரம்பித்தார்கள். ஒருக்கால் சன்னியாசியாய்ப் போனவன் தவிர மற்ற எவனுக்கும் எந்தக் காரியமானாலும் வயிற்றுப் பிழைப்பே முதற் காரியம். வயிறு நிறைந்தால் அப்புறம் இரண்டாவது தேட்டம் அதிகாரப் பெருமை. இந்த இரண்டுக்கும் பிந்தித்தான் மற்ற ஈடேற்றமெல்லாம். லோகப் பிரசித்தப்படிக்கு "ஐயர் சொன்னதே வழக்கு, ஆமென்று சொன்னால் மெலுக்கு, அல்லவென்று சொன்னால் முழுக்கு" என்பது உபதேசிமாருடைய மூலமந்திரம்.[24] அதுவுமல்லாமல் மேற்படி உபதேசிமாருக்கு சாணாரால் வரும்படி மிகுதியாயுண்டு. தங்கள் இனத்தாரால் கிடைக்கிற மரியாதை உபகாரம் சொற்பம். ஆதலால்

மேற்படி உபதேசிமார் சாணாருக்கு அநுகூலமாயிருந்தார்கள். சாணாருக்கும் அவர்கள் நன்மை தீமைக்கு உதவ வேண்டிய நிமித்தியம் அவர்கள் சாதிக்கென்றும் ஒரு உபதேசியுண்டு. வெள்ளாளர் முதலிமார் யாவரும் சாமியார் மேல் மாத்திரமல்ல, மேற்படி அண்ணாவிமார் மேலும் பகையானார்கள்.

வஞ்சிமாத்தாண்ட நல்லூர் என்னுங் கஸ்தூரி ராசா ஊரிலிருந்த வாத்தியார் மரியதாசுப்பிள்ளை தன் இனத்தார் வடக்கன்குளத்தாருக்கு ஒரு சீட்டுக் கவி அனுப்பினார்.

கார்த்திகை (1820–12–5)

மாடான சீலானும் பலவருக்குப் பிறந்தவனென்
 றுரைத்தான் மூத்த
நாடானும் சாணாரோடுறவாடி இனத்தார்க்கு
 நகைப்பே செய்தான்
மேடானவிதுவறிந்தும் அவனோட உறவுசெய்யும்
 மிலேச்சர் கேளீர்
சூடானதில்லையுங்கள் பெண்டிரைத்தான்பிடித்தாலுஞ்
 சுணையுண்டாமோ

இதில் சீலான் என்பது சீலாக்குட்டிப்பிள்ளையென்ற ஞானப் பிரகாசம் பிள்ளை. இவன் பெரியண்ணாவியுடைய மகன். குடிகாரன். சாமிமார்களுக்கு சுயம்பாகிகளாயிருக்கிறவர்கள் பெரும்பான்மையும், சீஷப்பிள்ளை, உபதேசிகளாயிருக்கிற வர்கள் சிறுபான்மையும் குடிக்கிற வழக்கம் கற்றவர்களா யிருந்தார்கள். அண்ணாவி சாமி காலத்தில் கடையம் சேர்வைக் காரன் பட்டிப் பங்கிலிருந்த மனுவேல் சாமியார் பொல்லாத மிடாக்குடியன் என்று பெயர் பெற்றவர். மேற்படி சீலாக்குட்டிப் பிள்ளை குடிகாரனாய்க் கெட்டலைந்து போனான். அமுதுப் பிள்ளை மகன் பரவரோடு சாவகாசம் பண்ணி ஒரு பரத்தியை யும் தாலி கெட்டிப் பின்பு எப்படிப்போனானென்று தெரியாது. மூத்தநாடானென்றது மேற்படி மதுரேந்திரம் பிள்ளையை.

மோதிரக் கலியாணம்

உபதேசிமார் தவிர மற்றொருவருக்கும் சுவாமியாரிடத்தில் பிழைப்பும் சலுகையும் வேண்டியிராததினால் அவர் கட்டளையை லட்சியம் பண்ணவில்லை. ஒரு கலியாணம் மாத்திரம் சுவாமியாருடைய ஒழுங்குப்படி நடந்தது. பாளையங்கோட்டை கல் வெட்டான்குழித் தெரு மதுரேந்திரம் பிள்ளை அக்காலத்தில் கோட்டாத்துக்குச் சமீபமான ஆசுரகுளத்திலிருந்தார். அவர் பெண்ணழைத்துக் கொண்டு வடக்கன்குளத்துக்குச் சாமியாரிடத்தில் கலியாணம் முடிக்க வந்தார். சாமியார் மோதிரம் போட்டால்தான் கலியாணம்

பண்ணுவிப்பேன், தாலி கட்டும்படி இடங் கொடுக்கமாட்டேன் என்றார். அவருக்கு உபதேசி வேலையிருந்ததினால் சாமியார் சொற்படி மாப்பிள்ளையும் பெண்ணும் ஒருவர் பேரை ஒருவர் சொல்லி மோதிரம் போட்டுக் கலியாணம் பண்ணிக் கொண்டார்கள். கோவிலை விட்டு ஊருக்குள் வந்தவுடனே தாலி கட்டிக்கொண்டார்கள்.

ஊரார் சாமியாரை மீறிக்கலியாணம் செய்து கொண்டார்கள். இப்படி ஒன்பது கலியாணம் வீடுகளில் நடந்தது. இவைகளில் ஐயாவுடைய கலியாணம் ஒன்று. சுவாமிமார் இவர்களெல்லாருக்கும் நன்மை தின்மை விலக்கி இவர்கள் பேரைக் கோவிலில் வாசித்துப் பெரிய பெரிய சாபங்கள் போட்டார். ஆண் பிள்ளைகள் இந்தச் சாபங்களுக்கு அவ்வளவு பயங்காண்பியாவிட்டாலும், பெண்பிள்ளைகள் மிகவும் கலங்கிப் புலம்பிக்கொண்டு அழுகையும் கண்ணீருமாயிருந்தார்கள்.

பிராது

கர்த்தர் பிறந்த திருநாள் வந்தது. சாணார் சுரூபத்தை முத்தஞ் செய்ய வெள்ளாளரைத் தாண்டி அல்த்தார் கிட்டவந்தார்கள். கோவிலுக்குள் பெரிய கலகமும் கூப்பாடு மாயிற்று. பிள்ளைமார் சிலர் பெரியண்ணாவியைப் பிடித்து "நீ சாணாருக்குக் கையைக் காண்பித்தாய், உன் பொத்தை வயத்தில் தீயை வைக்க"வென்று அவரை அடித்தார்கள். அவரும் சாமியாரும் சேர்ந்து அவருடைய சக்கிறிஸ்தி திறவுகோல்களைப் பிடுங்கிக் கொண்டு கோவிலிலிருந்த பணம் பண்டங்களைக் கொள்ளையடித்துப் போட்டார்களென்று பிள்ளைமார் பேரில் கொள்ளைப் பிராது கள்ளப்பிராது கொடுத்தார்கள். (வடக்கன்குளம் பெருங்குடிக் கிராமமானது சகல அதிகாரமும் பெருங்குடிப் பிராமணரிடத்தில் இருந்தது. வடக்கன்குளத்தில் ஏதொரு பேச்சுக்கும் "பெருங்குடியில் போய்ச் சொல்லுபோ" என்பார்கள். அந்தக் காலத்தில் வடக்கன்குளம் என்ற ஊர் சுற்றுப்பட்டிகளிலும் வேதக்காரருக்கும் மாத்திரம் தெரிந்த ஊராயிருந்ததன்றி மற்ற இடங்களிலும் சர்க்கார் எழுத்துக்குத்துகளிலும் பெருங்குடி என்ற பேர் தெரியுமேயன்றி வடக்கன்குளமென்றால் தெரியாது. வடக்கன்குளத்துக்காரர் அன்னிய இடத்துக்குப் போயிருக்கும் பொழுது தங்கள் ஊர் பெருங்குடி என்று சொல்லுவார்களேயல்லாமல் வடக்கன்குளமென்று சொல்லமாட்டார்கள். சொன்னால் தெரியாது. லெக்லர் ஐயரவர்கள் ஐயாவுக்குக் கொடுத்த சுவிசேஷ புஸ்தகத்தில் பெருங்குடி சவரிராயபிள்ளைக்கு

என்று எழுதிக்கொடுத் திருக்கிறார்கள்.) கொள்ளைப்பிராது பெருங்குடியில் விசாரிக்கிறபோது குற்றஞ் சாட்டப்பட்ட பிள்ளைமார் முதலியார் கைகட்டி நிற்கவும் வாதிகளான சாமியார் வகையரா சாணார் கீழேயிருக்கவும் பிள்ளைமார் கண்டு வெகு அவமானப்பட்டார்கள்.

லண்டன் மிசியோன்

பிள்ளைமார் முதலியார் எல்லாரும் திரண்டு வடக்கன் குளத்து வெகு சொற்பப் பள்ளச் சபையை விசாரிக்கிற நாகர்கோவில் மால்ட்டு ஐயரிடம் போய் சுவிசேஷ மார்க்கத்தில் சேருகிறதாக ஒப்புக்கொண்டு கையெழுத்துப் போட்டார்கள்.[25] அதன் பேரில் மால்ட்டையர் பல்லக்குப் போட்டுக்கொண்டு வடக்குன்குளம் வந்தார். சேம்பெயர் வியாகப்ப பிள்ளை வீட்டுக்கு எதிரில் தேர் சப்பரம் போகிற நடுத்தெருவை மறித்துக் கோவில் கட்டினார்கள். இரு கட்சியிலும் பிராதுகள் நடந்தது. ஆண் பிள்ளைகள் மாத்திரம் இந்தக் கோவிலுக்குப் போய் வருவார்கள்.பெண்பிள்ளைகளில்பைந்தலைப்பிள்ளைபெண்சாதி பின்னும் இரண்டொரு தைரியக்காரிகளுந் தவிர மற்றப் பெண் பிள்ளைகள் பழைய கோவிலுக்குத் தான் போவார்கள்.[26]

போத்தி முதலிய பெரியோர் முதியோர் சிலர், மால்ட்டையரிடத்தில் கையெழுத்துக் கொடுக்கவும் புதுக் கோவிலுக்குப் போகவுமில்லையாக்கும்.[27] ஆனால் தங்கள் கட்சியைச் செயிப்பதற்காகத் தங்கள் மக்கள் மற்றவர்கள் போகும்படிக்கு உதவியாயிருந்தார்கள். மக்கள் வாசிக்கப்படிக்க விற்பனர்களாயிருந்ததினால் எங்கே பதிதர் புஸ்தகங்களை வாசிப்பதினால் பதிதர் வேதத்திலே நிலைத்துப் போகிறார் களோவென்று போத்தி பயந்து, வீரமாமுனிவர் பதிதருக்கு விரோதமாயெழுத்திய வேதவிளக்கம் முதலிய தூஷண நூல்களை வெகு அக்கறையாய் சுவடியில் எழுதி மக்களுக்குக் கொடுத்துப் படிக்கும்படி செய்தார்கள்.[28] பிற்காலத்தில், ஐயா, தானுந் தன் தமையனாரும் பாகம் பண்ணிக்கொண்ட காலத்தில், மேற்படி சுவடிகள், மந்திரச் சுவடிகள், புதுமைச் சுவடிகளாகிய மார்க்கச் சுவடிகள் தன் பங்குக்கு விழவில்லையென்று சொல்லியிருக்கிறார்கள்.[29]

ஆண் பிள்ளைகளிலும் சிலர் பழைய கோவிலுக்குப் போவார்கள். அப்படிப் போயிருந்ததில் மிக்கேல் பிள்ளை, மால்ட்டையரிடம் புஸ்தகம் (தாவீதின் சங்கீதம்) வாங்கினவ ரென்று அவரைக் கையைப் பிடித்துத் தூக்கிவிட்டார்கள்.

சாபம், வசவு

சுவாமியார் தமக்கு விரோதிகளாய்ப் பதிதராய்ப் போய் விட்டவர்களைப் பேரெழுதிக் கோவிலில் வாசித்து பெரிய சாபங்கள் போட்டார். பெண் பிள்ளைகளுக்கெல்லாம் இது சொல்ல முடியாத கஸ்தி.[30] ஆனாலும் பகையும் விரோதமும் மேலிட்டதினாலெ ஆண் பிள்ளைகள் சுவாமியாரை மதிக்க வில்லை. ரோமான் குருக்களுடைய நடபடிக்கைகளைக் குறித்து இராயப்பன் பாடின ஆனந்தக்களிப்பு முதலிய பாட்டுக்களைத் தங்கள் தெருக்களிலும் தங்கள் கூட்டங்களிலும் பாடுவார்கள். இராயப்பன் ஒரு பள்ளன். கரிசல் காட்டிலேயிருந்தான். அவ்விடத்து சுவாமியாருடைய நடக்கையின் பேரில் விரோதப் பட்டு பின்பு சுவிசேஷ மார்க்கத்தை ஏற்றுக்கொண்டான். அவன் அனேக விதமான பாட்டுகள் உண்டாக்கியிருக்கிறான். தன்னுடைய சுவாமியார் பேரிலும் அநேக பாட்டுக்கட்டினான். அதில் ஒரு கவி.

குருக்களே காசுக்குருக்கள்
அவா் காசு கண்டால் பூசை ஏற்றுவோ மென்பார்
பாவத்தைத் தீர்க்கவுமாட்டார்
பாவந்தீர்க்க வந்தோரைச் செருப்பாலடிப்பார்
ஆங்கார கோபங்களேது
பின்னும் அடிக்கடி காசின்மேல் ஆசையுமேது
பாங்கான நற்குருவானால்
இவா் பதறிப் பதறிப் பணந்தேடுவதேது
வேதத்தை மெத்தப் படித்து
விசுவாசிகள் தன்னைத் துரத்தி யடித்து
காதைப் பிடித்து இழுத்து
இவா் கட்டாயம் பண்ணக் கணக்கேதடப்பா
தானா தனா தந்த நானா.

இராசி

ஒரு வருஷமாய் பிராதும் கட்சியும் இருந்தது. தெருவை மறித்துக் கட்டின கோவிலை எடுத்துப்போடும்படி சர்க்கார் உத்தரவாயிற்று. சாமியாருடைய நடபடிக்கைகளை அவருடைய மேலதிகாரிகள் ஒப்பவில்லை. பிள்ளைமாரோடு இராசியாகும் படிக்குக் கண்டிப்பாய் உத்தரவு கொடுத்தார்கள். அப்படியே இராசியானார்கள். கலியாண ஒழுங்கு ஆதிமுதலாய் நடந்த படியே நடந்து வரவேண்டியது. ஆனால் மீறிக்கலியாணம் பண்ணினவர்கள் ஒரு மாசம் பிரிந்திருந்து சுவாமியாரிடத்தில் வந்து திருமங்கிலியத்தை மந்திரித்துக்கொள்ள வேண்டியது. சாணார் சும்மா கிடந்தவர்களை சாமியார் இழுத்துவிட்டு

ஆட்டம் பார்த்ததினால் அவர்களுக்குச் சமாதானமாக; அவர்கள் அல்த்தாருக்கு வரலாம், வெள்ளாளரைத் தாண்டியல்ல சுற்றுப்பக்கமாய்த் தொண்டு இடித்து வரவேண்டியது. தேர்த்திருநாளில் தேர்ச் சப்பரம் வருகிறபோது சாணார் தீவட்டி, கொடி பிடிக்கலாம்.[31] பதிதராய்ப் போனவர்கள் அபராதம் கொடுக்கவேண்டும் அல்லவென்றால் அடி வாங்கிக்கொள்ள வேண்டும், என்பதாக இராசியானார்கள். சுவாமியாரும் தம்முடைய குற்றத்துக்குப் பரிகாரமாக அஞ்சுமணிக் குறடாவினால் தம்மை அடித்துக்கொண்டார். புரோட்டெஸ்டாண்டு மார்க்கத்தைச் சேர்ந்தவர்கள் ஒவ்வொருவராய்த் தங்கள் பழைய வேதத்துக்குத் திரும்ப வந்து சேர்ந்தார்கள். இப்படி ராசியானதெல்லாம் போத்தியுடைய மரணத்துக்கு பின்னாட்களில் நடந்த காரியங்கள். லண்டன் மிசியோனில் அலுவலாயிருந்த இரண்டொருவரும் பைந்தலைப்பிள்ளை முதலிய சிலரும் மால்ட் ஐயருடைய வேதத்தில் பின்னும் கொஞ்ச நாள் இருந்தாலும் கடைசிவரைக்கும் நிலைக்கவில்லை, திரும்பப்போய்ச் சேர்ந்தார்கள். இப்படியாகக் கட்சி முடிந்தது. ஐயா லண்டன் மிசியோன் வேதத்தில் இருந்தகாலம் ஒரு வருஷத்துக்கு குறைவு.

ஐயாவுடைய கலியாணம்

அண்ணாவிச்சாமியாரால் நேரிட்ட குழப்பம் மும்முரமாகியிருக்கிறபோது, போத்தி தன் இரண்டாவது மகனுக்குக் கலியாணத்துக்குக் கோரிக்கை பண்ணினார்கள்.

ஆனி – வியாழக்கிழமை நடந்தது. *(1820–6–22)*. ஞானப்பிரகாசியார் திருநாள் முடிந்த மறுநாள், பெரியையா கலியாணத்துக்குப் போட்டிருந்த மணவறையைத் தீத்தித் திருத்தி – பெரிய முதலியாரென்ற வியாகப்ப முதலியாருடைய பேரன் ஞானேந்திர முதலியார் உபதேசியாராக இருந்து – நாற்காலிப் பலகையில் பட்டு விரித்து, தேவ மாதா சுரூபம் எழுந்தருளப்பண்ணி – காணிக்கை வைத்து – தூபம் போட்டு – பகவத்தி போல ஆயிரப் பெருந்திரி கொளுத்தி – வாழை இலையில் நாலைந்துபடி அரிசியைக் குவித்து, இதில்மேல் ஏழெட்டுத் தேங்காயை வைத்து, மெழுகுதிரி நட்டு – பொங்கலிட்டு – அரசானிப் பானை வைத்து – ஏத்தி இறக்கி – கைபிடித்துக் கொடுத்து – உபதேசியார் செபங்கள் சமஸ்கிருத மந்திரங்கள் சொல்லி மாப்பிள்ளை பெண்ணிடத்தில் வார்த்தைப் பாடு கேட்டு – செப்பிலிருந்த திருமங்கிலியத்தைக் கூடிவந்திருந்த எல்லாரும் தொட்டு ஆசீர்வாதம் செய்து கொடுத்ததின் பேரில் – மாப்பிள்ளை திருமங்கிலியத்தைப் பெண் கழுத்தில் தரித்தார்கள். அப்போது ஐயாவுக்கு வயது பதினெட்டரை,

அம்மைக்குப் பதினைந்து முடிந்து பதினாறு நடக்கிறது.அம்மை கூடப்பிறந்த மாமன்மார்; செங்கோட்டையில் அலுவலாயிருந்தவர் கலியாணத்துக்கு நாலு மாசத்துக்கு முன்னிறந்து போனார். இன்னொரு மாமனார் அப்போது வியாதியாயிருந்தார். கலியாணத்துக்கு வரக்கூடவில்லை. கலியாணத்துக்கு ஒரு மாசத்துக்குப் பின் இறந்து போனார். ஆகையால் மாமன் முறைக்குத் தென்காசி மிக்கேல் பிள்ளை அம்மையைத் தூக்கி மணவறையைச் சுற்றிக் கொண்டுபோய் மணவறையில் வைத்தார். கலியாணச் சடங்கு முடிந்தபின் அம்மையினுடைய அத்தான், (பெரியையா) அம்மையை மணவறையிலிருந்து தூக்கி மணவறையைச் சுற்றி வீட்டுக்குள் கொண்டுபோய் வைத்தார்கள். மறுநாள் பட்டணப்பிரவேசம் சிறப்பாய் நடந்தது. அம்மையினுடைய கலியாணக் கண்டாங்கியின் கிரையம், நாலு பொன் ஐந்து பணம் (அதாவது ஒன்பது ரூபாய் ஆறு அணா) கலியாணத்துக்கு, பெரிய வீட்டுக்கு வடக்கு, வடக்கு வீட்டுக்குத் தெற்கு, தென் வடலாய் மேலச்சுவரை ஒட்டி ஆக்குப்புறை மழைக்கு ஒழுகாமல் கட்டியிருந்தது.[32]

கோவிலில் காந்தருவ விவாகம்

இதே தெய்தியில் தேரூர்ப்பிள்ளையென்ற பாக்கியம் பிள்ளைக்கும் ஞானுப்பிள்ளையுடைய உடப்பிறந்தாள் அருளாயிக்கும் கலியாணம் தீர்மானித்திருந்தது. ஆனால், கோவிலில் மந்திரியாத தாலியைக் கட்டினால் என்ன பாவம் வந்து சம்பவிக்குமோ என்று பயந்துபோய் ஒருவருக்குந் தெரியாமல் ரகசியமாய் ஒரு உபாயம் பண்ணினார்கள். சுவாமியார் அந்திப் பிரார்த்தனைக்கு வருகிறதில்லை, உபதேசியார் தான் வருவார். மாப்பிள்ளையும்,பெண்ணும் இயல்பாய் கோவிலுக்குப் போகிறது போல அவரவர் பாட்டுக்கு கோவிலில் போயிருந்தார்கள். கிருபை தயாவத்து மந்திரஞ்* சொல்லுகிறபோது, இன்னும் சுருபத்தை மூடாதிருக்கயில், குபீரென்று மாப்பிள்ளையும் பெண்ணும் அல்த்தார் கிட்டப் போய் முழங்காலில் நின்று கொண்டு மாப்பிள்ளை தன் கையில் கொண்டுபோயிருந்த தாலியை ஒரு நொடியில் பெண் கழுத்தில் கட்டிவிட்டார்.[33] உபதேசியார் இதைப் பார்த்தவுடனே திடுக்கிட்டுத் தான் இதற்குடந்தையாயிருந்ததாக சுவாமியார் எங்கே நினைக்கப் போகிறாரோ என்று பயந்து ஒரே ஓட்டமாய் வெளியே ஓடிவிட்டார். அந்திப் பிரார்த்தனை அப்படி முடிந்தது.[34]

(மீறிக்கலியாணம் பண்ணினவர்கள் சாமியாரோடு ராசியான பிற்காலத்தில பெண்சாதியும் இராத்திரியில் சாமியாரிடத்தில் ஒழிச்சுப் போய் புருஷன் திருமங்கிலியத்தைத்

தொட, சாமியார் லத்தீனில் நாலு வார்த்தை சொல்ல, பாவமும் சாபமும் நீங்கி வீடு வந்து சேர்ந்தார்கள்.)

குறிப்புகள்

*குறியிட்ட கத்தோலிக்க சமயச் சொற்களுக்கான விளக்கத்தை கலைச் சொல் அகர வரிசையில் காண்க (பக்கம் 116–124).

1. கோவைக் குருக்கள் : கோவாவை இருப்பிடமாகக் கொண்டு செயல்பட்ட பதுருவா மிஷனைச் சேர்ந்த போர்ச்சுக்கீசியக் குருக்கள்.

2. கலாபணை: கலகம், போப்பாண்டவரால் சேசு சபையின் செயல்பாடு 1773இல் தடைசெய்யப்பட்டதை இங்கு குறிப்பிடுகிறார்.

3. தாளை: பெரியதாழை என்ற கடற்கரைக் கிராமம்.

4. 113ஆம் பக்கத்தில் இடம் பெற்றுள்ள குறிப்பு எண் 8 காண்க.

5. குருவிநத்தம்: காமநாயக்கன்பட்டி அருகிலுள்ள சிற்றூர்.

6. முறைப்பெண், முறை மாப்பிள்ளை திருமணங்களைக் குறைக்கும் நோக்கில் கூடுதல் அபராதம் விதிக்கப்பட்டது. விரத்தர் : துறவிகள்.

7. பாம்படம்: பெண்களின் காதணி.

8. சவடி: பெண்கள் கழுத்தில் அணியும் அணிகலன். ஆண்களின் அரைஞாண் கொடி போன்ற அமைப்புடையது.

9. குழிவாசல்: கல்லறைக்குழி.

10. தவசம்: 'கம்பு' என்னும் புன்செய் தானியம், காணம்: கொள்ளு, கொட்டை முத்து : ஆமணக்கு முத்து. விளக்கெண்ணெய் தயாரிக்கப் பயன்படும். வத்தல்: மிளகாய் வற்றல்.

11. கடற்கரைப் பகுதியில் பணியாற்றும் சேசுசபைக் குருக்கள் மதுரையில் ராஜரிஷியாகப் பணியாற்றச் செல்லும்போது காமநாயக்கன்பட்டி ஊரிலுள்ள குருக்கள் இல்லத்தில் தங்குவர். அங்கு தங்கள் கருப்பு அங்கியை விட்டுவிட்டு ராஜரிஷிக்குரிய காவி ஆடையை அணிந்து செல்வது வழக்கம். 1756ஆம் ஆண்டு சேசுசபை ஆண்டு மடலில் இடம்பெற்றுள்ள இச்செய்தி சவுரிராய பிள்ளையின் கூற்றை உறுதி செய்கிறது.

12. அஞ்சுமணிக் கொராடா: ஐந்து ஈயக் குண்டுகள் பதிக்கப் பெற்ற சவுக்கு. சவுக்கால் அடிக்கும்போது வலி அதிகமாக இருக்கக் குண்டுகள் பதிக்கப்பெறுகின்றன.

13. பைசாசமாட்டம்: பிசாசு பிடித்து ஆடுதல்.

14. விசுத்திமுறி: பாக விடுதலைப் பத்திரம்.

15.சிறுப்பம்: சிறுவயது.

16. சருகணி: தேவகோட்டை அருகேயுள்ள சிற்றூர். இது ஒரு முக்கிய மறைத்தளம். மாகாணம் என்பது இங்கு கத்தோலிக்க நிருவாக அமைப்பைக் குறிக்கும்.

17. வீரமாமுனிவர் கத்தோலிக்க சமயக் கருத்துக்களை உள்ளடக்கிய தேவாரப் பாடல்களை எழுதியுள்ளார். 'கருணாம்பர பதிகம்' என்பது அவர் எழுதிய தேவார நூல்களுள் ஒன்று.

18. ஓச்சர்: உவச்சர் என்னும் சாதி. வேதக்காரக் கணியான்: கிறித்தவ சமயத்தைத் தழுவிய கணியார் என்னும் சாதியினர்.

19. சுரூபம்: உருவம். சுடுமண் அல்லது பளிங்கால் செய்யப்பட்டது. சொரூபம் என்றும் குறிப்பிடுவர்.

20. செப்பு: மரத்தால் ஆகிய சிமிழ். மரத்தைக் கடைந்து உருவாக்கப்படும்.

21. புதுச்சேரியில் இத்தகைய பழக்கம் இருபதாம் நூற்றாண்டிலும் இருந்ததை 10.2.1916 சுதேசமித்திரன் இதழில் (பக்.8) வழிப்போக்கன் என்பவர் எழுதிய கட்டுரையில் குறிப்பிட்டுள்ளார்.

"இவ்வூர்க் கிறித்தவர் 'ரோமன் கத்தோலிக்' மார்க்கத்தைச் சேர்ந்தவர்கள் . . . இவர்களுடைய விவாக காலங்களில், கிறித்தவக்கோயில்ச் சடங்குகள் மாத்திரமேயன்றி, ஹிந்துச் சடங்குகளும் பல செய்யப்படுகின்றன. பூணூல் போட்டுக்கொண்டு, நல்ல வைதீகக் குடுமியும் பஞ்சகச்ச வேஷ்டியுமாக ஒரு பிராமணக் கிறித்தவர் புரோகிதராக வருகிறார். பெண்ணையும், மாப்பிள்ளையும் மணவறையில் வைத்து அவர்களெதிரே ஹோமம் வளர்த்தல், சேஷையிடுதல் முதலிய ஹிந்து சடங்குகள் செய்யப்படுகின்றன. அப்போது அந்தப் புரோஹிதர் ஸமஸ்க்ருத பாஷையில் மந்திரங்கள் சொல்லுகிறார். ஆனால் இந்த மந்திரங்கள் கிறிஸ்து மதத்தைத் தழுவினவை. ஹிந்துப் புரோஹிதர்கள் சொல்லும் மந்திரங்களல்ல." (செட்டியார் ஏ.கே. 1968: 176–177)

22. பெருகிப் போனால்: அறுந்து போனால்

23. சொக்காரன்: தாயாதிக்காரன் (பங்காளி).

24. "ஐயர் சொன்னதே . . . .முழுக்கு" இது வடக்கன்குளத்தில் வழங்கிய பழமொழியாக இருக்கலாம். பாதிரியாரைக் குறிக்க

"ஐயர்" என்ற சொல்லை 17ஆம் நூற்றாண்டில் டி-நொபிலி பயன்படுத்தினார். பின் கத்தோலிக்கர்கள் இச்சொல்லைக் கைவிட்டுவிட, சீர்திருத்த கிறித்தவர்கள் இன்றும் இச்சொல்லைப் பயன்படுத்தி வருகின்றனர்.

25. பள்ளச்சபை: தேவேந்திர குல வேளாளர்களை (பள்ளர்) மிகுதியாகக் கொண்டுள்ள கிறித்துவ சபை. இதனடிப்படையில் இப்பெயர் கொண்டது.

சுவிசேஷ மார்க்கம்: சீர்திருத்தக் கிறித்தவம் சுவிசேஷத்திற்கு (விவிலியத்திற்கு) முக்கியத்துவம் கொடுத்ததால் இவ்வாறு அழைக்கப்பட்டது. மால்ட்டு ஐயர்: ரெவரண்ட் சார்லஸ் மால்ட்,

26. பழைய கோவில்: கத்தோலிக்கத் தேவாலயம்.

27. புதுக்கோவில்: சீர்திருத்த கிறித்தவ சபையின் தேவாலயம்.

28. பதிதர்: ஒழுக்கக்கேடானவர். சீர்த்திருத்த கிறித்தவர்களை, "பதிதர்" என்ற சொல்லாலேயே கத்தோலிக்கர்கள் அழைத்தனர். சீர்திருத்தக் கிறித்தவர்களுக்கும் கத்தோலிக்கர்களுக்கும் இடையே கருத்துமோதல்கள் நிகழ்ந்தபோது சீர்திருத்தக் கிறித்தவத்தை விமர்சித்து வீரமாமுனிவர் எழுதிய நூல்களில் ஒன்று "வேத விளக்கம்."

29. கத்தோலிக்கர்களுக்காக, ஞாயிறு தொடங்கி ஒவ்வொரு நாட்களுக்கும் ஞாயிற்றுக்கிழமைப் புதுமை, திங்கட்கிழமைப் புதுமை, என ஏழு நூல்கள் சின்னச் சவேரியார் (James Thomas de Rossi: 1701-1774) என்ற ஐரோப்பிய சேசுசபைத் துறவியால் எழுதப்பட்டன. ஏழு நூல்களின் இறுதியிலும் "புதுமை" என்ற சொல் இடம் பெற்றதால் "புதுமைச் சுவடிகள்" என இவை அழைக்கப்பட்டன (புதுமை: அற்புதம்). அர்ச் சிலுவை மந்திரம், ஆறுலட்சண மந்திரம், உத்தம மனஸ்தாப மந்திரம், பிரியத்த மந்திரம், விசுவாசமந்திரம் போன்ற கத்தோலிக்க மந்திரங்கள் எழுதப்பட்டச் சுவடிகளே இங்கு மந்திரச் சுவடிகள் என்று குறிப்பிடப்படுகின்றன.

30. கஸ்தி: பயம்.

31. நாடார்களிடையே வழங்கி வந்த நாட்டார் பாடல் ஒன்றில் பின்வரும் வரிகள் இடம் பெற்றுள்ளன.

"கொடியும் தீவட்டியும் பிடிப்போம்

கொடிமரத்துக்கு கிழக்கே நிற்போம்"

(தகவல் திரு. இரத்தினசாமி நாடார் அவர்கள், சன்னதித்தெரு, வடக்கன்குளம்,)

32. ஆக்குப் புறை : சமயலறை.

33. கத்தோலிக்க ஆலயங்களின் பலிபீடப் பகுதியில் மேரி மாதாவின் சிலை சிறிய பீடமொன்றில் நிறுவப்பட்டிருக்கும். தென்மாவட்டங்களில் இதை "மாதாபீடம்" என்றழைப்பர். மாதாவின் உருவத்தை சிறிய திரைச்சீலையால் மறைத்து வைக்கும் பழக்கம் முன்னர் பரவலாக இருந்து வந்தது. திரையிலிருந்து கீழே தொங்கும் கயிறின் துணையால் நாடக அரங்கைப் போன்று திரையைப் போடவும் விலக்கவும் முடியும். இது சைவ, வைணவக் கோவில்களின் கருவறையில் பயன்படுத்தும் திரையை நினைவூட்டும். திரைபோடும் பழக்கத்தைக் கைவிடும்படி சமயகுருக்கள் கூறியதை சில ஊரினர் ஏற்றுக்கொண்டுள்ளனர். இதைக் கடைபிடிக்கும் ஊர்களில் இத்திரையை மையமாக வைத்து சமய குருக்களும் ஊரவருக்குமிடையே பிணக்குகள் ஏற்படுவதும் உண்டு. வடக்கன்குளம் மாதா கோவிலில் திரை போடும் பழக்கம் இருந்ததை இப்பகுதி சுட்டிக்காட்டுகிறது.

34. கத்தோலிக்கம் தமிழ்நாட்டில் பரவிய தொடக்க காலத்தில் பணியாற்றிய சவேரியார், அண்டிரிக் அடிகள், டி–நொபிலி ஆகியோர் மோதிரத்துக்கு இணையாக, தாலியைப் பயன்படுத்துவதைத் தடைசெய்யவில்லை (Ferroli, 1951: 430), பிள்ளையார் உருவம் தொங்கும் தாலியைப் பயன்படுத்தாமல் சிலுவை அல்லது மாதாவின் உருவம் தொங்கும் தாலியைப் பயன்படுத்தலாம் என்ற ஆணையை *1704* ஜூலை *23*இல் கத்தோலிக்க சமயத் தலைமை வெளியிட்டது *(Ferroli, 1951: 430)*. பதினாலாம் பெனடிக் என்ற போப்பாண்டவர் "Omniun Sollicitudinum" என்ற ஆணையை (Bull) *1744*இல் வெளியிட்டார். தாலி புனித உருவங்களைக் கொண்டிருக்கவேண்டும் என்று இதில் வலியுறுத்தியிருந்தார் (Ferroli 1955: 132-134). ஆயினும் சில குருக்கள் தாலிக்கு மாற்றாக மோதிரத்தை அணியும்படி வற்புறுத்தியதால் இத்தகைய கள்ளத்தாலி கட்டும் நிகழ்ச்சிகள் நடந்தன.

❍

'சவுரிராய பிள்ளை வம்ச வரலாறு' நூலில் இடம் பெறும் நாணயங்கள், தொடர்பான விளக்கம் வருமாறு. (இதைத் தொகுத்துதவியவர் முனைவர் அ.கா. பெருமாள்.)

திருவிதாங்கூரில் நாணய முறை, 'ரூபாய் – சக்கரம் – காசு' என்று இருந்தது. இதில் ரூபாய் (சர்க்கார் ரூபாய் என்று குறிப்பிடப்பட்டது) நாணய உருவில் வழக்கத்தில் இல்லை. ஆனால் பேச்சிலும் எழுத்திலும் கணக்கிலும் இருந்தது. ஆங்கில (பிரிட்டிஷ்) ரூபாய்தான் புழக்கத்தில் இருந்தது. அதன் மதிப்பு சர்க்கார் ரூபாயைவிட எட்டு காசு அதிகம்.

கால் ¼ ரூபாய்	–	112 காசு (25 நயா பைசா)
அரை ½ ரூபாய்	–	224 காசு (50 ந.பை.)
முக்கால் ¾ ரூபாய்	–	336 காசு (75 ந.பை.)
அரைக்கால் 1/8 ரூபாய்	–	56 காசு (12.5 ந.பை.)
மாகாணி 1/16	–	28 காசு (6.25 ந.பை.)
முண்டாணி 1/32	–	14 காசு (3 ந.பை.)
காலே அரைக்கால் 3/8	–	168 காசு (37 ந.பை.)
அரையே அரைக்கால் 5/8	–	280 காசு (62.5 ந.பை.)
முக்காலே அரைக்கால் 7/8	–	392 காசு (87.5 ந.பை.)
மும்மாகாணி 3/16	–	84 காசு (18.75 ந.பை.)

1 பிரிட்டிஷ் ரூபாய்	–	28 ½ சக்கரம் (456 காசு)
1 சர்க்கார் ரூபாய்	–	28 சக்கரம் (448 காசு)
1 சக்கரம்	–	16 காசு
1 பணம்	–	4 சக்கரம்
7 பணம்	–	1 சர்க்கார் ரூபாய்

ஆ. சிவசுப்பிரமணியன்

பின்னிணைப்பு 18

சங்கட விண்ணப்பம்

தங்களது இடர்ப்பாடுகளை எழுத்து வடிவில் விண்ணப்பமாக வழங்குவதை "சங்கட விண்ணப்பம்" என்றழைத்துள்ளனர். வடக்கன்குளம் பங்குக் குருவாக பொறுப்பேற்கும் முன்பு, பாளையங்கோட்டை மறைவட்டத்தின் தலைவராகக் கௌசானல் இருந்துள்ளார். வடக்கன்குளத்திலிருந்து உபதேசி மரியான் என்பவர் இச்சங்கட விண்ணப்பத்தை அவருக்கு எழுதியுள்ளார். இவ்விண்ணப்பம் வடக்கன்குளம் பிரிவினைச் சுவர் இடிப்புப் போராட்டத்துடன் தொடர்புடையதல்ல. என்றாலும் கத்தோலிக்கர்களின் வாழ்வில் திருச்சபையும் குருக்களும் கொண்டிருந்த செல்வாக்கை இவ்விண்ணப்பம் உணர்த்துகிறது. ஓர் அரிய ஆவணம் என்ற முறையில் இது இங்கு இடம்பெற்றுள்ளது. இதில் இடம்பெற்றுள்ள சில சொற்களுக்கு விளக்கம் தருவதற்கு உதவும் வகையில் பத்திகளுக்கு இந்நூலாசிரியரால் எண் இடப்பெற்றுள்ளது.

1. பரம சத்திய வேத போதக பரிபாலனை விசாரணைக் கர்த்தரும் எங்கள் ஞானப் பிதாவுமாகிய இராஜா ரிஷி, கனம் சிரேஷ்டர் கவுஷானல் சாமியவர்கள் திருப்பாத சன்னிதானத்துக்கு வடக்கன்குளம் அடியேன் உபதேசி வகையரா மரியான் மிகவும் வணக்கமாயெழுதிக்கொண்ட சங்கட விண்ணப்பம்.

2. என்னவென்றால் அடியேன் மிகவும் ஏழையும் தூசியும் பாவியுமாயிருக்கிறேன்.

3. என் பிதாக்கள் மிசியோனுக்கு 1810ம் ௵ முதல் நாளது வரையும் ஊழியஞ் செய்து பிழைத்து வருகிற அடிமைகளா யிருக்கிறோம்.

4. அடியேனுக்கு 3 ஆண் குழந்தைகளும் 2 பெண் குழந்தைகளுமுண்டு. இதில் இப்போது கைதியில் இருக்கிற மூத்தவன் ஒரு கை பழுதுள்ளவன். 2வது பையன் நித்தம் வியாதியுள்ளவன். மூன்றவாது பையன் 14 வயசுடையவன். அவன் கொழும்புக்குப் போனவிடத்தில் காணாமல் போய்விட்டான். அவனை அடியேனால் தேடியும் காணாதபடியால் மிகவும் துயரத்திற்குள்ளிருக்கிறேன்.

5. அடியேன் தரித்திரமுள்ளவனாயிருக்கிறபடியால் இவ்விடத்தில் 2, 3 மாசமும் ௸ கொழும்பில் அனேகமாசமாய் ஜீவித்து கால க்ஷேபனை பண்ணி நாளது தெய்திவயும் வருகிறேன்.

6. நாளது மாதத்தில் தபசு காலத்தில் திருச்சபைக்கு விரோதமாய் நாடாக்கள் கனம் பங்குசாமியவர்கள் கட்டளை மீறி பெரிய சனிக்கிழமையில் கல்லறை வாசாப்பு செய்த விஷயத்துக்கு இப்போது கைதியிலிருக்கிற என் மகனை மேற்படியார்கள் கைவசப்படுத்தி செபம் செய்யச் செய்தார்கள். அப்படி அவர்களுடைய வார்த்தைக்கு இணங்கி கனம் சாமியவர்களுக்குத் துரோகம் செய்தபடியால் அடியேன் பெரிய குற்றவாளியாயிருக்கிறேன்.

7. இன்னமும் நாளது மாதம் செப்டெம்பர் 10உ சனியும் 12ம் உ திங்களும் மேற்படி நாடாக்கள் சர்வேஸ்பரனுக்கும் திருச்சபைக்கும் விரோதமாய் இப்போது கலியாண கோயில் பிரதிவாதி. தை. மரிய மிக்கேல் நாடான் வகையரா புதுக்கோவிலில் கள்ளத்தாலி கட்டினதில் அடியேனுடைய மகனையும் முன்போல தன் வசப்படுத்திக் கலியாணத்தை நடப்பித்திருக்கிறார்கள் என்று தெரியவருகிறது.

8. அடியேன் இவ்விடத்திலிருந்தால் என் மகனை இப்படிப்பட்ட பாதகங்களைச் செய்யவிடமாட்டேன்.

9. இப்படிப்பட்ட பெருந்துரோகத்தை இவ்விடம் வந்து கண்டமையால் சர்வேஸ்பரனுக்கு முன்பாக தேவரீர் திருப்பாதத்தில் குடும்ப சகிதமாய் சாஷ்டாங்கமாய் விழுந்து என்மகனைக் காப்பாற்ற மன்றாடுகிறேன்.

10. மேற்படி ஊரார் இப்படிப்பட்ட பாதகத்தை உணர்ந்து மனந்திரும்பும்படியும் திருச்சமூகத்தில் வந்து ஊர் பிரதானக் காரர் மெய்யான பொறுத்தலடையும்படி விரும்பியும் அடியேனுக்கு காது கொடாமலே போனார்கள்.

II. மேற்படி கேஸ் தை. மரிய மிக்கல் நாடான் என்பவன் பிரிவினைச்சுவாரெஸ் உடன் மலையாளம் சரகம் இராஜாக்கள்

மங்கலத்தில் உரோமான் கத்தோலிக்க கிறீஸ்தர்களோடு சண்டை செய்து பெரும் கலகக்காரனாயிருக்கிறேன்.

12. இப்படிப்பட்ட மோசக்காரனோடு மற்ற நாடாக்களும் என் மகனும் இணங்கினபடியால் பெரும் பாவிகளாயிருக்கிறோம்.

13. என் நல்ல தகப்பனே! அடியேன் விருத்தாப்பியனும் வியாதிஸ்தனும் மேற்படி 350ரூ. மேல் கடனுள்ளவனுமாயிருக்கிறேன். என்மனவி இதினிமித்தம் பலகஷ்டத்தினிமித்தமும் அவள் புத்தி தடுமாறிப் பைத்தியம் பிடித்து அலைகிறாள்.

14. இப்படி நிர்பாக்கிய அந்தஸ்திலிருக்கிற அடிமையை கிருபை கண்கொண்டு இரக்ஷித்தருள மன்றாடுகிறேன்.

15. என் நல்ல தகப்பனே! செக்ஷன் கோர்ட்டில் கைதியிருக்கிற அடியான் மகனைக் கலியாணம் நடந்த விஷயத்தையும் அவனைக் கட்டாயமாய் ஏவித்தூண்டி நடப்பித்த பிரதிவாதிகளையும் நீதிமான் முன்பில் சொல்லும்படி தீர்மானித்திருக்கிறேன். (நானோ தூசிக்கு ஒப்பம்.)

16. என் நல்ல தகப்பனே! தேவரீரவர்களால் கூடாத காரியம் ஒன்றுமில்லை. இலாசரை எழுப்பினது போல அடியேனுடைய மகனையும் உயிர்ப்பிக்க மன்றாடுகிறேன்.

17. இந்த வேளையில் அடியேனுடைய குற்றத்தை நிவிர்த்திசெய்து எங்கள் நிர்ப்பாக்கிய அந்தஸ்தைப் பாராவிடில் அடியேனுடைய குடும்பம் ஒன்றுமில்லாமல் அழியும்படியான ஸ்திதியில் இருக்கிறது.

18. இனிமேல் ஒரு போதும் திருச்சபைக்கு விரோதஞ் செய்வதில்லையென்று கெட்டியான பிரதிக்கினை பண்ணுகிறேன்.

19. என் நல்ல தகப்பனே! பாவியாகிய அடியேனுடைய தாழ்மையான மன்றாட்டுக்கிரங்கி அடிமைகளை கைதூக்கி இரட்சித்தருள வேணுமென்று தேவரீருடைய திருப்பாதத்தில் விழுந்து பரிபூரண ஆசீர்வாதங்கேட்கிற 9.12.1898 அடிமை. மதுரேந்திர உபதேசி மகன் மரியான் (ஒப்பம்) உபதேசி மரியான் நாடான்.

20. இந்த கலியாண கேசில் முதல் பிரதிவாதியாகிய அருள்பிதேலியின் தாய் ஞானப் பிரகாசியாகிய அடியாள் இந்த விண்ணப்பத்தில் கண்டபடியே சிலருடைய துர்ப்போதனைக்கு இணங்கி திருச்சபைக்கும் சர்வேஸ்வரனுக்கும் ஏற்காத துரோகத்தை என் மகன் பிதேலி கட்டிக்கொண்டபடியால்

தேவரீரவர்கள் இரக்கமாய் அந்தக் குற்றத்தைப் பொறுத்துக் கொண்டு என் மகனைக் காப்பாற்றி இரட்சிக்க மன்றாடுகிறேன்.

//// இந்தக் கீறல் ஞானப்பிரகாசி

சாக்ஷிகள்

அல. மி. பிதேலி நாடான்
இன்னாசிமுத்து நாடான்
கட்டளை ஞானப்பிரகாசம் நாடான்
கொ. விசுவாசம் நாடான்
கட்டளை விசுவாசம் நாடான்
வண்டானம். உபதேசி. சஞ்சீவி நாடான்

13.12.1898

வியாகப்ப நாடான்
தொம்மை அந்தோனி நாடான்
மரிய மிக்கேல் நாடான்
மரிய இருதயம் நாடான்
,,, இக்கீறல் அன்பு ஏசுவடியான் நாடான்
ம. மரியமிக்கேல் நாடான்
அருள் பிதேலி நாடான்
உப. மதுரேந்திர நாடான்

15.12.1898

குறிப்புகள்

பத்தி *1. ராஜரிஷி:* தீண்டத்தகாதவர் அல்லாத சாதியினரிடம் பணிபுரிந்த சேசுசபை குருக்கள்.

பத்தி *3. மிஸியோன்:* மிஸன் என்னும் சொல்லின் திரிபு வடிவம்.

பத்தி *6. தபசு காலம்:* (Lent)

ஈஸ்டர் பண்டிகைக்கு முந்தைய நாற்பது நாட்கள் தபசு காலம் எனப்படும்.

பெரிய சனிக்கிழமை: யேசு உயிர்த்தெழுந்த ஈஸ்டர் ஞாயிறுக்கு முந்தைய நாளான சனிக்கிழமை.

கல்லறை வாசாப்பு: சிலுவையில் அறையுண்ட யேசுவின் பாடுகளையும் அவர் உயிர்த்தெழுந்ததையும் சித்தரிக்கும்.

"கல்லறை வாசகப்பா" நாடகம். வசனமும் பாடலும் கலந்து வரும் நாடகவடிவம். வாசகம் (உரைநடை) + பா (செய்யுள்) வாசகப்பா என்றாயிற்று. இச்சொல்லே வாசாப்பு எனத் திரிந்து வழங்குகிறது.

பத்தி 7. சர்வேஸ்வரன்: தத்துவ போதகர் (டி– நோபிலி) என்ற சேசுசபைத் துறவி இறைவனைக் குறிக்கப் பயன்படுத்திய சொல்.

புதுக்கோவில்: 1872ல் கட்டப்பட்ட திருக்குடும்ப ஆலயம்.

கள்ளத்தாலி: பங்குக்குருவின் அனுமதியில்லாமல் தேவாலயத்தில் கட்டிய தாலி.

பத்தி 11 சுவாரெஸ்: தென் மாவட்டங்களில் கத்தோலிக்கத்திற்கு எதிராக செயல்பட்ட பிரிவினை சபை பிரிவிவைச் சேர்ந்தவர். தென்னகத்தின் 'ஒளி கௌசானல்' என்ற நூலில் இவரைக் குறித்த செய்திகள் இடம்பெற்றுள்ளன.

பின்னிணைப்பு 19

காமநாயக்கன்பட்டி – மொளி[ழி] மாறா உடன்படிக்கை

காமநாயக்கன்பட்டி என்ற சிற்றூர் தூத்துக்குடி மாவட்டத்திலுள்ள கோவில்பட்டி நகரிலிருந்து தெற்கே கிட்டதட்ட 14 கிலோ மீட்டர் தொலைவிலுள்ளது. மதுரை மறைதளத்தின் பழமையான கத்தோலிக்கத் தேவாலயங்களில் இதுவும் ஒன்று. ஜான் டி பிரிட்டோ, வீரமாமுனிவர் ஆகிய புகழ் வாய்ந்த சேசுசபைத் துறவிகள் இங்கு தங்கியுள்ளனர். இங்குள்ள பரலோக மாதா தேவாலயத்தில் நாடார்களுக்கும், வெள்ளாளர்களுக்கும் இடையே நிலவிய சாதி வேறுபாடுகளைத் தீர்க்கும் முறையில் 1863 டிசம்பர் முதல் தேதியன்று பாளையங்கோட்டையிலிருந்த சேசுசபை நாயகம் வெர்டியர் முன்னிலையில் உடன்படிக்கை ஒன்று நிகழ்ந்துள்ளது. மொழிமாறா உடன்படிக்கைஎன்றழைக்கப்பட்ட இவ்வுடன்படிக்கையின், நகல் இத்தேவாலயத்தின் முகப்புச் சுவரின் வடபகுதியில் கல்வெட்டாக இடம் பெற்றுள்ளது. இக்கல்வெட்டு மிகுதியான எழுத்துப் பிழைகளைக் கொண்டதாகவும், நிறுத்தற்குறிகள் எவையும் இடாமலும் அமைந்துள்ளது. இக்கல்வெட்டின் மொழிநடையை மாற்றாமலும், அதே நேரத்தில் முக்கியமான பிழைகளைத் திருத்தியும், நிறுத்தற்குறிகளை இட்டும், பத்திகளாகப் பிரித்தும் இங்கு அச்சிடப்பட்டுள்ளது.

1863 டிசம்பர் மீ முதல் தேதி திருநெல்வேலி சில்லா ஒட்டப்பிடாரம் தாலுகா செகரம் *(சரகம்)* காமநாயக்கன்பட்டி பரலோக மாதா

கோவிலோடே சேரஞ்சுவமான *(பொருள் விளங்கவில்லை)* கத்தோலிக்கு திருச்சபை கிறிஸ்தவர்களாகிய இதனடியில் கையெழுத்து வைத்திருக்கிற பிள்ளைமாரும் நாடாக்கமாரும் எங்கள் வகையறாப் பேர் அனைவரும், ஷை சில்லா ரோமன் கத்தோலிக்கு திருச்சபைக்குச் சிரேஷ்டராகிய கனம் ராசா குரு ஞானப் பிரகாசியார் சுவாமி அவர்களுக்கு எழுதிக் கொடுத்த மொழிமாறா உடன்படிக்கை என்னவென்றால்:

எங்களுக்குள் சாதி நிமித்தியம் மனஸ்தாபம் நேரிட்டு, அது கஷ்டத்திற்கு தக்கதாய், எங்களுடைய இரண்டு சாதிகளில் ஒரு சாதியார் வேறெ இடத்தில் ஒரு புதுக் கோவிலைக் கட்டி காமநாயக்கன்பட்டி பரலோக மாதா கோவிலை ஒரு வகைச் சாதியாருக்கு விட்டுவிட வேணுமென்றும், அப்படிச் செய்கிறதில் ஷை பரலோக கோவிலின் பெயரிலிருந்த பாத்தியத்தை விட்டுவிட்டவர்கள். தங்களுக்கு அடுத்ததாய் ஒரு புதுக் கோவிலைக் கட்டவேணுமென்றும், அதற்கு ஒத்தாசையாக ஆயிரத்தி அறுநூத்திமுப்பத்தி மூணு ரூபாய் பழைய கோவிலனுபவித்து வருகிறவர்கள் கொடுத்துவிட வேணுமென்றும் அப்படிப் பிரித்து போகிறதில் பழைய கோவிலை அனுபவித்து வருகிறவர்கள், புதுசாய்க் கட்டுகிற புதுக் கோவிலின் பெயரில் யாதொரு பாத்தியமில்லையென்றும், புதுக் கோவில் கட்டிப் பிரிந்து போனவர்கள் பழைய கோவிலின் பேரில் யாதொரு பாத்தியமில்லையென்றும் இந்தப் பிரகாரம் மனஸ்தாபத்திற்கு முடிவுகட்ட வேணுமென்று, தேவரீர்கள் தீர்மானித்தபடியால்,

நாங்கள் இருவகைச் சாதியாரும் இந்தத் தீர்மானத்தை மனராசியாய் ஒப்புக்கொண்டு, பிள்ளைமார் பழைய கோவிலைவிட்டு குருவி நத்தத்தில் ஒரு புதுக்கோவில் கட்டிக்கொள்வதற்கு ஒத்தாசையாக விட்டு, தேவரீர் அவர்கள் கொடுக்கும்படித் தீர்மானித்த 1633 ரூபாயும் நாங்கள் பற்றிக் கொண்டபடியால், மேல்கண்ட தேவரீர் அவர்களுடைய தீர்மானத்தில் சொல்லப்பட்ட பிரகாரம் காமநாயக்கன்பட்டி பரலோகமாதா கோவிலின் பேரிலாவது அதன் சொத்துக்களின் பேரிலாவது இது முதல் எங்களுக்கு யாதொரு பாத்தியமு மில்லை. நாடாக்கள்மார்தானே ஷை கோவிலை சுகமே அனுபவித்துக்கொள்ள வேண்டியது.

ஷை உடன்படிக்கையில் பரலோக மாதா கோவிலின் பேரிலாவது, அதன் சொத்துக்களின் பேரிலாவது பிள்ளைமாருக்கு யாதொரு பாத்தியமுமில்லை என்றும், குருவிநத்தத்தில் கட்டுப்படுகிற புதுக்கோவிலின் பேரிலாவது, அதன் சொத்தின் பேரிலாவது நாடாக்களுக்கு பாத்தியம் இல்லை என்றும்

சொல்லியிருக்கிறதினால், ரோமன் கத்தோலிக்கத் திருச்சபைக்குத் தலைவராகிய அர்ச் பாப் அவர்களால் நியமிக்கப்பட்ட மேத்திராணி* அவர்கள் அனுப்பும் சுவாமியார்களுடைய மேல் விசாரணைக்கு விக்கினமன்னியில் திருச்சபை ஒழுங்குப் பிரகாரம் நடந்துகொள்வோமாகவும்!

ஷை திருச்சபையை விட்டு விடுகிறவர்கள் மேல்கண்ட பாத்தியத்தையும் அதனால் தானே இழந்து போவார்களாகவும்!

இந்தப்படிக்கு எங்கள் மனராசியில் எழுதிக் கொடுத்தோம்.

1863ம் ஓூ டிசம்பர் மீ *1ம்* தியதி

பின்னிணைப்பு 20

வடக்கன்குளம்
கல்யாண மரணக் கம்பெனிகள்

தமிழ்நாட்டில் பொதுமக்களின் சேமிப்புகளை விழுங்கி ஏப்பமிட்ட நிதிநிறுவனங்களை குறித்த செய்திகளை அடிக்கடி கேள்விபடுகிறோம். இவற்றிற்கு முன்னோடியாக வடக்கன்குளத்தில் உருவான சில மோசடி நிதிநிறுவனங்களை குறித்த செய்திகள் "வடக்கன்குளம் பூர்வீகச் சரித்திரம்" என்ற கையெழுத்துப் பிரதியில் இடம்பெற்றுள்ளன. இச் செய்திகள் இந்நூலின் மையக் கருத்துடன் தொடர்புடையன அல்ல. இதை ஆவணப்படுத்த வேண்டும் என்ற நோக்கில் இங்கு தரப்பட்டுள்ளது. மொழி நடையில் மாற்றம் எதுவும் செய்யவில்லை.

1903*ஆம் வருடம் அந்தோணி முத்துப் பிள்ளை என்ற ஒரு அம்மைக் குத்துவோன் ஒரு புரோவிடென்டு பண்டு கம்பெனியின் ஒருவிதமான வரலாற்று விளம்பரத்தோடு வடக்கன்குளத்திற்கு வந்தான்.*

விளம்பரத் தாளிலிருந்த தூரக்காட்சியானது நேர்த்தியாகவே இருந்தது. பேர் கொடுத்த சகலர்களும் நடத்திக்கொண்டிருக்கும் கரும் கர்த்தா சபையும் சில மாதங்களுக்குள் ஆஸ்திக்காரர்களாய்ப் போக வேண்டியிருந்தன. யோசித்துப் பார்க்காமலும் எல்லா அபாயங்களையும் ஆராயாமலும் 12க்குக் குறையாத கம்பெனிகள் துவங்கப்பட்டன. அது வடக்கன்குளத்தில் ஒரு பெருவாரியைப் போலிருந்தது. ஜாதியாருக்குள் மட்டும் கட்சி இருக்கவில்லை. ஆனால் ஒவ்வொரு ஜாதியிலும் சண்டை சச்சரவுகளும் இருந்தன. கிராம முன்சீப், சக்ரீஸ்தன் இரு ஜாதியாரின் உபதேசிகளும் இவர்கள்*

* பெருவாரி – வாந்தி பேதி

இவ்வளவு பேரும் ஒரு கம்பெனி உண்டாக்க ஒன்று சேர்ந்தார்கள். கெடுதல் மட்டும் செய்யக் கூடிய அவ்விடத்தில் பசாசாகிய (பிசாசு) சூசையாபிள்ளை மற்றவர்களை நாசமாக்கவும் மற்றவர்களின் நாசத்தைத் தனக்கு இலாபமாக்கிக் கொள்ளும்படி யாகவும் தன்னால் ஆனதெல்லாம் செய்தான். 1903ஆம் வருஷப் போக்கில் தானே திருநெல்வேலி ஜில்லாவில் ஏறக்குறைய 200 அதே மாதிரிக் கம்பெனிகளும், திருவாங்கூரில் 60 அதே மாதிரிக் கம்பெனிகளும் உண்டாகிவிட்டன. ஆனால் வடக்கன்குளம் தான் தலைமையான ஊரைப் போலிருந்தது. தேவையான ரொக்கத்திற்காவது அல்லது யாதொரு கம்பெனியில் பங்காளியாவதற்காகவாவது அவர்கள் தங்கள் நிலங்களை விற்றார்கள். தங்கள் வீடுகளையும் நகைகளையும் அடவு வைத்தார்கள். எவ்விடத்திலும் எந்தவிதமான வட்டிக்கும் பணம் கடன் வாங்கினார்கள்.

அவர்கள் போலீஸ்காரரர்களுக்கும் ரெவின்யூ இன்ஸ்பெக்டர்களுக்கும், போஸ்ட்மாஸ்டர்களுக்கும் எல்லா விதமான உத்யோகஸ்தர்களுக்கும் அவர்கள், உதவியடையும் படியாவது அல்லது அவர்களின் தடையைத் தடுப்பதற்காகத் தாராளமாய்க் கொடுத்தார்கள். இந்தவித மானப் பைத்தியம் ஆயிரம் ஆயிரக்கணக்கான குடும்பங்களின் மேல் பூராவாக நாசத்தை உண்டு பண்ணிவிட்டது. அநேக கைம்பெண் ஜாதிகளும் வேலைக்காரரர்களும் எல்லாவற்றையும் இழந்துவிட்டார்கள். வழக்குகள் நடந்தபோது அவர்கள் ஒரு ரூபாய்க்குப் பதிலாய் ஒரு அணா மட்டும் அடைந்தார்கள். இந்தக் கம்பெனியின் தலைவர்களால் சகலவிதமான புரட்டுகள் செய்யப்பட்டன. பேதைகள் சுதேசத்தை விட்டகன்று கொழும்பிலும், மலைகளிலும் ஜீவிக்கும்படியாக நேர்ந்தது. இந்தக் கம்பெனிகளின் பேங்க் ரூபாய்க்காக ஏராளமான வழக்குகள் தொடர்ந்து நடந்தன.

வடக்கன்குளத்தில் இந்தக் கம்பெனிகளின் பேர் மாத்திரம் பரிசுத்தமுள்ளதாயிருந்தது. கலியாணங்களுக்கு 'பரிசுத்தக் குடும்ப பிராவிடெண்டு பண்டு', கலியாணங்களின் சகாய பண்டுக்கு 'பரிசுத்த இருதய கம்பெனி', மரணத்திற்கு 'அமலோற்பவ மாதா கம்பேனி', 'திவ்யஸ்பிரீது சாந்து'. கலியாணங்களுக்கு 'மோட்ச ராக்கினி', மரணங்களுக்கு 'அர்ச்சி மிக்கேல்', கலியாணங்களுக்கும் மற்றவைகளுக்கும் இப்படியே பேர் கொண்டவைதாம்.

ஒரு நூற்றாண்டுக்குப் போதுமான சாமான்களை இவர்கள் வாங்கினார்கள், மேலும் புஸ்தகங்களை உயர்ந்த கிரயத்தில் அச்சிட்டார்கள். செக்ரட்டேரிகளும், ரைட்டர்களும் ஊழியத்துக் கடுத்த வேலைக்காரரர்களும்கூட அதிகமாக சம்பளம் கொடுக்கப்

பட்டார்கள். ஒரு வார்த்தையில் எல்லாம் உண்மையாகவே புதுக்குறைச்சல் உள்ளதாயிருந்தது.

ஜில்லா சிரேஷ்டார் இந்த விதமான ஏற்பாடுகளைப் பற்றித் தெரிவிக்கப்பட்டபோது அதைக் கூடுமான மட்டும் தடுக்கும்படியாக மிஷினரிகளுக்கு எழுதினார்.

சில இடங்களில் அவர்கள் கீழ்ப்படிந்து காண்பித்தார்கள். ஆனால் வடக்கன்குளத்திலும், கள்ளிகுளத்திலும் அது ஒரு வெள்ளமானது தான் போகும்போது சந்திக்கும் சகலத்தையும் கொண்டு போவது போலிருந்தது.

கம்பேனி உலகமானது ஜாதி உலகத்தைச் சொற்ப காலத்திற்கு அமைந்திருக்கும்படிச் செய்தது. வடக்கன்குளத்தில் இந்த பத்து வருஷங்களின் அரைச் சமாதானத்திற்கு முக்கியமான காரணம் இந்தக் கம்பெனிகளே. இந்த துரதிருஷ்ட ஏற்பாடு களின் பேரில் உண்டான ஒரே தன்மை அதுதான்.

பண இலாபத்தின் தோற்றமானது நாடார்களோடும் பூராவாய் அனுதாபப்படுகிறவர்களாகவும் அவர்கள் எல்லாருக்குள்ளும் தாராளமான போக்குவரவு செய்யும்படி வெள்ளாளர்களைச் செய்துவிட்டது என்று சொல்வது அவசிய மில்லை. வெள்ளாளர்கள் அதிகம் நஷ்டப்படவில்லை. சிலர் அதிக லாபமடைந்தார்கள்.

கௌசேனல் சாமியார் 1907ஆம் வருஷம் ஜனவரி மாதம் வடக்கன்குளம் டிவிஷனுக்கு மாற்றப்பட்டபோது அவர், கடன்கள் துர்ப் பழக்கங்கள் வஞ்சனை உள்ள உரிதாக்குதல் இவைகளைப் பற்றி முறைப்பாடு சொல்லும் 200க்கு அதிகமான விண்ணப்பங்களடைந்தார். ஜனங்கள் மதுரை, திருவாங்கூர், திருநெல்வேலிகளிலிருந்து அவர்கள் ஏமாற்றப்பட்டார்களென சொல்லிக்கொண்டு வந்தார்கள். ஆனால் சாமியார் அந்த விஷயத்தைப் பற்றி ஒன்றும் செய்ய முடியாமலிருந்தது. அவர்கள் வற்றின கிணற்றிலிருந்து தண்ணீராவது அல்லது பாறையி லிருந்து இரத்தமாவது எடுக்கிறதில்லை.

கம்பேனிகளின் அபஜெய்மானது மற்றொரு கெடுதலின் ஊற்றாயிருந்தது. ஜனங்கள் நீதி நிறையின் புத்தியையும், பக்தியின் ஊக்கத்தையும் இழந்து போனார்கள். இழந்து போனவர்களின் இருதயத்தில் முறுமுறுப்புகளும் பகைகளும் ஆழமாய் வேரூன்றியிருந்தன.

1907இல் ஊரையும் அவ்விடம் முழுவதையும் நாசமாக்கிக் கொண்டிருந்த ஒருவிதமான கூட்டத்தார் இருந்தனர்.

கூட்டத்தார்கள் யாதாவது கொள்ளைக்குத் தயாராயிருந் தார்கள். கல்யாண மரணக் கம்பேனியும் உடைவிலிருந்து உண்டான இந்தக் கூட்டத்தார்க்குப் பாதுகாவல் கிராம முன்சீப்தான். நாடாக்களின் தலைமை மனிதர்கள் மெள்ள மெள்ள கெடுதியை நசுக்கிப் போட்டார்கள்.

மேலே சொன்ன அழிவின் காரணத்தோடு மழையில்லாத தானது ஜனங்களை மிகுந்த அவதியான சங்கடக்குள்ளாக்கி விட்டது. பண வருத்தம் எவ்வளவு இருந்ததென்றால் அவ்விடத்தில் வசிக்கும் 600க்கு மேலான பேர் அந்நிய நாடுகளுக்குப் போக வேண்டியிருந்தது. வட்டியானது எவ்வளவு அதிகப் பட்ட தென்றால் கடன் வாங்கின தொகையைவிட 2 அல்லது 3 மடங்கு அதிகமாகப் போய்விட்டது.